# பாலக்காட்டு ஐயர்

## பாரம்பரிய சமையல்

# பாலக்காட்டு ஐயர்
## பாரம்பரிய சமையல்

வித்யா சுப்ரமணியம்

Pustaka
EBooks | Audiobooks | Paperback

முதற்பதிப்பு: 2023

First Edition: 2023

Palakkadu Iyer Parambariya Samayal

பாலக்காட்டு ஐயர் பாரம்பரிய சமையல்

Vidya Subramaniam

வித்யா சுப்ரமணியம்

ISBN: 978-93-5695-828-9



Pustaka
EBooks | Audiobooks | Paperback

Pustaka Digital Media Pvt. Ltd.
#7-002, Mantri Residency,
Bannerghatta Main Road, Bengaluru - 560 076
Karnataka, India
+91 7418555884

# பொருளடக்கம்

# முன்னுரை

தைத்ரிய உபநிஷதம் நமது உடலை ஐந்து விதமான கோசங்களாகப் பிரித்துப் பேசுகிறது. பஞ்சகோசங்கள் எனப்படும் அதில் முதன்மையானது அன்னமய கோசம். இப்புவியில் நாம் பிறந்து வளர்ந்து இறுதியில் கரைசேர்வது வரையில் உடல் இந்த உணவால் உயிர் தரித்திருக்கிறது. பிராணமய கோசம், மனோமய கோசம், விஞ்ஞானமய கோசம், ஆனந்தமய கோசம் என்ற ஏனைய நான்கினுக்கும் முதலாவதாய் அமைவது அன்னமய கோசம். இறுதி இலக்கான பிரம்மத்தை உணர்ந்த ஆனந்தமய கோசத்தை அடைய அன்னமய கோசம் வலுவாகவும் வளமாகவும் இருக்கவேண்டும்.

மனித வர்க்கத்தின் மூன்று அத்தியாவசியங்களில் பிரதானமானது உணவு. ஏழையிலிருந்து பணக்காரன் வரை, இந்திரிய அடக்கமுள்ள சன்னியாசியிலிருந்து சர்வசுதந்திரமாகத் திரியும் இச்சையுள்ளவன் என எவருக்கும் இப்புவியில் ஜீவிப்பதற்கும் அவர்கள் மேற்கொண்ட வேலை புரிவதற்கும் சாதகமான அன்னம் அவசியமாகிறது. அன்னத்தினால் வளர்க்கப்படும் (அ) பேணப்படும் உடம்பே எத்தொழில் புரிவதற்கும் அடித்தளமாகும்

சித்தர்களுள் ஒருவரான திருமூலர் உடல் வளர்ப்பதை முதலில் இழுக்கென கருதியிருக்கிறார். பின்னர் அதனுள் ஒரு சிறந்த பொருள் இருப்பதை சிந்தித்திருக்கிறார். உடம்புக்குள்ளே இருக்கும் ஜீவன் உத்தமவன் சிவனே என்று உணர்ந்ததால் அதை வளர்த்தேன் என்கிறார். உடம்பை வளர்த்தேன் உயிர் வளர்த்தேனே என்றும் உருகிப் பாடுகிறார்.

உடம்பினை முன்னம் இழுக்கென் றிருந்தேன்
உடம்பினுக் குள்ளே உறுபொருள் கண்டேன்
உடம்புளே உத்தமன் கோயில்கொண்டான் என்று
உடம்பினை யான் இருந்து ஓம்புகின் றேனே.

(திருமந்திரம்)

வேட்டையாடி தீயில் காட்டி உண்ட கற்காலம் முதல் வீட்டில் அடுப்பே பற்றவைக்காமல் ஸ்விக்கியில் ஆர்டர் செய்து சாப்பிடும் தற்காலம் வரை மனிதர்களுக்கு பலவிதமான உணவு தேவைப்படுகிறது. "என்னதிது ஒரே இட்லி தோசையா?" என்று பெரியவர்களே வீடுகளில் சிலசமயம் முகம் சுளிக்கிறார்கள். உணவுப் பழக்கம் எளிதில் மாற்றமுடியாதது. ஒரு மாதம் அமெரிக்கா சென்று வந்த மன்னைவாசி "ச்சே.. நாக்குச் செத்துப்போச்சு.. நம்மூரு வத்தக்குழம்பு வெச்சு சாப்பிட்டாதாம்ப்பா உசுரே வருமென்று அங்கலாய்ப்பார்கள். எண்சாண் உடம்பிற்கு சிரசே பிரதானம் என்ற பழமொழி தற்காலத்தில் மாறிப்போய் "வயிறே பிரதானம்" என்றாகிவிட்டது. வயிறு மட்டும் பெருத்து கைகால்கள் சூம்பிப்போனது போல தேகத்தில் எங்கும் பலமில்லாமல் வயிறு வளர்க்க ஒரேயடியாக தின்று தீர்த்தல் என்பது இறைவன் கொடுத்த இந்த உடலுக்கு நாம் செய்யும் சித்ரவதை ஆகும்.

சுவைத்து ருசி பார்த்து சாப்பிடுவது என்பது ஒரு கலை. ஆனால் பிடித்த பதார்த்தமாக இருந்தால் அதையே குண்டான் குண்டானாக தின்று தீர்ப்பது என்பது மோசமான கலை. சாப்பாட்டு ராமன் என்ற பட்டப்பெயர் எப்படிக் கொடுத்தார்கள் என்று தெரியவில்லை. ராமன் வனவாசத்தின் போது கூட அந்தக் காட்டில் கிடைத்த கனி கிழங்கு வகையறாக்களைக் கொண்டே உயிர் வாழ்ந்தான் என்கிறார் வால்மீகி. தேனும் தினைமாவும் விதம்விதமான மாமிசங்களோடும் கங்கைக்கரையில் விருந்து படைக்க வந்த அன்புள்ளம் கொண்ட குகனிடமிருந்து கூட அவன் வாங்கி உண்ணவில்லை. நாம் வசிக்கும் இடத்தில் என்ன கிடைக்கிறதோ அதையே நம்முடைய உடம்பும் உணவாக ஏற்றுக்கொள்கிறது என்பது மறைமுகமான தத்துவம்.

சாப்பிடும் பழக்கம் என்பது பிறந்தது முதல் வீட்டில் வளர்க்கப்படுகிறது. முன்னோர்களின் உணவு உண்ணும் முறையும் அவர்களது உடலுழைப்பும் அவர்களை நெடுவாழ்வு வாழ்வதற்கு தேகாரோக்கியத்தோடு வைத்திருந்தது. வாயும்

வயிறும் ஒருவிதமான உணவுக்குப் பழக்கப்பட்டுவிட்டால் காடு போகும் வரை எந்த நாட்டில் இருந்தாலும் அதே உணவுக்கு மனம் ஏங்குகிறது. பக்குவப்படுத்தி சமைக்க ஆரம்பித்தவுடன் பிரதேசங்களுக்குத் தக்கப்படி பலவிதமான சமையல்கள்.

ஒவ்வொன்றும் ஒவ்வொரு விதத்தில் ஆரோக்கியம் மற்றும் ருசி போன்றவற்றைக் கொண்டிருக்கிறது.

பாலக்காட்டு ஐயர் சமையல் என்ற இந்தப் புத்தகத்தில் வெல்லம், பருப்பு, உப்பு, புளி, காய்கறிகள் என்று உணவு தயாரிக்கும் முறை பற்றி மட்டும் பேசாமல் ஒவ்வொரு பதார்த்ததை விவரிக்கும் போதும் சில சுவாரஸ்யமான சங்கதிகளையும்சேர்த்துச் சொல்வது நெய்யூற்றிப் பிசைந்த பருப்பு சாதம் போல மணத்துடனும் புஷ்டியாகவும் இருக்கிறது.

பதினைந்தாம் நூற்றாண்டில் சோழ தேசத்தில் எழுந்த அரசியல் மற்றும் பொருளாதார நெருக்கடிகள் காரணமாக மதுரை, மன்னார்குடி, மாயவரம், வைதீஸ்வரன் கோயில் போன்ற பல இடங்களிலிருந்து பாலக்காட்டுக்கு புலம் பெயர்ந்த தமிழர்கள் பற்றிய குறிப்பு வருகிறது. நீளா நதிதீரம் சென்றடைந்தவர்கள் அங்கே வேதம் பயின்று வாழ்வதற்கு பாலக்காட்டு ராஜா தயாள மனதுடன் வழிவகை செய்து கொடுத்திருக்கிறார்.

திருமணத்திற்குப் பிறகு தன்னுடைய கணவரிடம் சமையல் கற்றுக்கொண்டதையும் ஒவ்வொரு பதார்த்தத்தையும் எந்தந்த சமயத்தில் எப்படிக் கற்றுக்கொண்டார் என்பதையும் சுவைபட விளக்குகிறார் வித்யா சுப்ரமணியம் மேடம்.

சமையல் மற்றும் சாப்பாட்டு வகையறாக்கள் பற்றிய குறிப்புகளும் அது சம்பந்தப்பட்ட பரிபாஷைகளையும் மிகவும் அற்புதமாக சம்பவங்களாகச் சொல்லிப்போகிறது இந்நூல். கூட்டான் என்றால் பாலக்காட்டு பாஷையில் குழம்பு. மோர்க்கூட்டான் பற்றிய ஒரு குறிப்புக்கு முன்னால் வித்யா சுப்ரமணியம் மேடம் கொடுத்திருக்கும் ஒரு நிகழ்ச்சி நகைச்சுவையுடன்

அறுசுவையையும் கலந்து அளிக்கிறது. அவருடைய நடையில் அதை இங்கே தருவதுதான் பொருத்தமாக இருக்கும்.

✲ ✲ ✲

பாலக்காட்டைச் சேர்ந்த ஒரு தோழியின் இல்லத்திற்கு திருச்சியைச் சேர்ந்த தோழி ஒருத்தி விருந்துண்ணச் சென்றாள். இலையில் ஒவ்வொரு ஐட்டமாக பரிமாறப்பட்டன. சாதம் போட்டு சற்றுநேரம்வரை சாம்பார் வரவில்லை. பந்தி விசாரித்துக் கொண்டிருந்த பாலக்காட்டு மாமி ஒருவரிடம் திருச்சி பெண் சாம்பார் குத்துங்கோ மாமி என்றாள். பதிலுக்கு மாமி, ஏஏ....! சாம்பாரைக் குத்தினா தெறிக்கும்டி கோந்தை என்று சொல்லிவிட்டு நகர்ந்தாள். மாமி வாய் ஓயாமால் பேசியபடியே எல்லோரையும் விசாரித்துக் கொண்டிருந்தாள். ஒருவழியாக சாம்பார் வந்தது.

“தா இங்க சாம்பார் விளம்பணும்ட்டேளா” என்றாள் மாமி.

நீங்கதான் விளம்பிண்டே இருக்கேளே. அதுக்கே எங்க காது வலிக்கறது. இன்னும் சாம்பார் வேற விளம்பணுமாக்கம் என்று திருச்சி பெண் அடித்த கமென்ட்டில் அவளது திருச்சி தோழிகள் கொல்லென்று சிரிக்க, மாமி புரியாமல் “தா...மோர்க் கூட்டான் வேணுமா?” என்றாள்.

“மாமி நா மோர் கூட்டுவேன்” என்றாள் அந்தப் பெண். ஒருவர் உப்பேரி வேணுமா உப்பேரி என்றபடி ஒரு பெரிய பேசினில் எதையோ கொண்டு வந்து ஒவ்வொரு இலையாகப் போட்டுக் கொண்டிருந்தார். ஏண்டி உப்பை என்னத்துக்கு எறியச் சொல்றார் மாமா? என்று வியந்தது திருச்சி

இங்கே தமிழில் சாம்பார் ஊற்றுங்கோ என்பதை குத்துங்கோ என்று அந்தப் பெண் சொல்கிறாள். மலையாளத்தில் பரிமாறுவதை விளம்புவது என்பார்கள். தமிழில் விளம்புவது என்றால் சொல்வது என்று அர்த்தம். கூட்டான் என்றால் அங்கே குழம்பு. கூட்டான் என்றால் கூட்டாதவர் என்று திருச்சிப் பெண் அர்த்தம்

செய்துகொண்டு, நான் கூட்டுவேன் மாமி என்றாள். உப்பேரி என்பது சிப்ஸ்.

இப்படித்தான் பல தலையாள வார்த்தைகள் புரியாமல் பாலக்காட்டு பிராமணர்களைத் திருமணம் செய்துகொள்ளும் தமிழ்ப்பெண்கள் விழிப்பார்கள். திருமண நிகழ்ச்சி ஒன்றிற்கு சென்றுவிட்டு வீடு திரும்பிய மாட்டுப்பெண் போனில் யாரிடமோ பேசிக்கொண்டிருக்க, மாமியார்க்காரி அவளிடம், புடவையும் நகையும் அழிச்சு வெச்சுட்டு பேசறதுதானே என்று சொல்ல, அந்தப் பெண் ஆரம்பத்தில் திருதிருவென விழித்ததாக என்னிடம் சொல்லி சிரித்திருக்கிறாள். அவிழ்த்து வைப்பது என்பதை அங்கே அழிச்சு வை என்பார்கள். பதுக்கே என்றால் மெல்ல என்று அர்த்தம். மனசிலாச்சோ என்றால் புரிந்ததா என்று அர்த்தம். பேடி என்றால் பயம். இப்படி பல சொல்லிக்கொண்டே போகலாம்.

இந்தப் புத்தகத்தில் சாதாரண நாள் சமையல், விருந்து சமையல், விரத சமையல்கள், சுமங்கலிப் பிரார்த்தனை, சிரார்த்தம் போன்ற விசேஷங்களுக்கு சமைக்கும் வகையறாக்களும் சாதாரணமாக நித்யபடி போஜனம் செய்வதற்கு சமைக்கும் பதார்த்தங்களையும் எழுதியது மட்டுமில்லாமல் பிள்ளைப்பெத்தா சமையல் என்றழைக்கப்படும் பத்திய சமையலும் வருகிறது. தவிர முக்கியமான கோவில் பிரசாதங்கள் எப்படி செய்வதென்றும் அதன் ஸ்தல வரலாறுகளும் சுவைபட கூறப்பட்டுள்ளது. உதாரணத்திற்கு, சதசதயம் என்பது பாயஸத்தின் பெயர். இதை எப்படி தயாரிப்பது என்று நேரடியாக அடுக்களைக்குள் நுழையவில்லை அந்தக் கட்டுரை. சதசதயத்திற்கு அடிக்கோலாக அமையும் சாஸ்தாப்ரீதி என்ற வைபவத்தைப் பற்றி விவரிக்கிறது. அந்த வைபவத்திற்கு பெயர் போன நூரணி கிராமம் பற்றியும் அங்கு நடக்கும் வேத பாராயணங்கள் பற்றியும் பேசுகிறது. சதசதயம் பாயஸத்தை நாம் ருசிக்கும் முன்னர் தெய்வீகமானதொரு அனுபவத்தை உணர வைத்து அந்த விசேஷத்தின் இறுதியில் நுனி இலை போட்டு விருந்து போல படைக்கிறார் ஆசிரியர். சதம் என்றால் நூறு என்பது தெரியும். சதசதயம் என்றால் நூறின் மடங்கு. நூறின்

மடங்கில் தேங்காய் உடைத்து அந்தப் பாலில் செய்யப்படும் பாயஸம் என்பதால் சதசதயம் என்றழைக்கப்படுகிறது.

பாலக்காட்டு ஐயர் சமையல் என்ற இந்தப் புத்தகத்தில் அறுசுவையோடு அற்புதமான சங்கதிகளும் சந்தர்ப்பங்களும் பகிரப்பட்டிருக்கிறது. வாசிக்கும் போதே பதார்த்தங்களின் மணமும் ருசியும் நம்மை நிரப்புகிறது. “சமைத்துப் பார்” என்று பல புத்தகங்களைப் படித்து பார்த்தபடியே இருந்தாலும் “அனுபவத்தோடு ருசித்துப் பார்” என்ற வகையில் எழுதப்பட்ட இந்தப் புத்தகம் உணவின் மகத்துவத்தையும் விசேஷங்கள் மற்றும் பாரம்பரிய விசேஷங்களில் அதன் முக்கியத்துவத்தையும் பத்தியமாக சாப்பிடும் போது அதன் மருத்துவ குணத்தையும் அதியற்புதமாக விவரிக்கிறது. உணவே மருந்து என்ற கருத்து கட்டுரைகளின் அடிநாதமாக விளங்குகிறது.

கதையானாலும் சமையல் குறிப்பாக இருந்தாலும் வித்யா மேடத்தின் கைப்பக்குவமும் ருசியும் அபாரமாக இருக்கிறது! ”நன்றாக சமைத்தக் கைக்கு வளையல் போடணும்” என்பாள் என் சாரதா பாட்டி. சமையலை இப்படி ரசித்து ருசிக்கும்படி எழுதிய கைக்கு ஒரு ஜோடி தங்க வளையல்கள் போடலாம்!

**ஆர்.வி.எஸ்**

COO, **கல்கி குழுமம்**

17-12-2022

* —— *

# என்னுரை

உணவே பிரபஞ்சத்தின் சுழற்சி என்கிறது தைத்ரிய உபநிடதம். மனித நாகரிகத்தின் வரலாறு அவனது உணவு தேடலில் இருந்துதான் துவங்குகிறது. வேட்டையாடி பச்சை இறைச்சியை உண்ண ஆரம்பித்ததிலிருந்து துவங்கியது மனித கலாச்சாரத்தின் வளர்ச்சி. ஆரம்பத்தில் உணவை நோக்கி மட்டும்தான் அவன் சிந்தனையும் தேடலும் இருந்தது. சிக்கிமுக்கி கற்களுக்குள் அதன் அடுத்தகட்ட வளர்ச்சி ஒளிந்திருப்பதை ஆதிமனிதன் கண்டறிந்த அன்றுமுதல் இன்றுவரை உணவு என்ற ஒன்றின் வளர்ச்சியைப்பற்றி சொல்லவும் வேண்டுமா என்ன? மனித நாகரிகத்திற்கு இணையாக உணவு நாகரிகமும் வளர்ந்து வந்திருக்கிறது. பச்சையாய் உண்ட உணவு பின்னர் பக்குவபடுத்தப்பட்டு (சமைக்கப்பட்டு) உண்ண ஆரம்பிக்கப்பட்டிருக்கிறது.

தொல்காப்பியம் முதல் அனைத்து இலக்கியங்களும் பழந்தமிழ்ப் பாடல்களும், உணவு பற்றி கூறியுள்ளது. ஐந்து வகை நிலங்களில் வாழ்பவர், தாங்கள் சார்ந்திருக்கும் நிலங்களில் கிடைக்கும் உணவுகளையே உண்டு வாழ்ந்ததாகத் தொல்காப்பியம் கூறுகிறது. அதாவது குறிஞ்சி நில மக்கள், தேன், திணை, மூங்கிலரிசி கிழங்குகள் இவற்றையும், முல்லை நிலத்தில் வாழ்ந்தவர்கள் வரகு சாமை போன்ற தான்யங்களையும், மருத நில மக்கள், செந்நெல், வெண்நெல் எனப்படும் நெல்வகைகளையும், நெய்தல் நிலம் எனப்படும் கடற்சார்ந்த பகுதிகளில் வாழ்ந்தவர்கள் கடல் உணவுகளான மீன் வகைகள், உப்பு இவற்றை பண்டமாற்று செய்தும், பாலை நிலங்களில் வாழ்ந்தவர்கள் அங்கு வாழ வழியில்லாததால் வழிப்பறி செய்து கிடைக்கும் பொருட்களைக் கொண்டு தங்களுக்குத் தேவையான உணவை பண்டமாற்றின் மூலம் பெற்று வாழ்ந்திருக்கிறார்கள். பணம் என்ற மூன்றெழுத்து கண்டறியப்படாத காலங்களில் பண்டமாற்றுதான் நடந்திருக்கிறது. உப்புக்கு நெல் பெற்றிருக்கிறார்கள். நெல்லும் உப்பும் நேராகும்

என்பது சங்ககால வாக்கு இரண்டுமே சம மதிப்புள்ள விலை உயர்ந்த விஷயங்களாக இருந்திருக்கிறது.

சங்கப்பாடல்களில் உணவு பற்றிய குறிப்புகள் நிறைய உள்ளன. சங்கப்புலவர் கபிலர் உணவுப்பிரியர் என்கிறது அவரது சில பாடல்கள்.

'வழுதலை வித்திடப் பாகல் முளைத்தது
புழுதியை தோண்டினேன் பூசணி பூத்தது
தொழுது கொண்டோடினார் தோட்டக் குடிமக்கள்
முழுதும் பழுத்தது வாழைக்கனியே'

என்கிறார் திருமூலர்.

மேலோட்டமாகக் கண்டால் இது பொருளற்ற பாடல் போலத்தோன்றும். கத்திரி விதைத்தால் எப்படி பாகல் முளைக்கும் என்ற கேள்வியெழும். ஆனால் ஆழ்ந்து கவனித்தால் காய்கறிகளின் மூலம் மிகப்பெரிய தத்துவத்தை திருமூலர் கூறுகிறார் என்பது புரிய நம்மை வியப்பில் ஆழ்த்தும். எளிய உதாரணங்களின் மூலம் மிகப்பெரிய விஷயத்தை நம் மனதில் ஊன்றும் முயற்சியிது.

வரகரிசிச் சோறும் வழுதுணங்காய் வாட்டும்
முரமுரென வேபுளித்த மோரும் - திறமுடனே
புல்வேளூர்ப் பூதன் புரிந்துவிருந் திட்டானீ(து)
எல்லா வுலகும் பெறும்

புல்வேளூர் என்ற ஊரில் வாழ்ந்து வந்த பூதன் என்பவர், தனக்கு அன்போடு படைத்த உணவைப் பற்றி ஔவையார் எழுதிய பாடல்தான் மேலேயுள்ளது.

பெரியாழ்வார் தன் பாடல்களில் சீடை எனும் தின்பண்டம் பற்றியும், இலட்டுவம்(லட்டு) எள்ளுருண்டை அப்பம் இவற்றைப் பற்றியும் குறிப்பிட்டிருக்கிறார். மூடநெய் பெய்து என்று முழங்கை

வரை நெய் வடியும் அக்காரவடிசில் பற்றி பாடியிருக்கிறாள் ஆண்டாள்.

பலவிதங்களில் தனக்கான உணவை சேமித்திருக்கிறான் மனிதன். காய்கறிகளைக்கூட மழைக்காலங்களில் உதவும் விதமாக வற்றலாகத் மாற்றி வைத்துக் கொண்டிருக்கிறான். ஹரப்பா மொஹஞ்சதாரோ நாகரிகத்தில் தானிய சேமிப்புக் கிடங்குகள் இருந்திருக்கின்றன.

எத்தனை விதமான சமைத்தல்கள் நம்மிடையே இருக்கின்றன! நீரில் வேக வைத்தல், ஆவியில் வேக வைத்தல், சுட்டுத் தின்பது, வறுத்துத் தின்பது, வதக்கித் தின்பது என்று சொல்லிக்கொண்டே போகலாம். தன் வளர்ச்சியினூடே இன்றளவும் புதியவகை உணவுகளைக் கண்டுபிடித்தவாறே இருக்கிறான் மனிதன்.

ஆதிகாலத்தில் ஊன் உணவையே விரும்பி உண்ட மனிதன், பின்னர் நான்கு வகை வர்ணங்களாகப் பிரிந்தபோது சைவம் அசைவம் என்ற உணவு முறைகளும் உட்புகுந்தன. செல்வந்தர் வீட்டு வசதிக்கேற்ற உயர்தர உணவுகள், ஏழைகள் வீட்டு வறுமைக்கேற்ப எளிய உணவுகள் என உணவிலும் பலதரம்.

மனிதன், தான் மட்டும் உண்டு மகிழ்வதன்றி, தன்னைச் சுற்றியுள்ளோருக்கும் கூட உணவளித்து மகிழ்ந்தான். தான் வணங்கிய தெய்வத்திற்கும் உணவு படைத்து தன் பக்தியையும் நன்றியையும் வெளிப்படுத்தினான்.. மன்னர்கள் காலத்தில் மிகப்பெரும் கற்றளிக் கோயில்கள் கட்டப்பட்ட போது கோவிலில் படைக்கப்படவேண்டிய பிரசாதம் மற்றும் அந்தண போஜனங்களுக்காக மன்னர்களால் நிவந்தங்கள் எழுதி வைக்கப்பட்டிருக்கின்றன. விசேஷ நாட்களில் அந்தந்த விசேஷங்களுக்கேற்ப உணவு தயாரிக்கும் முறையும், பவுர்ணமி, அமாவாசை தினங்களில் உண்ணப்பட வேண்டிய உணவு வகைகளின் தயாரிப்பும் உருவாயின. இறந்தவருக்குப் படைப்பதற்குரிய உணவு வகைகள் தயாரிக்கப்பட்டன. அஷ்டமி தினத்தில் நெல்லும். திருவோணம் நாளில் தயிரும் நிறைய

செலவாகியிருக்கிறது. சிவராத்திரியன்று வழுதுணங்காய் மற்றும் புடலங்காயில் கூட்டு செய்திருப்பதாக சில கோவில் குறிப்புகள் தெரிவிக்கின்றன.

உணவு சமைத்தலின் வளர்ச்சி காலப்போக்கில் வட்டார மற்றும் மாநில உணவுகள் என்று சிறப்பித்து குறிப்பிடுமளவுக்கு மாறிப்போயின. ஒவ்வொரு மாநிலம் மற்றும் வட்டாரங்களில் சில உணவுகள் சிறப்பு பெற்று அந்த ஊரின் அடையாளமாயிற்று. தஞ்சை சமையல், நெல்லை சமையல், காரைக்குடி சமையல், நாஞ்சில் சமையல், கொங்கு சமையல் என்று சமையல் வகைகளில் ஒவ்வொரு மாவட்டமும் ஒவ்வொருவிதமாகச் சிறப்பு பெற்றிருக்கிறது. இனிப்புகளிலும் திருநெல்வேலி அல்வா, திருவையாறு அசோகா, மணப்பாறை முறுக்கு என்று ஒவ்வொரு ஊருக்கும் ஒரு தனிச்சிறப்பு. அந்தணர் சமையல்களிலும் ஐயர் சமையல் ஐயங்கார் சமையல் என்று சமையலில்தான் எத்தனை வகை!

ஐயர் சமையல் என்று எடுத்துக்கொண்டால் தமிழ்நாட்டு ஐயர்கள் சமையல் ஒருவகையென்றால். பாலக்காடு ஐயர்களின் சமையல் தனிவகை. இவற்றின் பெயர்களும் மலையாள வாடையுடன்தான் இருக்கும். பெயர்கள் எப்படியிருந்தாலும் ருசியென்பது நாவுடன் சம்பந்தப்பட்டதல்லவா? இந்த புத்தகத்தில் நான் எழுதியிருப்பது பாலக்காட்டு ஐயர் சமையல் வகைகளைப் பற்றிதான். இவற்றையும் சமைத்துப் பாருங்கள், ருசித்துவிட்டு எப்படியிருந்ததென்று கூறுங்கள். பொதுவாக வேதம் பயின்றவர்களும், மிகவும் ஆச்சாரம் பார்க்கும் பெரியவர்களும் ஒவ்வொரு வீட்டிலும் இருப்பதால், பாலக்காட்டு சமையலில் பூண்டு வெங்காயம் இவை சேர்க்க மாட்டார்கள். பத்தியச் சமையலில் மட்டும்தான் பிரசவித்த பெண்ணின் உடல் நலனுக்காக பூண்டு சேர்ப்பார்கள். மற்றபடி இன்றைய தலைமுறையினருக்காக பூண்டு வெங்காயம் சேர்த்து சமைக்கும்போது, முதியவர்களுக்குத் தனி சமையலும் செய்வது வழக்கம். அதனால் இங்கே நான் முடிந்தவரை பாரம்பரிய உணவு வகைகள் மட்டுமே அளித்திருக்கிறேன். அதில் ஏதேனும்

சில ஐட்டங்களில் நீங்கள் விரும்பினால் பூண்டு வெங்காயம் சேர்த்துக் கொள்ளலாம். இன்னொரு விஷயம். எந்த ஒன்றுமே செய்வதற்கு கண் கணக்கும், கைக்கணக்கும் வேண்டுமென்பாள் என் அம்மா. இதில் கூறியிருக்கும் அளவுகள் எல்லாம் ஒரு உத்தேசமான வழிகாட்டிதான். உங்கள் குடும்பத்தினரின் ருசி, மற்றும் விருப்பப்படி பொருட்களை தேவையான அளவுக்கு எடுத்துக் கொள்ளுங்கள். அனுபவம்தான் மிகச்சிறந்த ஆசான். தவறுகள் ஏற்படும்போதுதான் எப்படி அவற்றை சரிசெய்வது என்பதையும் கற்க இயலும். ஒரு சாம்பாரிலோ அல்லது மற்ற ஏதோ ஒன்றிலோ புளி கூடுதலாகி விட்டாலோ, அல்லது, உப்பு அதிகமாகி விட்டாலோ, ஏதோ ஒன்று சரியில்லை என்றாலோ அதை ரிப்பேர் செய்து, அனைவரும் பாராட்டியபடி சாப்பிடுமாறு அதன் சுவையைக் கூட்டுவதுதான், சமைப்பதைக் காட்டிலும் மிகவும் சவாலான விஷயம் என்பார் என் அப்பா. அந்த சாமர்த்தியத்தையும் நான் என் அம்மாவிடமும், அத்தையிடமும்தான் கற்றேன். பாடப்பாடத்தான் ராகம். சமைக்க சமைக்கத்தான் ருசி. நல்ல உணவென்பது உடலுக்கு நன்மை பயக்கும், உடலுக்குத் தீங்கு விளைவிப்பவற்றைக் கூடியவரையில் தவிர்ப்பதே நல்லது. அதனால்தான் பெரியவர்கள் உணவே மருந்து என்று சொல்லியிருக்கிறார்கள்.

**வித்யா சுப்ரமணியம்**

* ——— *

# 1

பாலக்காட்டைப் பற்றியும் என்னைப்பற்றியும் முதலில் கொஞ்சம் சொல்லிவிடுகிறேன்.

தெய்வத்தின் சொந்தம் நாடு என்றழைக்கப்படும் பரசுராம பூமியாகிய கேரளத்தின் ஒரு மாவட்டம்தான் பாலக்காடு. கேரளத்தில் இருந்தாலும் பாலக்காட்டில் மட்டும் மலையாளத்துடன், பேச்சு மொழியாகத் தமிழும் இருப்பதன் காரணம், அவர்கள் தமிழ்நாட்டிலிருந்து இடம் பெயர்ந்து சென்று அங்கு குடியேறியவர்கள் என்பதுதான். பதினைந்தாம் நூற்றாண்டில், சோழதேசத்தில் ஏற்பட்ட அரசியல் மற்றும் பொருளாதார நெருக்கடிகள் காரணமாக திருச்சி, தஞ்சாவூர், நீடாமங்கலம், கந்தர்மாணிக்கம், மாயவரம், மன்னார்குடி, மதுரை, வைத்தீஸ்வரன் கோயில், திருநெல்வேலி, திருவண்ணாமலை, காஞ்சீபுரம் போன்ற இடங்களிலிருந்து குடிபெயர்ந்து சென்று பாலக்காட்டின் நீளா நதிக்கரையை ஒட்டிய பகுதிகளிலும், அதனைச் சுற்றியுள்ள பகுதிகளிலும், மற்றும் பிற பகுதிகளிலும் வசிக்கத் துவங்கிய, வேதம் பயின்ற அந்தணர்கள்தான் பின்னர் பாலக்காட்டு பிராமணர்கள் என்று அழைக்கப்பட்டார்கள். இவ்வாறு அங்கு குடியேறியவர்களை

தன்னிரு கரம் நீட்டி வரவேற்று அவர்கள் வாழ்வதற்கான சகல வசதிகளையும் செய்து கொடுத்தார் பாலக்காடு ராஜா. இவர்கள் அங்கு தங்களுக்கென, பதினெட்டு அக்ரஹாரங்களை அமைத்துக் கொண்டார்கள். பாலக்காட்டு அய்யர்கள் என்று அழைக்கப்பட்டாலும், இவர்களுக்கு சைவ வைஷ்ணவ பேதமில்லை. சிவனுக்கும், விஷ்ணுவுக்கும், கிருஷ்ணனுக்கும் கோவில் கட்டி வழிபட்டார்கள். இங்குள்ள புதிய கல்பாத்தி அக்ரஹாரம் மிக நீண்ட அக்ரஹாரம் என்கிற சிறப்புப்பெற்றது. இங்குள்ள காசி விஸ்வநாதர் ஆலயம் காசியில் பாதி என்ற பெருமை பெற்றது. இன்றும் இங்குள்ள கோயில்களில் தமிழ்நாட்டின் வேதாகம முறைப்படிதான் பூஜைகள் நடத்தப்பெறுகின்றன.

தமிழ்நாட்டிலிருந்து கேரளத்திற்கு தமிழர்கள் குடிபெயர்ந்தது போல. கேரளத்தின் வடக்குப் புறமுள்ள கர்நாடகத்தின் உடுப்பி பகுதியிலிருந்தும் துளு மொழி பேசும் பிராமணர்கள் கேரளத்திற்குக் குடிபெயர்ந்திருக்கிறார்கள். இவர்கள் தங்கள் பெயரோடு பின்னர் நம்பூதிரி மற்றும் போத்தி என்ற துணைப் பெயர்களை சேர்த்துக்கொண்டு கிருஷ்ணன் மற்றும் பகவதி கோவில்களில் பூஜை செய்பவர்களாக ஆனார்கள். காலப்போக்கில் இவர்களும் மலையாளமும் துளு மொழியும், தமிழும் பேசினாலும், இவர்களது சமையல்களில் கேரள சமையல்களோடு உடுப்பி சமையல்களும் கலந்து இடம் பெற்றிருக்கும். இப்படி உடுப்பி பக்கத்திலிருந்து கேரளத்திற்கு குடிபெயர்ந்த அந்தணர்களை எம்பிராந்திரிகள் என்று அழைப்பார்கள். இப்புத்தகத்தின் இறுதியில் எம்பிராந்திரிகளின் ஒன்றிரண்டு சமையல் வகைகளையும் கூட நாம் பார்க்க உள்ளோம். சரி. பாலக்காட்டு அக்ரஹாரங்களுக்கு வருவோம்.

இங்குள்ள அக்ரஹார வீடுகள் அழகானவை. ஒரே ஒழுங்கில் அமையப்பெற்றவை. சமீபகாலங்களில் பலர் இந்த வீடுகளை காலத்திற்கேற்றப நவீனமாக மாற்றி கட்டிக்கொள்வதால், இதன் பழம்பெருமைஅழிந்துவிடக்கூடும்என்றெண்ணியகேரளஅரசு,இவற்றை ஹெரிடேஜ் கிராமங்களாக அறிவித்திருக்கின்றன. எனவே இவற்றை யாரும் இடித்து புதுப்பிக்க முடியாது. வேதம் பயின்றோர் குடியேறியதால்,

இங்கு வேதம் செழித்து வளர்ந்தது. காலப்போக்கில் இங்குள்ள அடுத்த தலைமுறை, மருத்துவம், பொறியியல் என்று அனைத்துத் துறையிலும் சிறந்து வடஇந்திய நகரங்களிலும், வெளிநாடுகளுக்கும் சென்று சிறந்த முறையில் வாழ்ந்து கொண்டிருக்கிறார்கள். உறவுகளை ஒருபோதும் விட்டுக்கொடுக்காதவர்கள் இவர்கள். ஒருவருக்கொருவர் அன்பாயிருப்பவர்கள். இவர்களின் பேச்சு த்வனியில் அன்பு கூடுதலாயிருக்கும். அதேநேரம் நகைச்சுவை உணர்வு மிக்கவர்கள். பாலக்காட்டு அந்தணர்களில் வேதம் பயின்றவர்கள் தவிர, பலர் சமையல்காரர்களாகவும், சங்கீத வித்வான்களாகவும், அரசு உயர் அதிகாரிகளாகவும் புகழ் பெற்றிருக்கிறார்கள். பாலக்காட்டு மணி ஐயர், செம்பை வைத்தியநாத பாகவதர், பாம்பே சிஸ்டர்ஸ் போன்ற சங்கீத வித்வான்கள், இந்திய தலைமை தேர்தல் ஆணையராக இருந்து அனைவருக்கும் சிம்ம சொப்பனமாக இருந்த டி.என் சேஷன், திரைத்துறையில் பின்னணி பாடகர்களாக இருக்கும் ஷங்கர் மகாதேவன், ஹரிஹரன், உஷா உதுப், இசையமைப்பாளர் எம்.எஸ்.விஸ்வநாதன், ஹிந்தி திரையுலக பிரபலம் வித்யா பாலன், மலையாள நடிகர் ஜெயராம் இவர்கள் அனைவருமே பாலக்காட்டு பிராமணர்கள்தான்.

இந்தியாவின் எந்த மாநிலத்திலிருந்தாலும், அயல் தேசத்திலிருந்தாலும் தன் ஊர் மீது இவர்களுக்கு மிகப்பெரிய பெருமையுண்டு. தன்னை பாலக்காட்டைச் சேர்ந்தவர் என்று சொல்லிக்கொள்வதில் கர்வம் கொள்ளுவார்கள்.

பாலக்காட்டு பிராமணர்கள் பேசுவதும் தமிழ்தான் என்றாலும் அது மிகவும் வித்யாசமானது. கேட்பதற்கு மிகவும் இனிமையானது. கொஞ்சம் இழுத்து இழுத்துப் பேசுவார்கள். பாலக்காட்டு தமிழைப் பழக்கமில்லாதவரால் புரிந்து கொள்ள முடியாது. அடிக்கடி ஓஓ என்பார்கள். ஏஏஏய்ய்ய் என்று நீட்டி முழக்குவார்கள். எல்லா வார்த்தைகளிலும் ஒரு "ஆக்கும்", மற்றும் "ட்டியா" சேர்த்துக் கொள்வார்கள். ஸ எல்லாம் ஷ ஆகும். ச வில் ஆரம்பிக்கும் சொல் எல்லாம் ச்ச என்று அழுத்தமாய் ஆரம்பிக்கும். இவற்றை பற்றி அங்கங்கே ஒரு அகராதி இங்கு தருகிறேன்.

என் அம்மா பாலக்காட்டின் நெம்மாரா கிராமத்தில் பிறந்து வளர்ந்தவள். அம்மா வழி தாத்தா, பள்ளி ஒன்றில் தலைமை ஆசிரியராகப் பணியாற்றியவர். என் அப்பாவின் பூர்வீகம் திருநெல்வேலி என்றாலும் அவர்கள் அன்றைய கேரளத்தின் ஒருபகுதியாக இருந்த திருவட்டாருக்குக் குடிபெயர்ந்தார்கள். அப்பா பிறந்தது திருவட்டாரில்தான். பின்னர் குமரி மாவட்டம் தமிழகத்தோடு இணைக்கப்பட்டதும் திருவட்டார் தமிழகத்தின் ஒரு பகுதியாயிற்று..அம்மாவும் சரி, அப்பாவும் சரி, எட்டாவது வரைதான் படித்தவர்கள். அப்பாவுக்கு சமையல்தான் தொழில். தன் பதினெட்டு வயதில் உட்லேண்ட்ஸ் ஓட்டலில் பணிபுரிந்தவர். திருமணத்திற்குப் பிறகு கல்யாண சீர்பட்சணங்கள் செய்து கொடுக்கும் சுயதொழிலில் இறங்கினார். அப்பா, அம்மா, அத்தை என்று அனைவருமே உழைப்பதற்கு அஞ்சாதவர்கள் மூவரும் சமையற்கலையிலும் வல்லவர்கள். எனவே சின்ன வயதிலிருந்து அவர்களது சுவையான சமையலை சாப்பிட்டு வளர்ந்தவர்கள் நாங்கள். அதுவும் வீட்டில் பெரும்பாலும் பாலக்காட்டு சமையல்தான் செய்யப்படும்.

சின்ன வயதில் சுவைத்து சாப்பிடத்தெரியுமே தவிர சமையல் பற்றியெல்லாம் எனக்கு எதுவுமே தெரியாது. துவரம்பருப்புக்கும், கடலைப்பருப்புக்கும் வித்யாசம் கண்டுபிடிக்கக்கூடத் தெரியாது. கடுகையும் கேழ்வரகையும் அருகருகே வைத்தால் எது கடுகென்று குழம்புவேன். அம்மாவோ அக்காவோ சொல்லச் சொல்ல ரசமோ சாம்பாரோ அவசரத்திற்கு செய்வேனே தவிர, சுயமாக எதுவும் செய்யத்தெரியாது. மொத்தத்தில் கல்யாணமாகும்வரை எனக்கு சமையலே தெரியாது.

என் மாமியார் குடும்பமும் பாலக்காட்டைச் சேர்ந்தவர்கள்தான். மாமியார் பாலக்காட்டின் சித்தூரைச் சேர்ந்தவர். மாமனார் பழம்பாலக்கோடு கிராமத்தைச் சேர்ந்தவர்.

திருமணத்திற்குப்பின் புகுந்த வீட்டில் எனது முதல்நாள் விடிந்தது. என் மாமியார் என்னிடம், புளிக்காய்ச்சல் பண்ணி எளவன் (பூசணிக்காய்) கூட்டும் பண்ணிடு என்றாள். நான் கையில் புளியும்,

உடம்பில் காய்ச்சலுமாய் திருதிருவென விழித்தேன். முகச்சவரம் செய்து கொண்டிருந்த என் கணவரைப் பரிதாபமாகப் பார்த்தேன். என்னிடம் சொல்லிவிட்டு மாமியார் அடுத்த தெருவிலிருந்த தன் ஆன்மீக குருவின் வீட்டுக்குச் சென்றநேரம், என் கணவரிடம் எனக்கு சமைக்கத்தெரியாது என்றேன். அவர் சிரித்தார். சரி நா சொல்லித்தரேன். அதேமாதிரி பண்ணு என்றவர், புளிக்காய்ச்சல் செய்வது பற்றி கூறினார். அவர் கூறக்கூற ஒருவழியாக புளிக்காய்ச்சலும், எளவன் கூட்டும் தயாராயிற்று. சாப்பாட்டுக்குப் பிறகு என் மாமியார் "ஓஓ நன்னா பண்ணியிருக்காய்ட்டியா!" என்று நீட்டி முழக்கி பாராட்டியதும் என் கணவர் நமுட்டுச் சிரிப்பு சிரித்தார். நான் அசடு வழிந்தேன். எப்டியாக்கும் பண்ணினாய்? என்று மட்டும் என் மாமியார் கேட்டிருந்தால் அந்த வினாடி என் வண்டவாளம் தண்டவாளமேறி இருக்கும். நல்லகாலம் கேட்கவில்லை.

அதன்பிறகு வந்த நாட்களில் மாமியார் சமைக்க, நான் சுற்றுவேலை செய்து கொடுப்பேன். பிறகு தனிக்குடித்தனம் வந்தபிறகு என் கணவர்தான் எனது சமையல் குரு. அவருக்கு எல்லாவிதமான சமையலும் அத்துப்படி. தவிர, நான் என் அம்மா அப்பா இருந்த வீட்டில் அவர்களருகிலேயே ஒரு போர்ஷனில் குடியேறியதால் அம்மாவிடமும் சமையல் கற்றேன். வெகுசீக்கிரமே சமையலில் திறமைசாலியாகி விட்டேன். எப்படி இவ்வளவு உறுதியாகக் கூறுகிறேன் என்கிறீர்களா? என் சமையலை என் அப்பாவும், கணவரும் பாராட்டிய பிறகு அப்பீல் ஏது? ஏனெனில் அப்படியெல்லாம் அவர்கள் போனால் போகிறதென்று பாராட்டிவிட மாட்டார்கள். சரியில்லையென்றால் இல்லைதான். சமையல் பற்றி ஒன்றுமே தெரியாதிருந்த நான் இந்தப் புத்தகம் எழுதுமளவுக்கு கற்றிருப்பது எனக்கே ஆச்சரியம்தான், இனி அவ்வப்போது பாலக்காட்டின் சுவாரசியங்களைப் பார்ப்போம்.

இப்போது சமையலை கவனிப்போம். பாலக்காட்டு அய்யர் சமையலின் முதலாவது ஐட்டமாக ஒரு இனிப்புடன் ஆரம்பிப்போம்.

✵ ✵ ✵

# 1) சக்க வரட்டி

கேரளத்தில் பலாப்பழத்தை சக்கைப்பழம் என்றுதான் கூறுவார்கள். அநேகமாக எல்லார் வீட்டிலும் பலா மரம் இருக்கும். என் தந்தை வழி தாத்தா திருவிதாங்கூர் சமஸ்தானத்தில்தான் பணியாற்றிக் கொண்டிருந்தார். திருவிதாங்கூரிலிருந்து திருவட்டாருக்கு வயல் வரப்புகள் வழியாக, ஒரு தோளில் பெரிய பலாப்பழமும், மறுகையில் நேந்திரம்பழக் குலையுமாக நடந்தே வருவாராம். அதற்கடுத்த நாளில், கொண்டு வந்த பலாவைப் பொறுத்து அது சக்கவரட்டியாகவோ, அல்லது சக்கை உப்பேரியாகவோ (சிப்ஸ்) மாறும். நல்ல பழமாக இருந்தால் கையில் வெளிச்செண்ணெய் (தேங்காய் எண்ணெய்) தடவிக்கொண்டு சுளைகளை உரித்தெடுப்பார்கள். அதை எப்படி சக்கவரட்டியாக செய்கிறார்கள் என்று பார்ப்போம். இந்த சக்கவரட்டியை காற்று புகாத டப்பாவில் அடைத்து ஃபிரிட்ஜில் வைத்தால் ஆண்டுக்கணக்கில்கூடக் கெட்டுப்போகாது. இதை வைத்து பல்வேறு இனிப்புகள் செய்யலாம். அவசரத்திற்கு பிரெட் ஜாம் ஆகக்கூட உபயோகித்துக் கொள்ளலாம்.

## தேவையான பொருட்கள்:

கொட்டை நீக்கிய பலாப்பழச் சுளைகள் – 1 kg (நன்கு பழுத்த கூழைச் சக்கை என்றால் இன்னும் நல்லது).

பாகு வெல்லம் - 750 gm

நெய் - 250 gm

## செய்முறை:

கொட்டை நீக்கிய பழுத்த பலாச்சுளைகளை குக்கரில் கொஞ்சமாக நீர் விட்டு ஒரு விசில் வருமாறு வேக வைத்து

எடுத்த பிறகு மிக்சியில் போட்டு நன்கு அரைத்து வைத்துக் கொள்ள வேண்டும். வெல்லத்தைப் பொடித்து கொஞ்சம் தண்ணீர் விட்டு கொதிக்க வைத்து கரைந்ததும் வடிகட்டி எடுத்துக்கொண்டு நான்ஸ்டிக் கடாயில் அல்லது வெண்கல உருளியில் ஊற்றி மீண்டும் அடுப்பில் வைத்து பாகு பதம் வரும்வரை கொதிக்கவிட வேண்டும்..பிறகு அரைத்து வைத்த பலாச்சுளை விழுதை வெல்லப்பாகில் சேர்த்து நன்கு இளக்கிக்கொடுத்து (கிளறி விட்டு), இரண்டும் ஒன்றோடொன்று சேர்ந்த பிறகு இரண்டு ஸ்பூன் நெய் சேர்த்து கைவிடாமல் கிளறிக்கொண்டே இருக்க வேண்டும். நன்கு தளைக்க(கொதிக்க) ஆரம்பித்ததும் அடுப்பை சிம்மில் வைத்துக் கிளறவேண்டும். கிளறும்போதே சிறிது சிறிதாக நெய் சேர்த்துக் கொள்ள வேண்டும். கிளறும் போது வெல்லப்பாகும் விழுதுமாக நம் மீது தெறிக்கும் வாய்ப்பு இருப்பதால் கவனமாக இருக்க வேண்டும்.

ஒருகட்டத்தில் வெல்லம் சேர்த்த பலாப்பழ விழுது உருண்டு திரண்டு பளபளவென்று அல்வா பதத்தில் ஒட்டாமல் வரும். ஓரங்களில் கொஞ்சமாக நெய் பிரிந்து வரும். நன்கு உருண்டு திரண்டு ஒட்டாமல் வரும்போது அடுப்பை அணைத்து மேலே மேலும் சிறிது நெய் சேர்த்து ஆறவிடவேண்டும். இந்த சக்க வரட்டி ஆறியதும் காற்று புகாத டப்பாவில் அடைத்து குளிர்சாதனப் பெட்டியில் வைத்து, வேண்டும் போதெல்லாம் எடுத்து உபயோகிக்கலாம். இதைக் கொண்டு என்னென்னவெல்லாம் உண்டாக்க முடியும் என்று போகப் போகப் பார்ப்போம். உடனே சாப்பிட வேண்டும் என்று நினைப்பவர்கள் இதில் ஏலக்காய் பொடித்துப் போட்டு முந்திரிபருப்பும் வறுத்து சேர்த்து அல்வா போலவும் சாப்பிடலாம்.

✲ ✲ ✲

# 2) சக்கப்பிரதமன்

சக்கவரட்டி மட்டும் வீட்டில் இருந்துவிட்டால் போதும் நினைத்த நேரத்தில் இலையடையோ, பிரதமனோ செய்து கொள்ளலாம். அதை ஆபத்பாந்தவன் என்றும் சொல்லலாம். கேரளவாசிகளுக்கு நாளிகேரமும் (தேங்காய்), சக்கையும், நேந்திரனும் இன்றி வாழ்க்கையில்லை. விருந்து சமையல் என்பதை அவர்கள் 'சத்ய' என்பார்கள். அதில் பாயசம் மிகவும் அபாரமாக இருக்கும். அதுவும் சக்கப்பிரதமன் என்றால் அவர்களுக்கு எப்போதுமே ஸ்பெஷல்தான். சில ஸ்பெஷல் 'சத்ய'களில் இரண்டு மூன்று பாயசம்கூடச் செய்வதுண்டு. நாம் முதலில் சக்கப் பிரதமன் செய்வது பற்றி பார்ப்போம். கேரளத்தில் அநேகமாக எல்லா வீடுகளிலும் முற்காலத்தில் வெண்கல உருளிகள் இருக்கும். வட்டமாக அகண்டிருக்கும். இப்போது எல்லோரும் நவீனமயமாக மாறிக்கொண்டு வருகிறார்கள். ஆனால் கோவில்களிலும், கல்யாண மண்டபங்களிலும் இன்னமும் பெரிய உருளிகளில்தான் பாயசமும், மற்றவையும் செய்வது வழக்கம். அதில் கிளறுவதற்கென்றே நீண்ட காம்புள்ள சட்டுவங்கள் (தோசைக்கரண்டி போன்றவை) உண்டு. இப்போதும் பாரம்பரியத்தை விடாதவர்கள் விசேஷங்களின் போது உருளியில்தான் பாயசம் செய்வது வழக்கம்.

## தேவையான பொருட்கள்:

அரை கிலோ பலாச்சுளை. (குறைவாகப் போதுமென்றால் கால் கிலோ சக்கை அதற்கேற்ப வெல்லம்)

அரை கிலோ வெல்லம்

தேங்காய் பெரிதாக இருந்தால் ஒன்று. சிறிதாக இருந்தால் இரண்டு. (அதை உடைத்து துருவி அரைத்து முதல் பால், இரண்டாம் பால், என்று தனித்தனியே எடுத்து வைத்துக்கொள்ளவும்.

நெய் - ஐந்தாறு ஸ்பூன்

ஏலக்காய் பொடித்தது - சிறிதளவு

முந்திரி – பத்து (பொதுவாக பிரதமனுக்கு முந்திரி தேவையில்லை. விருப்பப்படுபவர்கள் சேர்க்கலாம்.

தேங்காய் பல்லு பல்லாக நறுக்கியது - இரண்டு டேபிள் ஸ்பூன்

## சக்கப்பிரதமன் செய்முறை:

அரைக்கிலோ பலாச்சுளையில் கொஞ்சத்தை துண்டு துண்டாக நறுக்கி தனியே வைத்துவிட்டு மற்றதை மிக்சியில் அரைத்து எடுத்துக் கொள்ளவேண்டும். வெல்லத்தை கரைத்து வடிகட்டி, பாகு வைத்துக்கொள்ள வேண்டும். பிறகு அடிகனமான பாத்திரத்திலோ, வாணலியிலோ, அல்லது வெண்கல உருளியிலோ ஒரு ஸ்பூன் நெய் ஊற்றி, துண்டாக்கிய பலாச்சுளைகளை போட்டு வாசனை வரும்வரை சிறிதுநேரம் வதக்கிவிட்டு அதோடு அரைத்து வைத்த விழுதையும் வெல்லப்பாகையும் சேர்த்து கைவிடாமல் அகப்பையால் கிளறவேண்டும். பாகும் பலாப்பழ விழுதும் ஒன்று சேர்ந்து பளபளவென்று வெந்த பதத்தில் வரும்போது, தேங்காயின் இரண்டாம் பாலைவிட்டுக் கிளறவேண்டும். (சிலர் திக்னஸ்க்காக இந்த இரண்டாம் பாலில் சிறிது அரிசிமாவைக் கலந்து கொள்வார்கள்). இவை கொதிக்கும்போது ஏலக்காய் பொடியை சேர்த்து கிளறவும். பின் ஓரளவுக்கு கொதி வந்ததும் முதல் பாலை விட்டு நன்கு கலக்கி அடுப்பை அணைத்துவிட வேண்டும். முதல் பால் ஊற்றியதும் கொதிக்கவிடக் கூடாது. பிறகு ஒரு சிறிய வாணலியில் இரண்டு ஸ்பூன் நெய் ஊற்றி, பொடியாக நறுக்கி வைத்திருக்கும் தேங்காய்த் துண்டுகளை வறுத்து, அதோடு முந்திரிப் பருப்பும் சேர்த்து இரண்டும் பொன்னிறமாகும் வரை வறுத்து பிரதமன் மீது ஊற்றிக் கிளறிவிட்டு மூடிவிடலாம். சக்கப்பிரதமன் ரெடி..

ஏற்கனவே செய்து வைத்திருக்கும் சக்கவரட்டியைக் கொண்டும் இப்பிரதமனை செய்யலாம். சக்கவரட்டியில் ஒரு கப் (கால் கிலோ) எடுத்துக் கொண்டு இருநூறு கிராம் வெல்லத்தை தனியே பாகு வைத்துக்கொண்டு அதில் சக்க வரட்டியைச் சேர்த்து நன்கு கரைந்தவுடன், கொதிக்கவிட்டு முதலில் இரண்டாம் பாலும், பின்னர் முதல் பாலும் ஊற்றி, ஏலக்காய், தேங்காய், முந்திரி என்று எல்லாவற்றையும் சேர்க்க வேண்டியதுதான்.

* ——— *

# 2

**எ**ன் சின்ன வயதில் மழைக்காலம் வரும்போது எந்த நச்சுத்தீனியும் கடைகளில் வாங்கித்தர மாட்டார்கள். வாங்கி கட்டுப்படியும் ஆகாது. மழைக்காலத்தில் என் அம்மாவே இரண்டு ஐட்டங்கள் அடிக்கடி பண்ணுவாள். ஒன்று இலையடை. மற்றது மரச்சீனிக்கிழங்கு காரக்கறி. ஒன்று இனிப்பு, மற்றது காரம். மழை கொட்டும் நாளில் சுடச்சுட இந்த இனிப்பையும், காரத்தையும் சாப்பிட்டு பின்னர் சூடான தேநீரும் குடிக்கும் போது.... அடடா சொர்க்கம்தான் போங்கள். முதலில் இனிப்பு இலையடை செய்வதைப் பார்ப்போம்.

✲ ✲ ✲

# 3) இலையடை

## தேவையான பொருட்கள்:

பலாப்பழ சுளைகள் - பத்து.

பச்சரிசி – ஒரு ஆழாக்கு (கழுவி மூன்று மணி நேரம் ஊற வைக்கவும்.)

தேங்காய் துருவியது ஒரு கோப்பை.

வெல்லம் இருநூறு கிராம்

நெய் சிறிதளவு

வாழையிலை துண்டுகளாக நறுக்கியது. அவற்றை அனலில் லேசாக வாட்டி வைத்துக் கொள்ள வேண்டும்.

ஏலக்காய் பொடி சிறிதளவு

## செய்முறை:

பலாப்பழச் சுளைகளை சிறிய துண்டுகளாக நறுக்கிக்கொள்ள வேண்டும். பிறகு வெல்லத்தை கரைத்து வடிகட்டி பாகு வைத்துக்கொண்டு அதில் தேங்காய்த் துருவலையும், நறுக்கி வைத்திருக்கும் பலாப்பழத்தையும் கொஞ்சம் ஏலப்பொடியும் சேர்த்து நன்கு வதக்க வேண்டும். பலாப்பழமும் பாகும் தேங்காயும் ஒன்று சேர்ந்து கெட்டியாகும்போது கொஞ்சம் நெய்யும் ஊற்றி, நன்கு கிளறும்போது ஒரு வசீகரமான மணம் வந்ததும் அடுப்பை அணைத்து விடலாம். இலையடைக்கான பூரணம் இதுதான்.

ஊறவைத்திருக்கும் அரிசியை மையாக அரைத்துவிடவும். தோசைமாவு பதத்தில் அரைத்த மாவு இருக்கவேண்டும். ரொம்ப

கெட்டியாக இருந்தால் தேவையான நீர் ஊற்றி கலக்கலாம். இதில் ஒரு ஸ்பூன் உப்பும், ஒரு ஸ்பூன் சர்க்கரையும் சேர்த்து நன்கு கலக்கவும். இந்த அரைத்த மாவிலிருந்து இரண்டு கரண்டி மாவை எடுத்து ஒரு சிறிய வால் கிண்ணத்தில் விட்டு அதில் கால் டம்ளர் நீர் சேர்த்து கரைத்து அடுப்பில் வைத்து கூழ் மாதிரி கைவிடாமல் கிளற வேண்டும். அது கூழ் பதத்திற்கு வந்ததும் அதை எடுத்து அரைத்த மாவில் சேர்த்து நன்கு கலந்துவிட வேண்டும். அரிசிமாவின் கடினத் தன்மையை குறைத்து இலையடை மிருதுவாக இருப்பதற்காக இப்படி செய்கிறோம்.

இப்போது பூரணமும் ரெடி. அரைத்த மாவும் ரெடி.

அடுத்து வாட்டி வைத்திருக்கும் இலையில் அரைத்த அரிசி மாவை ஒரு குழிக் கரண்டியால் ஒரு கரண்டி எடுத்து இலையின் நடுவில் மாவை ஊற்றி, தோசை வார்ப்பது போல் அதை சமமாகக் கரண்டியால் பரத்திவிட வேண்டும். பிறகு தோசையின் நடுவில் மசால் வைப்பது போல இந்த இலையில் வார்த்திருக்கும் மாவின் ஒரு பக்கம் தேங்காய், பலாப்பழ பூரணத்தை வைத்து, இலையை அப்படியே மூடி இலையின் மூன்று ஓரங்களையும் சற்றே மடித்து விடவும். இப்படி நான்கைந்து இலைகள் தயாரானதும் அவற்றை இட்லித் தட்டில் வைத்து பத்து அல்லது பதினைந்து நிமிடம் ஸ்டீம் செய்யவும். பிறகு வெளியில் எடுத்து இலையை மெதுவாகப் பிரித்தால் உள்ளே பளபளவென்று சுவையான இலையடை நம் நாவில் நீரூற வைக்கும். இதுதான் பாரம்பரியமான இலையடை செய்யும் முறை. என் அம்மா, மாமியார் எல்லாம் அரிசி ஊறவைத்து அரைத்துத்தான் செய்வார்கள். சாப்பிடுவதற்கு மிருதுவாக இருக்கும்.

ஒரு வேளை அரிசி ஊறவைத்து அரைப்பதெல்லாம் கஷ்டம். அவசரமாக ஒரு இலையடை பண்ணி சாப்பிட வேண்டும் என்றால் அதற்கும் ஒரு வழி இருக்கிறது. அதற்குத்தேவை ஒரு கோப்பை அரிசி மாவு. ஒரு வாணலியில் ஒன்றுக்கு இரண்டு என்ற கணக்கில் நீர் ஊற்றி அது கொதித்ததும், கொழக்கட்டைக்கு

மாவு கிளறுவது போல, அரிசி மாவைப் போட்டு நன்கு கிளறி எடுத்துக்கொள்ள வேண்டும். கொஞ்சம் நல்லெண்ணெய் கைகளில் தடவிக்கொண்டு இந்த மாவுக் கலவையை சீராகப் பிசைந்து வைத்துக் கொள்ளலாம். பிறகு வாட்டிய இலைத் துண்டுகளில் இந்த அரிசி மாவை உருட்டி வைத்து மெலிதாக சப்பாத்தி மாதிரி கையால் தட்டி, அதன் நடுவில் பலாப்பழ தேங்காய் பூரணத்தை ஒரு ஸ்பூனால் வைத்து சற்றே பரத்திவிட்டு இலையை இரண்டாக மூடி ஓரங்களை இலையோடு சேர்த்து அழுத்திக் கொடுக்க வேண்டும். பிறகு இட்லித்தட்டில் அடுக்கி ஸ்டீம் செய்ய வேண்டும்.

கேரளத்தில் இலையடை வைத்து ஸ்டீம் செய்வதற்காகவே பிரத்யேக தட்டுகள் ஒரு அடுக்காகக் கிடைக்கும். ஒரேநேரத்தில் பத்துப் பதினைந்து வைத்து ஸ்டீம் செய்யலாம்.

ஒருவேளை பூரணமும் செய்ய நேரமில்லையென்றால் இருக்கவே இருக்கிறது சக்க வரட்டி. அதைக்கொண்டும் அவசர இலையடை செய்யலாம். அரிசி மாவு மட்டும் கிளறிக்கொண்டு இலையில் அதைத் தட்டி உள்ளே சக்கவரட்டியை ரெண்டு ஸ்பூன் வைத்து பரத்தி விட்டு இலையை மூடி ஸ்டீம் செய்ய வேண்டியதுதான்.

✲ ✲ ✲

# 4) மரச்சீனி அல்லது கப்பக்கிழங்கு புழுக்கு

## தேவையானவை:

மரச்சீனிக்கிழங்கு அரைக்கிலோ

பச்சை மிளகாய் மூன்று அல்லது நான்கு (அதன் காரத்தைப் பொறுத்து)

தேங்காய் துருவியது ஒரு கோப்பை.

சீரகம் – அரை ஸ்பூன்

தாளிக்க கொஞ்சம் வெளிச்செண்ணெய் (தேங்காய் எண்ணெய்)

கடுகு,

மஞ்சள் தூள் – அரை ஸ்பூன்

பெருங்காயம்,

கருவேப்பிலை.

## செய்முறை:

மரச்சீனிக் கிழங்கின் மேல்தோலை கத்தியால் கீறி உரித்தால் வந்துவிடும். உரித்த கிழங்கை சற்றுநேரம் கொதிநீரில் போட்டு வைக்க வேண்டும். பிறகு மீண்டுமொரு முறை கழுவிய பிறகு கிழங்கை குக்கரில் போட்டு நீர் ஊற்றி நான்கைந்து சவுண்டு வரும்வரை வேக விடலாம். ஆவி அடங்கியதும், வெந்த கிழங்கை எடுத்து துண்டுகளாக்கிக் கொள்ள வேண்டும். கிழங்கின் நடுவே உருண்டையாக ஓடும் வேரை நீக்கிவிடவேண்டும். பிறகு தேங்காய், சீரகம், பச்சை மிளகாய், கறிவேப்பிலை இவற்றை மிக்சியில் போட்டு, தண்ணீர் விடாமல் ரெண்டு திருப்பு திருப்பி

சதைத்து எடுத்துக்கொள்ள வேண்டும். பிறகு வாணலியை அடுப்பிலேற்றி, வெளிச்செண்ணெய் விட்டு, சூடானதும், கடுகை சேர்த்து வெடிக்க விட்டு, அதிலேயே சிறிது பெருங்காயத் தூளும், மஞ்சள் தூளும் சேர்த்து கலக்கிவிட்டு, துண்டுகளாக்கி வைத்திருக்கும் கிழங்கை அதில் போடவேண்டும். வேண்டிய உப்பு போட்டு ரெண்டு கை நீர் தெளித்து நன்கு கிளறிக் கொடுத்து உப்பு பிடித்த பிறகு, சிதைத்து வைத்திருக்கும் தேங்காய் பச்சை மிளகாயை மேலே தூவி அதோடு கருவேப்பிலையும் சேர்த்து தேங்காயின் பச்சை வாசனை நீங்கும்வரை கிளறிக் கொடுத்தால் கிழங்கு சாப்பிடத் தயாராகிவிடும். விருப்பப்படுபவர்கள் இதன் மீது அரை மூடி எலுமிச்சை சாறு கூட சேர்த்து கிளறி விடலாம் புளிப்பும், காரமுமாய் அது ஒரு தனி சுவையாக இருக்கும்.

இதே கிழங்கில், பச்சை மிளகாய்க்கு பதில் மிளகாய்த் தூள் சேர்த்தும் செய்யலாம்.

நல்ல மழைக்காலத்து மதியத்தில் இவற்றை உண்டு, சூடான சுவையான தேநீரை அருந்திவிட்டுச் சொல்லுங்கள் எப்படி இருந்ததென்று.

✯ ✯ ✯

என் வீட்டில் ஓணத்தன்று சக்கைப்பிரதமன் செய்வேன் என்றால், விஷுவுக்கு அடைப்பிரதமனோ பாலடைப் பிரதமனோ செய்வது வழக்கம். அதென்ன அடைப்பிரதமன்? சொல்கிறேன். அதற்குமுன் ஒரு சம்பவத்தை சொல்லிவிடுகிறேன். 1981 ஆம் ஆண்டு மார்ச் மாதம் எனக்குத் திருமணமாயிற்று. அடுத்த மாதமே விஷு வந்தது. என் மாமியார் என்னிடம் அடைப்பிரதமன் பண்ணிடு என்றார். முதல்நாளே என் கணவர் வாங்கி வைத்திருந்த ஒரு கவரையும் என்னிடம் எடுத்துக்கொடுத்தார். அதில் ரெடிமேட் பாலடை இருந்தது. வெள்ளையாக சிறு சிறு துண்டுகளாக இருக்கும். அதை வைத்து என் அம்மா செய்திருக்கும் பாலடைப் பிரதமனை ருசித்து ருசித்து சாப்பிடிருக்கிறேன். ஆனால் அம்மா எப்படி செய்வாளென்று சத்தியமாகத் தெரியாது. மாமியாரிடம் எனக்கு செய்யத் தெரியாதென்று சொல்ல பயம். பாயசம் செய்வதென்ன பெரிய பிரமாத வேலை என்று நினைத்தபடி வெல்லத்தை நீரில் கரைத்து வடிகட்டி அடுப்பில் வைத்து அது பொங்கியதும், இந்த பாலடையை அதில் போட்டு ஒரு லிட்டர் பாலையும் அதில் சேர்த்து கொதிக்கவிட்டு ஏலக்காய் பொடியும் சேர்த்து ரொம்பப் பெருமையாக இறக்கி வைத்தாயிற்று. நைவேத்தியம் செய்வதற்காக என் மாமியார் ஒரு வெள்ளிக் கிண்ணத்தில் பாயசம் எடுத்தார். “என்னதிது..வெறும் பாலா இருக்கு. அடையைக் காணலையே” என்றார். நான், “அடியில இருக்கும் பாருங்கோம்மா” என்றேன் பவ்யமாய்.

அவர் கிளறிப் பார்த்துவிட்டு...ஓஓஓ! என்றார் நீட்டி முழக்கி. நான் பயந்து போய்ப் பார்த்தேன். அவர் உடனே எந்தப் பாலை விட்டாய்? என்று கேட்டார். நான் காலியாக இருந்த பால் பாத்திரத்தைக் காட்டினேன். அவ்வளவுதான் அவர் முகம் மாறியது. என் கணவரை அழைத்தார். “டேய் சுப்ரமண்யா இவ பண்ணியிருக்கற அடைப்பிரதமனைப் பாரு. தேங்காய்ப்பால் எடுத்துக்காம காப்பிக்கு வெச்சிருந்த பாலை எல்லாம் விட்ருக்கா. அடையை வேற வேகவிடாதைக்கு அப்டியே

போட்ருக்கா கேட்டயா?" என்று குற்றப்பத்திரிகை வாசித்தார். எனக்கு ஒன்றும் புரியவில்லை. திருதிருவென்று விழித்தேன். என் கணவர் வந்து பார்த்துவிட்டு என்னைப் பார்த்து சிரித்தார். எப்டி பண்ணின? என்றார். நான் சொன்னேன். என் மாமியார் புலம்பத் தொடங்க, என் கணவர் அம்மாவை அடக்கினார். "தெரியாமதத்தானே செய்திருக்கா?. சரி விடு நா சரி பண்றேன்" என்றார். எனக்கு கண்கள் கலங்கியது. அவர் அழாதே என்று கண்ணைக் காட்டியபடி என்னை நகரச்சொன்னார். பிறகு ஒரு பெரிய வடிகட்டியில் பாயசத்தை வடிகட்டினார். பாலடை முழுக்க வடிகட்டியில் தங்கியது. அதைமட்டும் மறுபடியும் குக்கரில் போட்டு தண்ணீர் விட்டு வேக வைத்து மறுபடியும் பாயசத்தில் கலந்து கொதிக்கவிட்டு எப்படியோ அதை ஒரு பாயசமாக்கினார். அன்று முழுக்க என் மாமியார் குத்தலும் கேலியுமாக ஏதேதோ சொல்லிக் கொண்டிருந்தார்.

அன்றிரவு என் கணவர் அடைப்பிரதமனுக்கும் பாலடைப் பிரதமனுக்கும் உள்ள வித்தியாசத்தைக் கூறி அடைப்பிரதமன் எப்படி செய்ய வேண்டும், பாலடைப் பிரதமன் எப்படி செய்ய வேண்டுமென்று எனக்குப் பொறுமையாக சொல்லிக்கொடுத்தார். அவர் சொன்ன பிறகுதான் நான் எவ்வளவு தவறாக அதைச் செய்திருக்கிறேன் என்பது புரிந்தது.

பிறகு நான் தனிக்குடித்தனம் வந்து குழந்தையும் பிறந்தபின், ஒரு ஓணத்தன்று அடைப்பிரதமன் செய்து எடுத்துக்கொண்டு போய் என்னை கிண்டலும் கேலியும் செய்த மாமியாரிடம் கொடுத்தேன். ஓ நன்னா உண்டாக்கி இருக்காய்ட்டியா? என்று மனசாரப் பாராட்டினார். என் முகத்தில் அப்படி ஒரு பெருமிதம். ஆத்தா நா பாஸாய்ட்டேன் என்று மனசு கூவியது. என் கணவர் சொல்லிக் கொடுத்தபடி அடைப்பிரதமன் எப்படிச் செய்யவேண்டும் என்று சொல்கிறேன்.

✲ ✲ ✲

# 5) அடைப்பிரதமன்

## தேவையான பொருட்கள்:

200 கிராம் பாலடை (கடைகளில் ரெடிமேட் பாலடைகள் கிடைக்கும்) பாலக்காட்டில் கல்யாணம் அல்லது இதர விருந்துகளின் போது பாலடைகளை பாயசம் செய்வதற்கு முன்பாக ஃப்பிரஷ் ஆகத் தயாரித்துக் கொள்வார்கள்) சிறிய சைஸ் பாலாடைகளாக இருந்தால் நல்லது.

வெல்லம். 3/4 kg.

இரண்டு தேங்காய்கள். (இவற்றைத் துருவி அரைத்து முதல் பால் தனியே இரண்டாம் பால் தனியே எடுத்துக் கொள்ளவேண்டும். (அல்லது கடைகளில் கிடைக்கும் ரெடிமேட் தேங்காய்ப் பாலும் அவசரத்திற்கு உபயோகிக்கலாம்).

ஏலப்பொடி. சிறிதளவு.

நெய் இரண்டு ஸ்பூன்.

## செய்முறை:

ஒரு பாத்திரத்தில் நிறையவே வெந்நீர் வைத்துக் கொள்ளவேண்டும். தண்ணீர் நன்கு கொதித்ததும் அடுப்பை அணைத்துவிட்டு கழுவிய பாலடையை அதில் போட்டு நன்கு மூடிவைத்துவிட வேண்டும். முக்கால் மணிநேரம் அது அப்படியே இருக்கட்டும். முக்கால் மணி கழித்து திறந்து பார்த்தால் கொதி நீரிலேயே அடை நன்கு வெந்திருக்கும். இதனை ஒரு பெரிய சல்லடையில் வடிகட்டி நல்ல தண்ணீரில் இரண்டு முறை நன்கு அலம்பி வடிகட்டி வைத்துக் கொள்ளவேண்டும். குக்கரிலும் வேக வைத்து எடுத்துக் கொள்ளலாம்.

வெல்லத்தைப் பொடிசெய்து இரண்டு கிளாஸ் நீரில் கரைத்து வடிகட்டி ஒரு வாணலியில் அல்லது வெண்கல உருளியில் ஊற்றி அடுப்பில் வைக்க வேண்டும். அது பாகு பதத்திற்கு வரவேண்டும். இப்போது பாலடையை வெல்லப்பாகில் சேர்க்க வேண்டும். நன்கு கொதி வந்து வெல்லப்பாகில் பாலடை மிதந்து வரும் போது, முதலில் இரண்டாம் பால் விட்டு ஏலப்பொடி சேர்க்க வேண்டும் அது நன்கு கொதித்து குறுகும் போது முதல் பாலை ஊற்றிக் நன்கு கிளறி விட்டபின் அடுப்பை உடனே அணைத்துவிட வேண்டும். முதல் பால் ஊற்றிய பிறகு அதிகம் கொதிக்கவிடக்கூடாது. தேவைப்படுபவர்கள் வாசனைக்காக, வெல்லம் கொதிக்கும் போதே அதில் இரண்டு டேபிள் ஸ்பூன் சக்கவரட்டியும் கூட சேர்த்து கிளறி, பாலடைகளுடன் கொதிக்கவிட்ட பிறகு தேங்காய்ப் பால் சேர்க்கலாம். சக்கை வாசனையும் இதில் இணைந்து கொள்ளும். பாயசம் சாப்பிடும்போது பாலடைகள் மெத்து மெத்தென்று பல்லில் அரைபடுவது தனி சுவையாக இருக்கும்.

* ——— *

# 3

**பா**லக்காட்டு தமிழ் கேட்பதற்கு இனிமையானது. அவர்கள் பேச்சு வழக்கில் உபயோகிக்கும் சில வார்த்தைகளுக்கு தமிழில் பொருளும் அவ்வப்போது கொடுக்கிறேன். ஓஓ என்கிற சப்தத்தை அவர்கள் வெவ்வேறு தொனியில் சொன்னால், ஒவ்வொன்றிற்கும் ஒவ்வொரு அர்த்தம். அச்சச்சோ என்ற தொனியில் சில நேரம் இருக்கும். சரி என்ற அர்த்தத்திலும் சிலநேரம் சொல்லப்படும். அட்டியா என்கிற கேள்வியோடும் சொல்லப்படும். அது அந்தந்தச் சூழலைப் பொறுத்தது. ஏஏஏய்ய்ய் என்று ராகத்தோடு இழுத்துச் சொன்னால் இல்லையென்று மறுப்பது போன்றது. இன்னும் சில வார்த்தைகளும் அதன் அர்த்தமும் கீழேயுள்ளது. இதை அவ்வப்போது கொஞ்சம் கொஞ்சமாய் சொல்கிறேன்.

எத்தரை – எத்தனை

எத்ர பிராவஷ்யம் – எத்தனை தடவை

களி – விளையாட்டு

பனி – ஜுரம்

விசப்பு – பசி

வெசர்ப்பு – வியர்வை

மச்சு – மாடி

மடியன், மடிச்சி – சோம்பேறி

மனசிலாச்சோ – புரிஞ்சுதா?

அசலாம் – அடுத்தவீடு

மத்தன் – மஞ்சள் பூசணி

எளவன் – வெள்ளைப் பூசணி

வழுதனங்கா - கத்திரிக்காய்

வெள்ளம் – தண்ணீர்

சாய – தேநீர்

பாலக்காட்டு சமையல் வகைகளில் குழம்பை, கூட்டான் என்பார்கள். கறிவகைகளை மெழுக்குபெரட்டி, பொடுத்துவல், தோரன் என்பார்கள். பாலக்காட்டு சமையலில் பலரும் அதிகம் செய்வது மொளகூட்டல். என் மாமியார் வீட்டில் எல்லோருக்கும் பிடிக்கும் என்பதால் வாரத்தில் மூன்று நாட்கள் மொளகூட்டல்தான். என் மாமியார் பல்வேறு அளவுகளில் கச்சட்டி வைத்திருப்பார். பத்திருபது பேருக்கு சாம்பார் வைக்குமளவுக்கு பெரிய சைஸ் கச்சட்டியிலிருந்து, சிறிதளவு பச்சடி செய்யும்படி சிறிய கச்சட்டி வரை வைத்திருப்பார். கச்சட்டி சமையலுக்கென்று தனியொரு மணமுண்டு. சரி இந்த மொளகூட்டல் என்றால் என்ன? இதை தனித்தனி காயிலும் செய்யலாம். எல்லா காய்களும் சேர்த்தும் செய்யலாம். கீரைவகைகளில்கூட செய்யலாம். கீரையில் செய்யும்போது கீரை மொளகூட்டல் என்போம். இனி மொளகூட்டல் செய்யும் முறையைப் பார்ப்போம். மொளகூட்டல் என்ற பெயரில்தான் மிளகு இருக்குமே தவிர சமையலில் மிளகு இருக்காது.

✲ ✲ ✲

# 6) மொளகூட்டல்

## தேவையான பொருட்கள்:

துவரம்பருப்பு – ஒரு சிறிய கப் (150 gm)

தேங்காய் – அரைமூடி துருவிக் கொள்ளவும்

## தேவையான காய்கறிகள்:

எளவன் (வெள்ளைப் பூசணி) – ஒரு பத்தை

கேரட் – பெரியதாக ஒன்று

பீன்ஸ் – 100 gm

பெங்களூர் கத்திரிக்காய் – ஒன்று

வெள்ளரிக்காய் – மீடியம் சைஸ் ஒன்று

சேனை – கால் கிலோ.

பச்சை பட்டாணி – 50 gm

கறிவேப்பிலை

பச்சை மிளகாய் – 3

சீரகம் – ஒரு சிறிய ஸ்பூன்

பெருங்காயத் தூள் – சிறிது

மஞ்சள் தூள் கால் ஸ்பூன்

தாளிக்க கடுகு, மிளகாய். சீரகம்

## செய்முறை:

முதலில் துவரம் பருப்பைக் கழுவி கொஞ்சம் மஞ்சள் தூளும், அரை ஸ்பூன் எண்ணெயும் சேர்த்து குக்கரில் வேகவைத்துக்

கொள்ளவேண்டும். காய்கறிகளை சிறு சிறு சதுரத் துண்டுகளாக நறுக்கி எடுத்துக்கொண்டு ஒரு வாணலியில் போட்டு மஞ்சள் தூளும், கொஞ்சம் உப்பும் சேர்த்து கிளறிக் கொடுத்து மூடிவைத்து, வேக வைத்துக்கொள்ள வேண்டும். தேங்காயை உங்கள் விருப்பப்படி இரண்டுவிதமாக அரைக்கலாம். தேங்காய்த் துருவலை கொஞ்சம் சீரகம், பச்சைமிளகாய், கருவேப்பிலை சேர்த்து அரைத்துக்கொள்வது ஒருவகை. மூன்று காய்ந்த மிளகாய், ஒரு டேபிள் ஸ்பூன் உளுத்தம்பருப்பு இரண்டையும் சிவக்க வறுத்துக்கொண்டு தேங்காய், கறிவேப்பிலை சீரகத்தோடு சேர்த்து மையாக அரைத்துக்கொள்வது மற்றொரு வகை. இது இன்னமும் கூடுதல் சுவையும் வாசனையும் கொடுக்கும். காய்கள் நன்கு வெந்த பிறகு அரைத்து வைத்த விழுதையும், வேக வைத்திருக்கும் பருப்பையும் வெந்த காயில் கொட்டி நன்கு கிளறிக் கொடுத்து உப்பு சரியாக இருக்கிறதா என்று பார்த்து, சிறிய தாளிப்பு கரண்டியில் தேங்காய் எண்ணெய் ஊற்றி ரெண்டு மிளகாய், சிறிது கடுகு, சீரகம், கறிவேப்பிலை இவற்றைத் தாளித்து மொளகூட்டலில் சேர்த்தபிறகு மேலே ரெண்டு ஸ்பூன் வெளிச்செண்ணெயும் விட்டு கப்பென்று மூடிவிடுங்கள். சற்றுப்பொறுத்து திறக்கும்போது வாசனை கமகமக்கும்.

இதேமுறையில் காய்கறிகளுக்கு பதில் எந்த வகை கீரையில் வேண்டுமானாலும் மொளகூட்டல் செய்யலாம். கீரை வெந்ததும் மத்தால் நன்கு மசித்துக் கொண்டு பருப்பும், அரைத்த விழுதும் சேர்க்கவேண்டும். பல்வகை காயில்லையா கவலையில்லை. ஒரே ஒரு பெங்களூர் கத்திரிக்காயிலும் செய்யலாம். ஒரே ஒரு பூசணி பத்தையிலும்,கூட இதைச்செய்யலாம். உங்கள் சௌகார்யம்தான்.

✲ ✲ ✲

# 7) அரச்சு கலக்கி

இதென்னடா பேருன்னு யோசனையார்க்கா? எனக்கும் அப்டித்தான் இருந்தது இதை முதன்முதலில் செய்யும்போது. என் மாமியார் ஒருமுறை மகா பெரியவாளை தரிசிக்க சதாரா சென்றிருந்தார். அப்போது நான்தான் சமையல். என் கணவர் மொளகூட்டல் பண்ணி, ரசம் வெச்சுடு என்று சொல்லி அதற்கு வேண்டிய காய்களை எல்லாம் நறுக்கிக் கொடுத்துவிட்டு ஆபீசுக்குக் கிளம்பிவிட்டார். மதியம் சாப்பிட வந்துவிடுவார். வீட்டில் வயது முதிர்ந்த மாமனார் இருந்தார். மொளகூட்டல் செய்து, ரசமும் வைத்தாயிற்று. மாமனாரிடம் சாப்பிடறேளாப்பா என்று கேட்டேன்? என்னவாக்கும் சமைச்சிருக்காய் என்று கேட்டார். மொளகூட்டலும் ரசமும் பண்ணியிருக்கேன் என்றேன் நான். "மொளகூட்டலுக்குத தொட்டுக்க என்ன? என்றார். நான் உதட்டைப் பிதுக்கினேன்.

அரச்சு கலக்கி பண்ணிடறயா என்றார். அபடின்னா என்ன? எனக்குத் தெரியாதே என்றேன். ஆத்துல கணி மாங்காய் இருக்கும் பாரு என்றார். பீங்கான் ஜாடியில் உப்பிலிட்ட வடு மாங்காய்கள் இருந்தன. அவற்றை ஒரு ஏழெட்டு எடுத்துக்கொள்ளச் சொன்னார். (மாமனாரும் கல்யாண சமையல் செய்பவர்தான். அவர் தலைமையில் ஒரு குழுவே இருந்தது). உப்பிலிட்ட கணி மாங்காய்களை எடுத்து அவர் சொல்லியபடியே செய்தேன். இதான் அரச்சு கலக்கி தெரியுமோ என்றார் அவர். மொளகூட்டலுக்கு அதைத் தொட்டுக்கொண்டு சாப்பிட அவ்வளவு சுவையாக இருந்தது. உப்பிலிட்ட நெல்லிக்காயிலும் இதனைச் செய்யலாம் என்றார் அவர். போகிறபோக்கில் கற்றுக் கொள்வதுதான் சமையல். இனி மொளகூட்டலுக்குத தொட்டுக் கொண்டு சாப்பிடும் அரச்சு கலக்கி எப்படி செய்வதெனப் பார்ப்போம்."

## தேவையானவை:

உப்பிலிட்டு வைத்திருக்கும் வடுமாங்காய்கள் ஏழெட்டு

தேங்காய்த் துருவல் கொஞ்சம்

பச்சை மிளகாய்

புளித்த தயிர் கடைந்தது ஒரு கப்.

தாளிக்க ஒரு சிறிய மிளகாய்,

கால் ஸ்பூன் கடுகு,

சிறிது பெருங்காயம்.

கறிவேப்பிலை சிறிது,

உப்பு சிறிது (மாங்காயிலேயே உப்பிருக்கும் என்பதால் மிகக்குறைவாக போட்டால் போதும்.

## செய்முறை:

வடுமாங்காய்களின் கொட்டையை நீக்கி, சதைப்பகுதியை மட்டும் எடுத்துக் கொண்டு அதோடு துருவிய தேங்காய், பச்சை மிளகாய், கொஞ்சம் கறிவேப்பிலை சிறிது உப்பு இவற்றை மிக்ஸியிலிட்டு விழுதாக அரைத்தெடுத்துக் கொண்டு, அரைத்ததை, கடைந்து வைத்திருக்கும் புளித்த தயிரில் போட்டுக் கலந்துவிட வேண்டும். பிறகு ஒரு ஸ்பூன் தேங்காய் எண்ணெயில் மிளகாயும் கடுகும் தாளித்து அதிலேயே பெருங்காயத்தூளும் சேர்த்து அதை இந்த அரச்சு கலக்கியில் சேர்க்க வேண்டியதுதான். இதை மொளகூட்டலுக்குத் தொட்டு சாப்பிடும்போது, கூடவே நாலு கவளம் அதிகம் சாப்பிடத்தோன்றும். உப்பிலிட்ட நெல்லிக்காயிலும் கொட்டை நீக்கி இதேபோல் செய்யலாம். மாங்காய் நெல்லிக்காய் இரண்டையும் சேர்த்தேகூடச் செய்யலாம். அது உங்கள் வசதி.

✲ ✲ ✲

சாதாரண நாளில் மொளகூட்டல் செய்தோமென்றால் அதற்குத் தொட்டுக்கொள்ள நம் விருப்பப்படி விதம்விதமாக ஏதேனும் செய்து அசத்தலாம். மொளகூட்டலுக்கு மற்றொரு அருமையான சைடு டிஷ்தான் புளியிட்ட கீரை. அதை எப்படி செய்வதென்று பார்ப்போம்.

# 8) புளியிட்ட கீரை

மேற்கூறிய மொளகூட்டலுக்கு என் அம்மா செய்யும் சைடு டிஷ் இது.

## தேவையானவை

சிறிய முளைக்கீரை – ஒரு சிறிய கட்டு (சிறுகீரை அரைக்கீரையிலும் செய்யலாம்.

நெல்லிக்காய் அளவு புளி (கெட்டியாகக் கரைத்துக்கொள்ளவும்.)

உப்பு அரை ஸ்பூன்

பெருங்காயம் ஒரு சிட்டிகை.

தாளிக்க கடுகு, மிளகாய்

## செய்முறை:

கீரையை முதலில் தண்ணீரில் அலசி நன்கு சுத்தம் செய்தபிறகு பொடியாக நறுக்கிக்கொள்ளவும். (இதனால் சத்து வீணாகாது) ஒரு வாணலியில் கீரையைப் போட்டு உப்பு சேர்த்து, ஒன்றோ இரண்டோ பச்சை மிளகாயைக் கீறிப்போட்டு வேகவிடவும். கீரையில் ஒரு சிட்டிகை சர்க்கரை சேர்த்தால் அதன் பச்சை நிறம் மாறாது. கீரை பாதி வெந்ததும் கரைத்து வைத்த புளித்தண்ணியை விட்டு மீண்டும் மூடிவிடவேண்டும்.

கீரை நன்கு வெந்து புளியின் பச்சை வாசனையும் போனபிறகு மத்து ஒன்றினால் கீரையை வற்றிய புளித்தண்ணீரோடு சேர்த்து நன்கு மசித்துவிட வேண்டும். இரண்டும் சேர்ந்து ஒரு நல்ல கலவையாக வந்தபிறகு ஒரு ஸ்பூன் வெளிச்செண்ணெயில் மிளகாய் கடுகு, பெருங்காயம் தாளித்து அதில் சேர்க்க வேண்டும். புளிப்பும் காரமுமாக இந்த புளியிட்ட கீரையை மொளகூட்டலோடு தொட்டு சாப்பிட அருமையாக இருக்கும்.

✲ ✲ ✲

# 9) மாங்கா பெருக்கு அல்லது மாங்கா பச்சடி

எப்படி வேண்டுமானாலும் பெயரிடலாம். இதுவும் மொளகூட்டலுக்குத தொட்டுக்கொள்ளும் ஒரு சைடு டிஷ்தான்.

## தேவையான பொருட்கள்:

புளிப்பும் தித்திப்புமாக பாதி ப்ழுத்த மாங்காய் – 1

தேங்காய் – அரை கப்

கட்டித்தயிர் – ஒரு கோப்பை

பச்சை மிளகாய் – 2

கடுகு – ஒரு ஸ்பூன்

கறிவேப்பிலை – ஒரு கொத்து

உப்பு தேவையான அளவு

பெருங்காயம் – ஒரு சிட்டிகை

வெளிச்செண்ணெய் – ஒரு ஸ்பூன்

## செய்முறை:

தேங்காயைத் தோல் சீவி துண்டுகளாக நறுக்கிக்கொள்ளவும். தேங்காய்,, பச்சை மிளகாய், கொஞ்சம் கறிவேப்பிலை, கால் ஸ்பூன் கடுகு இவற்றை மிக்சியில் போட்டு கொஞ்சமாக நீர் விட்டு அரைக்க வேண்டும். ஓரளவுக்கு அரைந்ததும் அதில் மாங்காயையும் சேர்த்து மாங்காய் அதிகமாக மசியாத அளவுக்கு ஒன்றும் பாதியுமாக அரைத்துக் கொள்ளவும். தயிரை் நன்கு கடைந்து கொண்டு அதில் இந்த அரைத்த கலவையைக் கொட்டி, வேண்டிய உப்பு சேர்த்து நன்கு கலக்கவும். தாளிப்பு கரண்டியில் வெளிச்செண்ணெய் விட்டு கடுகு மிளகாய், பெருங்காயம்,

கறிவேப்பிலை போட்டு தாளித்து அதில் ஊற்ற வேண்டியதுதான். சுவையான மாங்காய் பெருக்கு ரெடி. இதை தோசை, இட்லி, என்று எதற்கு வேண்டுமானாலும் தொட்டு சாப்பிடலாம்.

✲ ✲ ✲

# 10) புளிகுத்தி உப்பேரி

இதையும் கீரை மொளகூட்டலோ அல்லது காய்கள் போட்ட மொளகூட்டலோ எந்த மொளகூட்டல் பண்ணினாலும் அதற்கு தொட்டுக்கொள்ளலாம். என் மாமியார் பண்ணுவார்.

## தேவையான பொருட்கள்:

நேந்திரங்காய் அல்லது வாழைக்காய் – 1 சிறியது போதும்.

பிஞ்சு கத்திரிக்காய் – 3

வெண்டைக்காய் கூட நான்கு நறுக்கி சேர்த்துக்கொள்ளலாம்.

புளி – நெல்லிக்காய் அளவு

காய்ந்த மிளகாய் – 4

அரிசி – ஒன்றரை டேபிள் ஸ்பூன்

கடலைப் பருப்பு – ஒன்றரை டேபிள் ஸ்பூன்

வெந்தயம் – கால் ஸ்பூன்

பெருங்காயம் – சிறிது

கறிவேப்பிலை ஒரு கொத்து

## செய்முறை:

வாணலியில் முதலில் அரிசி, வெந்தயம், கடலைப்பருப்பு, காய்ந்த மிளகாய் மூன்று, கொஞ்சம் கறிவேப்பிலை இவற்றை சிவக்க வறுத்து மிக்சியில் போட்டு ரவை பதத்திற்கு கரகரவென்று பொடித்து எடுத்து தனியே வைத்துக்கொள்ளுங்கள்.

வாழைக்காயை சிறு துண்டுகளாக நறுக்கி கழுவிக்கொண்டு கச்சட்டி அல்லது அடிகனமான ஒரு பாத்திரத்தில் கொஞ்சம் நீர் விட்டு அதைப்போட்டு அதனுடன் கொஞ்சம் மஞ்சள் தூள் சேர்த்து வேகவிடவும். அடுத்த பர்னரில் வாணலியைப் போட்டு கொஞ்சம் எண்ணெய் விட்டு, நறுக்கின வெண்டைக்காயையும், கத்திரிக்காயையும் தனித்தனியே நன்கு வதக்கி எடுத்து வைத்துக்கொள்ளவும். வாழைக்காய் முக்கால் பதம் வெந்த பிறகு அதில் கரைத்து வைத்திருக்கும் புளித் தண்ணீரை ஊற்றி, தேவையான உப்பு சேர்க்கவும். புளித்தண்ணீர் நன்கு கொதி வந்ததும், அதில் வதக்கி வைத்திருக்கும் வெண்டை மற்றும் கத்திரிக்காயை சேர்த்து நன்கு கிளறி விடவும். மூன்று காய்களிலும் புளியும் உப்பும் பிடித்து குறுகி வரும்போது அதில் வறுத்துப் பொடித்து வைத்திருக்கும் பொடியைத் தூவி மீண்டும் நன்கு கிளறி விடவும். பொடியில் அரிசி கலந்திருப்பதால் சீக்கிரமே இறுகிவிடும். இந்த புளிகுத்தி உப்பேரி உங்களுக்கு தளர இருக்க வேண்டுமென்றால் கொஞ்சம் நீர் சேர்க்கலாம். இல்லை கெட்டியாக இருக்க வேண்டுமென்றால் அப்படியே கிளறிவிட்டு அடுப்பை அணைத்துவிடவும். இனி தாளிப்பு கரண்டியில் இரண்டு ஸ்பூன் வெளிச்செண்ணெய் விட்டு ஒரு மிளகாய், ஒரு ஸ்பூன் கடுகு, கொஞ்சம் கறிவேப்பிலையைத் தாளித்து அதில் சேர்த்து மேலே இன்னும் ஒரு ஸ்பூன் வெளிச்செண்ணெய் விட்டு மூடிவிடவும். இதை மொளகூட்டல் உட்பட, இட்லி தோசை, சப்பாத்தி என சிற்றுண்டிகளுக்கும் தொட்டுக் கொள்ளலாம். செய்வதும் மிக எளிது.

மொளகூட்டல் செய்யும் நாளில் இதுபோல தொட்டுக்கொள்ள ஏதேனும் செய்துவிட்டு, தக்காளி ரசமும் வைத்தால் போதும். அன்றைய சமையல் முடிந்தது. நிறைய காய்கறிகளின் சத்து உடம்பில் சேரும். தவிர, கீரையின் அனைத்து சத்தும், மாங்காய் நெல்லிக்காயின் வைட்டமின்களும் உடலில் சேரும். மொளகூட்டல் வைக்கும் நாளில் என் அப்பா சொல்லுவார், மொளகூட்டலுக்கு சாதத்தைத் தொட்டு சாப்பிடவேண்டுமென்று.

அதாவது குறைந்த அளவு சாதம் நிறைய காய்கறிகள் சேருவது சர்க்கரையைக் கட்டுப்பாட்டில் வைக்கும். சுடச்சுட சாதத்தில் உருக்கிய நெய் ஊற்றி பிசைந்து கொண்டு இந்த மொளகூட்டலை சாதத்தில் கலந்து கொள்ளாமல் ஒவ்வொரு கவளம் சாதத்தோடும் இதை சேர்த்து உண்ணும்போது ருசியும் மணமும் அலாதியாக இருக்கும்.

* ——— *

# 4

பாலக்காட்டு பிராமணர்கள் அங்கு எப்படி குடியேறினார்கள் என்பது பற்றி பல கட்டுரைகள் இருக்கின்றன. அவற்றிலிருந்து சுவாரசியமான பல விஷயங்களைத் தெரிந்து கொள்ளலாம். இஸ்லாமியப் படையெடுப்பின் போது அன்றைய சோழ தேசத்தின் பல பகுதிகளில் இருந்தும் வேதம் படித்த பிராமணர்கள் கூட்டம் கூட்டமாக பாலக்காட்டு கணவாய் வழியாகவும் மற்ற பகுதிகள் வழியாகவும் கேரளத்திற்குக் குடிபெயர்ந்திருக்கிறார்கள். தவிர, பாலக்காடு ராஜாவுக்கும் கேரள நம்பூதிரிகளுக்கும் இடையில் மனஸ்தாபம் ஏற்பட்டபோது பாலக்காடு ராஜா தமிழ்நாட்டிலிருந்து அந்தணர்களை வரவேற்று அங்கு குடியமர்த்தி அவர்களுக்கு வேண்டிய வசதிகளையும் செய்து கொடுத்திருக்கிறார். அப்படி குடியேறிய வேதம் பயின்ற அந்தணர்களை அங்கிருந்த நம்பூதிரிகள் கோயில்களுக்குள் பூஜை செய்வதற்கு அனுமதிக்கவில்லை. இதனால் தாங்கள் குடியேறிய இடங்களை அக்ரஹாரங்களாக்கி ஒவ்வொரு அக்ரஹாரத்திலும் தாங்களே கோயில்களை நிர்மாணித்து தமிழ்நாட்டு வழக்கப்படி வேதாகம முறையில் தாங்களே பூஜைகள் செய்ய ஆரம்பித்திருக்கிறார்கள். இவ்வாறு பாலக்காட்டை சுற்றிலும் 96 அக்ரஹாரங்கள் இருக்கின்றன. தாங்கள் உருவாக்கிய

அக்ரஹாரங்களுக்கு தாங்கள் தமிழ்நாட்டில் வசித்த ஊரின் பெயரையே பெரும்பாலும் சூட்டியிருக்கிறார்கள். உதாரணமாக மதுரையிலிருந்து குடிபெயர்ந்தவர்கள் தங்களது ஆக்ரஹாரத்திற்கு சொக்கநாதபுரம் என்றும், வைத்தீஸ்வரன் கோயிலிலிருந்து குடிபெயர்ந்தவர்கள் தங்கள் அக்ரஹாரத்திற்கு வைத்தியநாதபுரம் என்றும், திருநெல்வேலியிலிருந்து சென்றவர்கள் திருநெல்லாய் என்றும் பெயர் சூட்டியிருப்பதிலிருந்து அவர்களது பூர்வீகத்தை ஓரளவுக்குத் தெரிந்து கொள்ளலாம். மலையாளமும் தமிழும் கலந்து கலந்து அவர்கள் பேச ஆரம்பித்ததால் பாலக்காட்டு தமிழ் என்று புதிதாக ஒரு தமிழே உருவாகியிருக்கிறது. இதில் நிறைய சம்ஸ்கிருத வார்த்தைகள் கலந்திருக்கும். நீளா நதிக்கரையோரம் பழைய கல்பாத்தி என்று இன்று அழைக்கப்படும் பகுதியில் முதலில் குடியேறியவர் வடமா என்ற பிரிவைச்சேர்ந்தவர். இவர்கள் விஷ்ணுவின் அம்சத்தை பூஜித்தனர். எனவே இங்கே இவர்கள் லக்ஷ்மிநாராயணருக்குக் கோயில் கட்டி பூஜித்தார்கள். பின்னர் குடியேறிய பிரஹசரணம் என்ற பிரிவைச் சேர்ந்தவர்கள் சிவனுக்கு கோயில் கட்டினார்கள். இதுவே கல்பாத்தியின் பிரசித்தி பெற்ற காசிவிஸ்வநாத சுவாமி கோயிலாகும். இதுபற்றி மேலும் பல தகவல்கள் பின்னர் கூறுகிறேன்.

சரி கொஞ்சம் சமையலையும் கவனிப்போம். இப்போது நாம் செய்யப் போவது விருந்துகளில் பரிமாறப்படும் முக்கிய ஐட்டங்களான காளன், ஓலன், அவியல், எரிசேரி, புளிசேரி, கூட்டான், புளி இஞ்சி ஊறுகாய், இவற்றை வரிசையாகப் பார்ப்போம். நம் முன்னோர்கள் விருந்துகளில் பரிமாறும் பச்சடி முதல் புளி இஞ்சி வரை அனைத்துமே உடலுக்கு கேடு விளைவிக்காதவை. சரிவிகித உணவு என்பார்களே அதற்கு சரியான உதாரணம். ஒவ்வொன்றிற்கும் ஒரு மருத்துவ குணமுண்டு. எதற்கடுத்து எது பரிமாறப்பட வேண்டும். எதையடுத்து எதை சாப்பிடவேண்டும் என்று அவர்கள் சொல்லி வைத்திருப்பது கூட உடலுக்கு நன்மை பயக்கும் ஒரு வரிசைதான். இனி விருந்துகளில் பரிமாறும் உணவு வகைளைப்பற்றி பார்ப்போம்.

✲ ✲ ✲

# 11) ஓலன்

என் சின்ன வயதில் எங்கள் வீட்டு விசேஷங்களின் போது இந்த ஓலனை இலையில் பரிமாறும்போது, நான் வேண்டாமென்று கை நீட்டி தடுப்பேன். என் அத்தை என்னை முறைத்துப் பார்த்துவிட்டு சாப்பிட்டால்தான் ஆச்சு என்பது போல் ஒரு கரண்டி ஓலனை இழையில் வைத்துவிடுவாள். ஓலனில் பெரிய சுவை எதுவும் இருக்காது. காரம் பெரிதாக இராது. தேங்காய்ப் பாலின் மணமும், வெளிச்செண்ணெய் மணமும் மட்டும்தான். சற்று சப்பென்றுதான் இருக்கும். ஆனால் அதுதான் ஓலனின் பிரத்யேக ருசியென்று அப்போது எனக்குத்தெரியாது. சொல்லப்போனால் ஓலன், உடல் பருமனைக் குறைக்கும். எடை குறைக்க வேண்டுமென்று நினைப்பவர்கள் ஓலனை அடிக்கடி உணவில் சேர்த்துக் கொள்ளலாம். சின்ன வயதில் காய்கறிகள் சேர்த்துக் கொள்ளாமல் அம்மாவை மிகவும் படுத்தியிருக்கிறேன். பருப்புசாதம், சாம்பார்சாதம், ரசம்சாதம் எல்லாவற்றிற்கும் தொட்டுக்கொள்ள பப்படமும் அப்பளமும் இருந்தால் போதும் எனக்கு. மிஞ்சிப்போனால் எனக்குப்பிடித்த கறிவகை என்றால் உருளைக்கிழங்கும், சேப்பங்கிழங்கு ரோஸ்ட்டும்தான். பச்சக்கறிகள் (Green vegetables) எல்லாமே இரண்டாம் பட்சம்தான். இதனால் அத்தையிடம் நிறைய திட்டு வாங்கியிருக்கிறேன். கல்யாணத்திற்குப் பிறகுதான் காய்கறிகளின் மகத்துவத்தையே சிறிது சிறிதாக அறிந்தேன். என் கணவர் நன்கு சமைப்பதுபோல ரசித்து ருசித்து சாப்பிடவும் கூடியவர். அதனாலேயே நானும் நன்கு சமைக்கக் கற்றுக்கொண்டேன் எனலாம். அவர் எதையேனும் இரண்டாம்முறை கேட்டு வாங்கி சாப்பிட்டால், அன்று சமையல் மிகவும் அருமையாக அமைந்துவிட்டதென்று அர்த்தம். இனி ஓலன் எப்படி செய்வதென்று பார்ப்போம்.

## ஓலன் தேவையான பொருட்கள்:

மத்தன் ஒரு துண்டு ( மத்தன் என்றால் மஞ்சள் பூசணி) இதை கேரளத்தில் கும்ப்ளங்காய் என்றும் சொல்வார்கள்.

எளவன் ஒரு துண்டு (வெள்ளைப் பூசணி

பயத்தங்காய் நறுக்கியது – ஒரு கைப்பிடி

ஊறவைத்த வெள்ளைக் காராமணி ஒரு கைப்பிடி.

தேங்காய் ஒன்று - முதல் பால் அரை கோப்பை, இரண்டாம் பால் ஒருகோப்பை எடுத்துக்கொள்ளவும்.

கறிவேப்பிலை இரண்டு கொத்து,

பெருங்காயப் பொடி சிறிது,

வெளிச்செண்ணெய் ஒன்றரை டேபிள் ஸ்பூன்.

(பொதுவாக எல்லா உணவுகளிலும் சேர்க்கும் மஞ்சள் தூள் இதில் சேர்ப்பதில்லை. எனவே இதில் மஞ்சள் தூள் சேர்க்கவேண்டாம்)

முதலில் பறங்கி, மற்றும் பூசணிக் காய்களை எப்படி நறுக்க வேண்டுமென்று சொல்கிறேன். சிறிய சதுரங்களாக, சற்று மெலிதாக ஸ்லைஸ் மாதிரி இருக்க வேண்டும். தடிமனாக இருக்கக்கூடாது. பயத்தங்காயை ஒரு இன்ச் நீளத்திற்குத் துண்டுகளாக நறுக்கிக்கொள்ளவும். வெள்ளைக் காராமணியை குக்கரில் நீர் ஊற்றி மூன்று விசில் வரும்வரை தனியே வேகவைத்து எடுத்துக் கொள்ளவேண்டும்.

## செய்முறை.

அடிகனமான பாத்திரத்திலோ, வாணலியிலோ நறுக்கிய காய்களைப் போட்டு, எடுத்து வைத்திருக்கும் இரண்டாம் பாலை ஊற்றி சிறிதளவு உப்பு சேர்த்து முதலில் வேகவைக்க

வேண்டும். பால் நன்கு வற்றி, காய்கள் வெந்திருப்பதை உறுதி செய்துகொண்டு (நசுக்கினால் நன்கு நசுங்கி உடைய வேண்டும்) அடுப்பை சிம்மில் வைத்துவிடலாம். இப்போது கறிவேப்பிலையை எப்படி சேர்க்க சேர்க்க வேண்டுமென்று சொல்கிறேன். ஓலனில் கறிவேப்பிலை சேர்ப்பது கூட மற்றதைப்போல அல்ல. மற்றவற்றில் கறிவேப்பிலையை உருவிக் கிள்ளிப் போடுவோம். ஆனால் ஓலனில் கறிவேப்பிலை கொத்தினை முழுதாகப் போடவேண்டும். மிகவும் பெரியதாக இருந்தால் அதனை இரண்டாக உடைத்துப் போடலாமே தவிர இலைகளை மட்டும் உருவிப் போடக்கூடாது ஓலனில். இப்போது கறிவேப்பிலையோடு ஒருமுறை கிளறிக் கொடுத்து ஒரு கொதி வந்ததும், எடுத்து வைத்திருக்கும் முதல் பாலை ஊற்றி எல்லாவற்றையும் நன்கு கிளறிக்கொடுக்க வேண்டும். சரியாக கிளறவில்லையெனில் பால் திரிவதற்கு வாய்ப்புண்டு. முதல் பால் சேர்த்ததும் அடுப்பை அணைத்துவிட வேண்டும். எப்போதுமே முதல் பால் ஊற்றியதும் அதிகம் கொதிக்க விடக்கூடாது. ஜஸ்ட் சூடு வந்தால் போதும். கடைசியாக இரண்டு ஸ்பூன் வெளிச்செண்ணெயை ஓலனின் மீது பொழிந்து மூடிவைக்க வேண்டியதுதான்.

✵ ✵ ✵

# 12) குறுக்கு காளன்

இந்தப் பெயரைப் பார்த்ததும் என்னமோ காளானை வைத்து ஏதோ செய்யப்போகிறேன் என்றெல்லாம் நினைத்துவிட வேண்டாம். கேரளத்தைப் பொறுத்தவரை தயிரில் செய்வதை காளன் என்பார்கள். சொல்லப்போனால் மோர்க்குழம்பு மாதிரிதான். தமிழ் நாட்டில் மோர்க்குழம்பில் வெண்டைக்காய், பூசணி, சேம்பு போன்றவற்றை துண்டுகளாக்கிப் போட்டு செய்வார்கள். குழம்பு கொஞ்சம் தளரவும் இருக்கும். ஆனால் கேரளத்தில் நேந்திரங்காய் சேனை இவற்றை வைத்து கெட்டியாக சற்று வித்யாசமாக செய்வார்கள். அது எப்படி என்று பார்ப்போம்.

## தேவையான பொருட்கள்:

நேந்திரங்காய் சிறியது இரண்டு (பெரியதாக இருந்தால் ஒன்று) நேந்திரங்காய் கிடைக்காதவர்கள் வாழைக்காய் எடுத்துக் கொள்ளலாம்.

சேனை கால் கிலோ.

நன்கு கடைந்த புளிப்பான கெட்டித் தயிர் (தண்ணீர் சேர்க்காமல் கடைந்து வைத்துக் கொள்ள வேண்டும்.

பச்சை மிளகாய் – 2

மஞ்சள் தூள் – முக்கால் ஸ்பூன்

மிளகாய்த் தூள் – ஒரு ஸ்பூன்

மிளகுத் தூள் – ஒரு ஸ்பூன்

சீரகம் – ஒரு ஸ்பூன்

தேங்காய் அரை மூடி துருவியது.

## தாளிக்க:

வெளிச்செண்ணெய் (coconut oil) ஒரு டேபிள் ஸ்பூன்

கடுகு - அரை ஸ்பூன்

வெந்தயம் - கால் ஸ்பூன்

## செய்முறை:

சேனையையும், நேந்திரங்காயையும் நறுக்கி சிறு துண்டுகளாக்கிக் கொள்ள வேண்டும். இளசாக இருந்தால் நேந்திரன் காயை நன்கு கழுவி தோலுடன் கூட நறுக்கிக் கொள்ளலாம். பிடிக்காதவர் தோல் நீக்கி நறுக்கிக் கொள்ளவும். ஒரு அடிகனமான பாத்திரத்தில் இரண்டையும் நன்கு அலம்பி வடிகட்டி வாணலியில் போட்டு அதில் மஞ்சள் தூள், ஒரு ஸ்பூன் மிளகுத்தூள், மிளகாய்த்தூள் எல்லாவற்றையும் சொன்ன அளவுக்கு சேர்க்கவேண்டும். பிறகு தேவையான நீர் விட்டு நன்கு வேகவைக்க வேண்டும். அது வேகும் நேரத்தில் மிக்சியில் துருவிய தேங்காய், சீரகம், பச்சை மிளகாய் இவற்றைப் போட்டு சிறிது நீர் விட்டு மையாக அரைத்துக் கொள்ளவும். காய்கள் நன்கு வெந்திருப்பதை உறுதிசெய்து கொண்டு அரைத்த விழுதை சேர்த்து நன்கு கிளறிவிட்டு, அடுப்பை சிம்மில் வைத்து சிறிது நேரம்கூட மூடிவைக்கவும். தேங்காயின் பச்சை வாசனை போகும்வரை கொதித்தால் போதும். அதிகம் கொதிக்கவிடக் கூடாது. பிறகு மூடியைத் திறந்து கடைந்து வைத்த தயிரையும் அதில் சேர்க்கவேண்டும். எல்லாம் ஒன்று சேர்ந்து குறுகி வரும்வரை கைவிடாமல் கிளறிக் கொடுத்தபடி கொதிக்கவிட்டு அடுப்பை அணைத்துவிடலாம். கிளறுவதை நிறுத்தினால் தயிர் திரிந்து போகக்கூடும். ஒருவேளை உங்களுக்கு நீர்க்க இருந்தால் போதுமென்றால் சற்று முன்னதாகவே அடுப்பை அணைத்துவிடலாம். இல்லை கொஞ்சம் குறுகி

கெட்டியாகட்டுமென்று நினைத்தால் கொஞ்சநேரம் கொதிக்கட்டும். சற்று கெட்டியாகும் வரை கிளறிக்கொண்டிருங்கள். பிறகு தாளிப்பு கரண்டியில் வெளிச்செண்ணெய் ஊற்றி, மிளகாய், கடுகு, வெந்தயம், கறிவேப்பிலை இவற்றைத் தாளித்துக் கொட்டினால் முடிந்தது. வெந்தயத்தை வறுத்து பொடி செய்தும் சேர்க்கலாம். வாசனைக்கு மேலும் ஒரு ஸ்பூன் வெளிச்செண்ணெய் மேலே விடலாம்.

இதற்குத் தொட்டுக்கொள்ள ஏதேனும் ஒரு கறியும், பொரித்த பப்படமும் இருந்தால் போதும். சூடான சாதத்தில் உருக்கிய நெய் ஊற்றி அதோடு இரண்டு பப்படத்தையும் நொறுக்கிப் போட்டு, இந்த குறுக்கு காளனைத் தொட்டுக் கொண்டு சாப்பிட்டு பாருங்கள். அடடா என்ன சுவை என்று உங்கள் நாக்கு சப்புக்கொட்டி சுவைத்து, கூடவே இரண்டு கவளம் உண்ணும்.

✲ ✲ ✲

பாலக்காட்டில் என் சித்தி புளித்த தயிர் நிறைய மிஞ்சிப் போயிருந்தால். அதைக் குறுக்கி வைத்துக் கொள்ளுவாள். அதைப் பார்த்து நானும் கூட சென்னை வந்ததும் புளித்த தயிரைக் குறுக்கி வைத்துக் கொண்டேன். தயிரைக் குறுக்கி வைத்துக் கொண்டால் எப்போது வேண்டுமானாலும் அதில் காளன் செய்து கொள்ளலாம். முதலில் தயிரை எப்படி குறுக்குவது என்று பார்ப்போம்.

# 13) தயிர்க் குறுக்கு

## தேவையான பொருட்கள்:

நன்கு புளித்த தயிர் - ஒரு லிட்டர்

மிளகுப் பொடி – இரண்டரை ஸ்பூன்

மஞ்சள் தூள் - இரண்டு ஸ்பூன்

உப்பு தேவையான அளவு

## செய்முறை:

முதலில் தயிரை கட்டியின்றி மிக்சியில் நன்கு அடித்துக்கொள்ள வேண்டும். அதில் மேற்கூறிய பொருட்களை சேர்த்து கலக்கி, அடுப்பில் வைக்க வேண்டும். தயிர் நன்கு கொதித்து கொதித்து குறுகி வரும். தயிர் லேசாக திரிந்து போனாலும் கவலைப்படவேண்டாம். நல்ல புளிப்பான தயிராக இருந்தால் திரியாது. அப்படியே திரிந்தாலும் அதில் உள்ள நீர் வற்றும்வரை கொதிக்கட்டும். தண்ணீர் வற்றும் சமயத்தில் கைவிடாமல் கிளறிக் கொண்டிருங்கள். தண்ணீர் முழுக்க வற்றி பால்கோவா போல தயிர் கெட்டியாக வரும்போது அடுப்பை அணைத்துவிடலாம்.

சூடு ஆறும்போது இது சற்றே உதிர் உதிராகிவிடும். இதை அப்படியே ஒரு காற்று புகாத பாட்டிலில் போட்டு மூடி ஃபிரிஜ்ஜில் வைக்கவேண்டும். எப்போது காளன் செய்ய வேண்டுமென்றாலும் கொஞ்சம் சேனை, வாழைக்காய் இவற்றை மட்டும் உப்பும் மஞ்சள் தூளும் சேர்த்து வேக வைத்துக்கொண்டு, தேங்காய், பச்சை மிளகாய் இவற்றை அரைத்துக் கொள்ளவேண்டும். காய்கள் வெந்ததும் அதில் இந்த குறுக்கிய தயிரை, எவ்வளவு காய் எடுத்திருக்கிறோமோ அதற்கேற்ப தேவையான அளவு மட்டும் எடுத்து வெந்த காய்களுடன் சேர்த்து அதோடு அரைத்த தேங்காயையும் சேர்த்து கொதிக்கவிட்டு, குறுகியதும் அடுப்பை அணைத்து தாளிக்க வேண்டியதுதான். கடைசியில் வறுத்துப் பொடித்த வெந்தயத்தையும் அரை ஸ்பூன் சேர்த்து விடுங்கள். வாசனை கமகமக்கும்.

✲ ✲ ✲

பாலக்காட்டு சமையலில் மிக முக்கியமானது அவியல். அவியல் இல்லாது எந்தவொரு விருந்தும் இருக்காது. அவியலுக்கென்று ஒரு வரலாறு உண்டு. அவியலை முதன்முதலில் செய்தது யாரென்றால் பீமன்தான் என்பதற்கு ஆதாரமாக, மகாபாரதத்தில் இரண்டு சம்பவங்கள் கூறப்படுகிறது. விராட பர்வத்தில் அஞ்ஞாதவாசத்தின் போது சமையற்காரனாக இருந்த பீமன் ஒரு நாள் கூடுதலாக விருந்தினர்கள் வந்துவிட, போதிய காய்கறிகள் இல்லாததால், இருக்கின்ற காய்கறிகள் அனைத்தையும் வெட்டி ஒன்றாக்கி அதில் தேங்காய் கலந்து ஒரு வகை கூட்டு செய்தான் என்றும் அதுவே பின்னர் அவியல் என்றானதாக ஒரு கதையுண்டு. மற்றொரு சம்பவம் என்னவென்றால், துரியோதனன் பீமனுக்கு விஷம் கலந்த உணவு கொடுத்து நீரில் தள்ளி விடுகிறான். நாகலோகம் வரை சென்ற பீமனுக்கு நாகராஜா அமிர்தம் கொடுத்து எட்டு நாட்கள் தூங்க வைக்கிறான். பீமன் இறந்துவிட்டான் என்று அவனது சகோதர்கள் அவனுக்கு இறுதி சடங்கு செய்ய காய்கறிகள் வாங்கி வைத்து கரையருகில் காத்திருந்தார்கள். ஆயிரம் யானை பலத்தோடு பீமன் நீரிலிருந்து மேலே வருகிறான். அவன் உயிருடன் வந்ததில் மகிழ்கிறார்கள் பாண்டவர்கள். இறுதிச் சடங்கிற்காக வாங்கிய காய்கறிகள் வீணாக வேண்டாமென்று மிகுந்த பசியோடு இருக்கும் பீமன் அவற்றையெல்லாம் வெட்டி ஒன்றாகி ஒருவகை கூட்டு செய்து உண்கிறான். அதுவே அவியல் என்கிறது மற்றொரு கதை.

பாலக்காட்டு அய்யர் வீடுகளில் விசேஷம் என்றாலே அதன் சமையல் மெனுவில் கண்டிப்பாக இடம் பெறுவது என்று ஒரு பட்டியல் இருக்கும். அதில் முக்கியமானது அவியல். இந்தக் காய் பிடிக்கும் இந்தக்காய் பிடிக்காது என்பவர்கள்கூட எல்லா காயும் கலந்த அவியலை ருசித்து உண்பார்கள். அந்தக்காலம் முதல் இன்றுவரை எங்கள் வீடுகளில் விருந்தாளிகள் யாரேனும் வருகிறார்கள், என்றாலோ, முக்கியமாக அவர்கள் இரண்டு மூன்று தினம் தங்குவார்கள் என்றால் அதில் ஒருநாள் கண்டிப்பாக அவியல் செய்வது வழக்கம். அந்த அளவுக்கு

அது சமைப்பவர்க்கும் சரி, சாப்பிடுபவர்களுக்கும் சரி மிகவும் பிடித்தமான ஒரு ஐட்டம். சாதாரண நாட்களிலும் கூட, வாரத்திற்கொரு முறையேனும் அவியல் செய்யும் வழக்கம் பாலக்காட்டுக்காரர்களுக்கு உண்டு.

இன்னொரு விஷயமும் சொல்லவேண்டும். அவியல் செய்யும் நாட்களில் மறக்காமல் அடைக்கும் நனைத்து வைத்துவிட்டால் இரவு டின்னரை அடை அவியல் என்று பிரமாதப்படுத்தி விடலாம். இனி நல்ல மலபார் அவியல் எப்படி செய்வதென்று பார்ப்போம்..

✲ ✲ ✲

# 14) மலபார் அவியல்

## தேவையான காய்கறிகள்

(நான் சொல்லும் அளவில் ஒரு மூன்று பேர் சாப்பிடலாம்.)

உருளைக்கிழங்கு – சற்று பெரியது 1

கேரட் – 2 மீடியம் சைஸ்

பீன்ஸ் – 150 gm

முருங்கைக் காய் – 1

சேனை – கால் கிலோ

வாழைக்காய் – 1

வெள்ளரிக்காய் – 1

வெள்ளை பூசணி (எளவன்) – 1 துண்டு (பாதி பத்தை கூடப்போதும்)

மத்தன் (மஞ்சள் பூசணி) - அரை பத்தை

சௌ சௌ 0 மீடியம் சைஸ் 1

கத்திரிக்காய் – 3 (மீடியம் சைஸ்) பாலக்காட்டில் இதற்கு வழுதனங்காய் என்று பெயர்.

தேங்காய் துருவியது – ஒரு கோப்பை

பச்சை மிளகாய் – நான்கு

சீரகம் ஒரு ஸ்பூன்

பெருங்காயத்தூள் சிறிது

கடைந்த தயிர் ஒரு சிறிய கோப்பை.

தேங்காய் எண்ணெய் – 2 டேபிள் ஸ்பூன்

கறிவேப்பிலை – 4 கொத்து

## செய்முறை:

அவியலுக்கு காய் நறுக்குவதென்பது ஒரு தனி கலை. ஏனோதானோவென்று காய்களை வெட்டிவிட முடியாது. என் அப்பாவும் கணவரும் ஒரே அளவில் ஒவ்வொரு காயையும், சீராகவும், வேகமாகவும் வெட்டுவார்கள். மற்ற காய்களைப் போலின்றி அவியலுக்கான எல்லா காய்களையுமே நம் சுண்டு விரல் அளவுக்கு நீள நீளமாக நறுக்கிக்கொள்ள வேண்டும். முடிந்தவரை அனைத்து காய்களையும் நறுக்குவதற்கு முன்னமே நன்கு சுத்தம் செய்து எடுத்துக்கொண்டு பின்னர் நறுக்கினால் அவற்றின் சத்து வீணாகாது.

நறுக்கிய காய்கள் அனைத்தையும் ஒரு அடிகனமான வாணலியிலோ, உருளியிலோ போட்டு அவை நன்கு வேகும் அளவுக்கு வேண்டிய நீர் விட்டு மஞ்சத்தூள், உப்பு சேர்த்து மூடிவிட வேண்டும். அவ்வப்போது திறந்து பார்த்து நீர் தேவை என்றால் சிறிதுகூட சேர்த்து அடிபிடிக்காமல் பார்த்துக்கொள்ள வேண்டும். காய்கள் அனைத்தும் நன்கு வெந்து ஒரு பளபளப்பு

கூடியிருக்கும். இப்போது மிக்சியில், தேங்காய்த் துருவல், சீரகம், பச்சைமிளகாய், மூன்று கொத்து உருவிய கறிவேப்பிலை எல்லாவற்றையும் போட்டு நன்கு அரைத்து காய்கறிக் கலவையில் சேர்த்து, பெருங்காயமும் சேர்த்து தேங்காயின் பச்சை வாசனை போகும்வரை ஒரு கொதிவிட்டு, (அதிகம் கொதிக்கக் கூடாது) பிறகு கடைந்து வைத்திருக்கும் தயிரை அதன் மேலே ஊற்றி நன்கு கலந்துவிட்டு அடுப்பை அணைத்துவிடலாம். இதற்கு தாளிப்பு கிடையாது. கடைசியாக இந்த அவியலின் மேலே வெளிச்செண்ணெயை பரவலாக ஊற்றி, மிச்சமிருக்கும் ஒரு கொத்து கறிவேப்பிலையையும் கிள்ளிப்போட்டு மூடிவைக்க வேண்டியதுதான். விருந்துகளில் இலையில் ஒரு ஐட்டமாகப் பரிமாறும் போது இதே அவியலைக் கொஞ்சம் கெட்டியாகவும் செய்து கொள்ளலாம். அதை கெட்டி அவியல் என்பார்கள்.

சாதாரண நாளில் அவியல் செய்தால், கூடவே தக்காளி ரசமும் செய்யலாம், அவியல் மட்டும் பிசைந்து சாப்பிட்டால் அதற்குத் தொட்டுக்கொள்ள, தயிர்ப் பச்சடியோ அல்லது ஏற்கனவே சொல்லியிருக்கும் அரச்சு கலக்கியோ செய்துவிட்டால் சுகமாக சாப்பிடலாம்.

* ——— *

# 15) கூட்டுகறி

இதுவும் ஓணம் விஷு மற்றும் இதர விருந்துகளில் பரிமாறப்படும் ஒரு ஐட்டம்தான். சாதாரண நாட்களிலும் செய்யலாம். இதற்குத் தேவையான பொருட்கள் என்னவென்று பார்ப்போம்

## தேவையான பொருட்கள்:

சேனை – கால் கிலோ

வாழைக்காய் – 1

(சேனையோடு நீங்கள் வெள்ளைப் பூசணி கூட சேர்க்கலாம்)

வெள்ளை கொண்டைக் கடலை (மீடியம் சைஸ்) 100 gm (வேக வைத்துக் கொள்ளவும்)

கொண்டைக்கடலை இல்லையென்றால் சாதாரண கடலைப்பருப்பு கூட அரை கப் வேகவைத்து எடுத்துக்கொள்ளலாம்.

தேங்காய் துருவியது இரண்டு கப் (பெரிய தேங்காயில் அரை மூடி துருவிக் கொள்ளலாம்.)

உளுத்தம்பருப்பு – ஒரு டீஸ்பூன்

காய்ந்த மிளகாய் – 3

சீரகம் – ஒரு ஸ்பூன்

மிளகுத்தூள் – அரை ஸ்பூன்

கடுகு – ஒரு ஸ்பூன்

கறிவேப்பிலை – இரண்டு கொத்து

பெருங்காயம் – சிறிதளவு

வெளிச்செண்ணெய் – ஒன்றரை டேபிள் ஸ்பூன்

## செய்முறை:

சேனை, வெள்ளைக் கடலை அல்லது கடலைப்பருப்பை குக்கரில் தனித்தனி தட்டில் கொஞ்சம் நீர் விட்டு வேக வைக்கவும். வாழைக்காய் அல்லது பூசணியை தனியே ஒரு வாணலியில் வேண்டிய நீர் விட்டு மஞ்சள் தூள், அரை ஸ்பூன் மிளகுத்தூள் சேர்த்து வேகவிடவும்.

உளுத்தம்பருப்பு, மிளகாய் இரண்டையும் சிவக்க வறுத்துக்கொண்டு, மிக்ஸியில் தேங்காய், வறுத்த மிளகாய், உளுந்து, ஒரு ஸ்பூன் சீரகம் ஒரு கொத்து கறிவேப்பிலை எல்லாவற்றையும் அரைத்துக்கொள்ள வேண்டும். ரொம்பவும் மையாக அரைக்க வேண்டுமென்ற அவசியமில்லை. சற்று கொரகொரப்பாக இருக்கையில் எடுத்துவிடலாம்.

வெந்த சேனை, கொண்டைக்கடலை அல்லது கடலைப் பருப்பு, வாழைக்காய் எல்லாவற்றையும் ஒன்றாகச் சேர்த்து கொஞ்சம் நீர் விட்டு, வேண்டிய உப்பு சேர்த்து நன்கு கொதிக்கவிடவும். எல்லா காயும் நீர் வற்றி ஒன்று சேர்ந்து வரும்போது அரைத்த தேங்காய் விழுதை அதில் சேர்த்து தேங்காயின் பச்சை வாசனை நீங்கும்வரை கொதிக்கவிட்டு கிளறிக்கொடுக்கவும். பிறகு அடுப்பை அணைத்துவிடலாம். ஒரு சின்ன வாணலியில் மூன்று ஸ்பூன் வெளிச்செண்ணெய் ஊற்றி, கடுகு, தாளித்து அது பொரிந்ததும், மிளகாய், கறிவேப்பிலை சேர்த்து, அதிலேயே துருவிய மிச்ச தேங்காயை சேர்த்து பொன்னிறமாக வறுத்து கூட்டில் சேர்த்து, மேலே ஒரு ஸ்பூன் வெளிச்செண்ணெயும் ஊற்றி மூடிவிடவும். வாசனை கமகமவென்று பசியைத் தூண்டுமாக்கும்.

✲ ✲ ✲

# 16) எரிசேரி

ஒரு எரிசேரியும் ரசமும் இருந்தால் போதும் ஒருநாள் சமையலை முடித்துக்கொள்ளலாம். அவ்வளவு சுவையானது எரிசேரி. விருந்துண்ட உணர்வை ஏற்படுத்தும். சுவையான எரிசேரி செய்து சாப்பிட்டுவிட்டுதான் இதை எழுதுகிறேன் கேட்டேளா? இனி எரிசேரி எப்படிச் செய்வதென்று பார்ப்போம்.

## தேவையான பொருட்கள்:

(இரண்டு பேருக்கு)

சேனை – கால் கிலோ

மத்தன் (மஞ்சள் பூசணி) – ஒரு துண்டு (கால் கிலோ)

தேங்காய் துருவியது ஒரு கோப்பை (ஒரு மூடி துருவிக்கொண்டால் சரியாக இருக்கும்.)

துவரம்பருப்பு வேகவைத்தது - ஒரு கரண்டி.

கறிவேப்பிலை - இரண்டு கொத்து

மஞ்சள் தூள் – கால் ஸ்பூன்

உப்பு – தேவையான அளவு

பெருங்காயம் – கால் ஸ்பூன்

மிளகு – கால் ஸ்பூன்

சீரகம் – அரை ஸ்பூன்

தாளிக்க,

வரமிளகாய், - 1

கடுகு - ஒரு ஸ்பூன்

உளுத்தம்பருப்பு - ஒரு ஸ்பூன்

வெளிச்செண்ணெய் – இரண்டு டீஸ்பூன்

## செய்முறை:

துவரம்பருப்பு ஒரே ஒரு கரண்டி எடுத்து வேக வைத்துக்கொள்ளவும். ரசத்திற்கும் சேர்த்து தேவையானால் ஒன்றரை கரண்டி வேக வைத்துக் கொள்ளலாம். சேனை, மத்தங்காய் (பரங்கிக்காய்) இரண்டையும் துண்டுகளாக நறுக்கிக் கொள்ளவும். சிறிது மஞ்சள் தூளும், உப்பும் சேர்த்து காய்களை அடிகனமான பாத்திரத்தில் அரை கிளாஸ் நீர் ஊற்றி வேக வைத்துக் கொள்ளவும். மசித்தால் மசியுமளவுக்கு வேகவேண்டும்.

துருவி வைத்திருக்கும் தேங்காயில் பாதியை மிக்சியில் போட்டு அதனுடன் ஐந்தாறு மிளகு, ஒரு சிறிய வரமிளகாய், சீரகம், ஒரு கொத்து கறிவேப்பிலையை உருவிப்போட்டு அரைத்துக்கொள்ள வேண்டும். ரொம்பவும் மையாக அரைக்க வேண்டுமென்பதில்லை. சற்று கொரகொரப்பாக அரைத்த விழுதை வெந்த காயில் சேர்த்து கிளறிவிடவேண்டும். பிறகு வேக வைத்த துவரப்பருப்பையும் ஒரே ஒரு கரண்டி எடுத்து அவற்றோடு சேர்த்து கலந்துவிடவேண்டும். பின்னர் இரண்டு ஸ்பூன் வெளிச்செண்ணெய் ஒரு வாணலியில் ஊற்றி, அதில் மிளகாய், கடுகு தாளித்து உளுத்தப்பருப்பும் சேர்த்து சிவந்ததும் மீதமிருக்கும் துருவிய தேங்காயை அதில் போட்டு சிவக்க வறுக்கவேண்டும். அந்தப்பக்கம் இந்தப்பக்கம் ஏதேனும் பராக்குப் பார்த்தால் எல்லாம் கரிந்து போகும். ஜாக்கிரதை. பக்கத்திலேயே நின்று கைவிடாமல் கிளறி, சரியான நிறம் வரும்போது அடுப்பை அணைத்து, வறுத்ததை காய்க் கலவையில் சேர்த்து, அதோடு பெருங்காயத்தூளும் சேர்த்துக் கலந்து, மேலே இன்னும் இரண்டு ஸ்பூன் வெளிச்செண்ணெய் ஊற்றி, மூடிவிடவும். எரிசேரி எட்டூருக்கு மணக்கும்.

✲ ✲ ✲

# 17) புளிசேரி

இந்த புளிசேரி என்பதை புளிப்பும் காரமுமாகவும் செய்யலாம். இனிப்பும் காரமுமாகவும்கூட செய்யலாம். முதலில் புளிப்பு கார புளிசேரி பற்றி பார்ப்போம்.

## இதற்குத் தேவையான பொருட்கள்:

வெள்ளரிக்காய் அல்லது மஞ்சள் பூசணி. (ஏதேனும் ஒன்று) – அரை கிலோ

கடைந்து வைக்கப்பட்ட புளிப்பான கெட்டித் தயிர் – ஒரு கோப்பை

தேங்காய் ஒரு மூடி துருவியது

பச்சை மிளகாய் – நான்கு

சீரகம் – ஒரு ஸ்பூன்

பெருங்காயம் – கால் ஸ்பூன்

உப்பு – தேவையான அளவு

மஞ்சள் தூள் – கால் ஸ்பூன்

கறிவேப்பிலை – ஒரு கொத்து

வெந்தயம் – கால் ஸ்பூன்

## செய்முறை:

இதைக் கச்சட்டியில் செய்தால் நல்ல மணம் கிடைக்கும். கச்சட்டி இல்லாதவர்கள் சாதாரண வாணலியிலும் செய்யலாம். முதலில் வெள்ளரிக்காய் அல்லது நன்கு பழுத்த மஞ்சள்

பூசணியைக் கழுவி துண்டுகளாக்கி கச்சட்டியில் போட்டு அதனுடன், உப்பு, மஞ்சள் தூள் சேர்த்து முக்கால் டம்ப்ளர் நீர் விட்டு நன்கு வேக வைத்துக் கொள்ளவும், மிக்சியில் துருவிய தேங்காய் ஒரு கோப்பை, பச்சை மிளகாய் நான்கு, சீரகம், கறிவேப்பிலை இவற்றை சேர்த்து நன்கு அரைத்துக் கொள்ளவும். பிறகு காய் வெந்ததும், அதில் அரைத்த கலவையை சேர்த்துக் கலந்து, ஒரு கொதி வந்ததும், கடைந்து வைத்திருக்கும் புளித்த தயிரையும் அதில் ஊற்றி கலந்து அடுப்பை அணைத்துவிடலாம். தயிர் விட்டபிறகு கொதிக்கவிடவேண்டாம். பிறகு ஒரு தாளிப்பு கரண்டியில் தேங்காய் எண்ணெய் நான்கு ஸ்பூன் ஊற்றி, கடுகு, வெந்தயம், வரமிளகாய், சிறிது கறிவேப்பிலை இவற்றை தாளித்து அதிலேயே பெருங்காயத்தூள், இரண்டு சிட்டிகை மஞ்சள் தூளும் கலந்து தாளிப்பை அதன்மீது ஊற்றிவிடவேண்டும். இந்த புளிசேரியை சாதாரண நாட்களிலும் குழம்புக்கு பதிலாக செய்து, இதற்குத் தொட்டுக்கொள்ள, பப்படம் பொரித்துக்கொண்டு சாப்பிட்டால் அமிர்தமாக இருக்கும். தேவையென்றால் ஏதேனும் கறியும் பண்ணிக்கொள்ளலாம்.

* ——— *

எங்கள் வீடுகளில் ஒவ்வொரு. மாம்பழ சீசனிலும் கண்டிப்பாக என் அம்மா மாம்பழ புளிசேரி செய்து விடுவாள். அன்று எல்லோரும் சப்புக்கொட்டி சாப்பிடுவோம். ஒரு கரண்டிகூட மிச்சமின்றி புளிசேரி தீர்ந்திருக்கும். அத்தனை ருசியாக இருக்கும். பாலக்காட்டு ஐயர் வீடுகளில் எல்லாம் மாம்பழ சீசனில் இதைச் செய்யாமல் இருக்கமாட்டார்கள். அந்த அளவுக்கு பிரபலமான ஒரு ஐட்டம் இது. இனி இதை எப்படி செய்வதென்று பார்ப்போம்.

✲ ✲ ✲

## 18) மாம்பழ புளிசேரி

### தேவையான பொருட்கள்:

நன்கு பழுத்த இனிப்பான சிறிய அளவுள்ள நாட்டு மாம்பழங்கள் - மூன்று அல்லது நான்கு

தேங்காய் அரை மூடி துருவியது சிறிய தேங்காயாக இருந்தால் முழுவதுமே துருவிக் கொள்ளலாம்.

அதிகம் புளிக்காத மீடியமான புளிப்புள்ள கெட்டித் தயிர் – 300 gm (கட்டியில்லாது நன்கு கடைந்து வைத்துக்கொள்ளவும். மிக்சியிலும் அடித்து வைத்துக்கொள்ளலாம்)

பச்சை மிளகாய் – இரண்டு

காய்ந்த மிளகாய் – 6

கடுகு – ஒரு ஸ்பூன்

மஞ்சள் தூள் – அரை ஸ்பூன்

வெந்தயம் – கால் ஸ்பூன்

சீரகம் – ஒரு ஸ்பூன்

வெளிச்செண்ணெய் – நான்கு ஸ்பூன்

கறிவேப்பிலை - ஒரு கொத்து

வெல்லம் – ஒரு சிறிய துண்டு

பெருங்காயத் தூள் – சிறிதளவு

## செய்முறை:

என் அம்மா நன்கு பழுத்த நாட்டு மாம்பழங்களை நன்றாகக் கழுவி அதன் இரண்டு கதுப்புகளிலும் கொஞ்சமாக கீறி விடுவாள். ஒருபக்கம் மேலிருந்து கீழாக லேசாக கீறினால், மறுபக்கம் கீழிருந்து மேலாக கீற வேண்டும். கதுப்புகளை முழுவதுமாக வெட்டக்கூடாது. கீறவேண்டும் அவ்வளவே. அல்லது மாம்பழத்தை துண்டுகளாகவும் நறுக்கிக் கொள்ளலாம். தோல் பிடிக்காதவர்கள் தோலை உரித்து விட்டு துண்டாக்கிக் கொள்ளலாம். முழு மாம்பழமாகப் போடும்போது அதன் ருசி தனிதான்.

இருபுறமும் லேசாக கதுப்பு கீறிய மாம்பழங்களை ஒரு அடிகனமான பாத்திரத்தில் போட்டு அரை அல்லது முக்கால் டம்ளர் நீர் விட்டு, அதில் ஒரு ஸ்பூன் உப்பு, கால் ஸ்பூன் மஞ்சள் தூள், வெல்லத்துண்டு, இரண்டாகக் கீறிய இரண்டு பச்சை மிளகாய், சிறிது கறிவேப்பிலை ஆகியவற்றைப் போட்டு மூடி வேக வைக்கவேண்டும். மாம்பழம் வெந்து தண்ணீர் வற்றவேண்டும்.

இதற்குள் மிக்சியில், தேங்காய்த் துருவல், ஒரு ஸ்பூன் சீரகம், காய்ந்த மிளகாய் 4 (காரம் கூடுதலாக வேண்டும் என்பவர்கள் கூட ஒன்றோ இரண்டோ மிளகாய் சேர்த்து அரைக்கலாம்) இவற்றை மையாக அரைத்து எடுத்துக்கொள்ள வேண்டும். நன்கு வெந்திருக்கும் மாம்பழக் கலவையில் இந்த அரைத்த விழுதையும், அதோடு கடைந்து வைத்திருக்கும் தயிரையும் சேர்த்து எல்லாவற்றையும் நன்கு கலந்து கிளறிக்கொடுக்கவும். இந்த கலவை லேசாக தளைத்தால் (கொதித்தால்) போதும். அடுப்பை அணைத்து விடலாம். அதிகம் கொதிக்கக்கூடாது. (தேங்காய் அரைத்து சேர்த்தபிறகு எதையுமே அதிகம் கொதிக்கவிடக்கூடாது.)

பிறகு தாளிப்புக் கரண்டியை அடுப்பில் வைத்து நான்கு ஸ்பூன் வெளிச்செண்ணெய் விட்டு, கடுகு, வெந்தயம், காய்ந்த மிளகாய் இரண்டு கிள்ளிப்போட்டு, அதிலேயே துளி பெருங்காயப் பொடியும், ஒரு சிட்டிகை மஞ்சள் பொடியும் சேர்த்து சமைத்து வைத்திருப்பதில் தாளிப்பைக் கொட்டிவிட்டு கப்பென மூடிவிடவேண்டும். அப்படி மூடிவைத்தால்தான் தாளிப்பு வாசம் புளிசேரியில் இறங்கும். மாம்பழக் காளன், மாம்பழக் கூட்டான் என்று பல பெயர்கள் இதற்குண்டு.

இனி எதை எப்படி சாப்பிட வேண்டும் என்று சொல்லும் கடமையும் எனக்கிருக்கிறது. இதற்கு தொட்டுக்கொள்ள பப்படம்தான் என் முதல் சாய்ஸ். எனவே முதலில் பப்படத்தை பொரித்து ஒரு டப்பாவில் போட்டு வைத்துக் கொள்ளுங்கள்.

சுடச்சுட சாதத்தை தட்டில் போட்டு அதன்மீது ரெண்டு ஸ்பூன் நல்ல வாசனையான உருக்கிய நெய் விட்டு பிசறிக்கொள்ளுங்கள். அதில் இரண்டு பொரித்த பப்படங்களையும் நொறுக்கிப் போட்டுக்கொள்ளுங்கள். இப்போது முழு மாம்பழத்தோடு இரண்டு கரண்டி மாம்பழ புளிசேரியை தட்டின் ஒருபக்கம் ஊற்றி,. மாம்பழத்தை ஒருகையால் நன்கு பிழிந்தால் அதன் சாறு முழுக்க தட்டில் உள்ள புளிசேரியில் விழுந்துவிடும்.,ஒரு உருண்டை பப்படம் நொறுக்கிப் போட்டிருக்கும் நெய்சாதக் கலவையுடன், இந்த மாம்பழப் புளிசேரியையும் தாராளமாகத் தொட்டுக்கொண்டு வாயில் போட்டுக்கொண்டால்.....ஆஹா ஆஹா என்பீர்கள். நடுநடுவே அந்த பிழிந்து விட்ட மாம்பழத்தையும் அப்படியே எடுத்து முழுவதும் சப்பி உறிஞ்சி சாப்பிட்டு கொட்டையைத் தூக்கிப்போடுங்கள். இந்த புளிசேரி, தயிர் சாதத்திற்கு தொட்டுக்கொள்ளவும் அமிர்தமாயிருக்கும் என்பது இதன் கூடுதல் விசேஷம். என்ன……எங்கே கிளம்பிட்டீங்க? மாம்பழம் வாங்கவா?

✲ ✲ ✲

# 19) மதுரப்பச்சடி

விருந்தென்றால் அதில் நிச்சயம் ஒரு பச்சடியிருக்கும். ஒன்று இனிப்பு, மற்றது புளிப்பு. பாலக்காட்டைப் பொறுத்தவரை, கொஞ்சம் இனிப்பானதை மதுரப் பச்சடி என்றும். (மதுரம் என்றால் இனிப்பு) மற்றதை கிச்சடி என்றும் சொல்வார்கள். முதலில் மதுரப் பச்சடி எப்படி செய்வதெனப் பார்ப்போம்.

## தேவையான பொருட்கள்:

பைனாப்பிள் – தோல் சீவிய பிறகு பாதியாக நறுக்கிக்கொள்ளவும். அரை பைனாப்பிள் போதும்

மஞ்சள் பூசணி – 200 கிராம்

தேங்காய் ஒரு மூடி

மஞ்சள் தூள் அரை ஸ்பூன்

பச்சை மிளகாய் – 6

கடுகு – 2 ஸ்பூன்

சீரகம் – ஒரு ஸ்பூன்

கறிவேப்பிலை – இரண்டு கொத்து

வெல்லம் – ஒரு சிறிய துண்டு.

தயிர் – ஒரு கப் (அதிகம் புளித்திருக்கக் கூடாது.) மிக்சியில் போட்டு கட்டியின்றி அடித்துக் கொள்ளவேண்டும்.)

இந்த பச்சடியை வெறும் பைனாப்பிள் துண்டுகளிலும் செய்யலாம். அல்லது பைனாப்பிளுடன் நேந்திரம் பழத்துண்டுகள், அல்லது தக்காளி துண்டுகள் இப்படி எது வேண்டுமானாலும் சேர்த்தும் செய்யலாம். நான் பைனாப்பிளுடன் மஞ்சள் பூசணி

துண்டுகள் சேர்த்து செய்திருக்கிறேன். மஞ்சள் பூசணிக்கே ஒரு வித இனிப்பு சுவையிருக்கும் என்பதால் அதை சேர்த்துக்கொண்டேன். உங்களுக்கு அது வேண்டாமென்றால் தனி பைனாப்பிள் மட்டும் வைத்து செய்து கொள்ளுங்கள்.

## செய்முறை:

முதலில் சிறிய சதுரத் துண்டுகளாக நறுக்கிய பைனாப்பிள் மற்றும் பறங்கித் துண்டுகளை கால் ஸ்பூன் மஞ்சள் தூளும் அரை ஸ்பூன் உப்பும் முக்கால் கோப்பை நீரும், இரண்டு பச்சை மிளகாய் கீறியதும் சேர்த்து நன்கு வேகவிடுங்கள். இதில் ஒரு துண்டு வெல்லமும் போடலாம்.

தேங்காய்த் துருவலை மிக்சியில் போட்டு அதனோடு ஒரு ஸ்பூன் கடுகும், நான்கு பச்சை மிளகாயும், ஒரு ஸ்பூன் சீரகமும், கொஞ்சம் கறிவேப்பிலையும் சேர்த்து சிறிது நீர் விட்டு அரைத்துக்கொள்ள வேண்டும். ரொம்ப மசிய வேண்டுமென்பதில்லை. நாலு திருப்பு திருப்பி சதைத்துக் கொண்டாலும் போதும். அடுப்பில் உள்ள பைனாப்பிள் கலவை நன்கு மசிந்து நீர் வற்றி வெந்ததும், அரைத்து வைத்த தேங்காயை அதில் போட்டு நன்கு கலந்துவிடவேண்டும். இந்தக் கலவை ஒரு கொதி வந்து தேங்காயின் பச்சை வாசனை போனதும் தயிரை அதில் சேர்த்து நன்கு கிளறிக்கொடுத்து அடுப்பை அணைத்துவிடலாம்.

பின்னர் தாளிப்பு கரண்டியை அடுப்பில் வைத்து இரண்டு ஸ்பூன் தேங்காயெண்ணெய் ஊற்றி, அதில் கடுகு, காய்ந்த மிளகாய் இரண்டு, மற்றும் கொஞ்சம் கறிவேப்பிலை போட்டு தாளித்து அதில் சேர்த்து மூடிவிடவும். சுவையான மதுரப் பச்சடி தயார்.

✲ ✲ ✲

# 20) பழப்பச்சடி

பலவகைப் பழங்களைக் கொண்டு செய்யப்படும் பச்சடி இது. விருந்தில் ஒரு ஐட்டமாகப் பரிமாறப்படும். குழந்தைகள் விரும்பி உண்ணுவார்கள். சாதாரண நாட்களிலும் கூட பழங்கள் கேட்பாரற்று வீட்டில் நிறைந்திருந்தால் உடனே இப்படி செய்தால் காலியாகி விடும்.

## தேவையானவை:

சர்க்கரை – ஒரு கோப்பை

தக்காளிப் பழம் – நான்கு

மாதுளம்பழ முத்துக்கள் – ஒரு சிறிய கப்

மாம்பழத் துண்டுகள் – ஒரு கப்

ஆப்பிள் துண்டுகள் – ஒரு கப்

ஆரஞ்சு பழம் உள்ளிருக்கும் சுளைப் பகுதி மட்டும் உரித்தது – ஒரு சிறிய கப்

கருப்பு திராட்சை அல்லது பச்சை திராட்சை – ஒரு கப்

அன்னாசிப் பழத்துண்டுகள் – ஒரு சிறிய கப்

கொய்யா துண்டுகள் (நன்கு பழுத்தது) – ஒரு சிறிய கப்

வாழைப்பழம் நறுக்கியது – ஒரு கோப்பை

உடைத்த முந்திரி பருப்பு - ஒரு டேபிள் ஸ்பூன்

காய்ந்த திராட்சை – ஒரு டீஸ்பூன்

ஏலக்காய் தூள் – அரை ஸ்பூன்

## செய்முறை:

தக்காளியை முழுதாக வெந்நீரில் போட்டு சிறிதுநேரம் மூடிவைத்து பிறகு தோலை நீக்கி மிக்சியில்.கொஞ்சம் கொரகொரப்பாக அரைத்துக்கொள்ளவும் வாணலியை அடுப்பில் வைத்து.அரை கிளாஸ் நீர் விட்டு அதில் சர்க்கரையைப் போட்டு கம்பிப் பாகு வைத்துக்கொண்டு அதில் அரைத்த தக்காளி விழுதை சேர்த்து கிளறவும். அது ஜாம் மாதிரி இறுகி கெட்டியாகும் சமயத்தில் அடுப்பை அணைத்துவிட்டு நறுக்கி வைத்திருக்கும் பழங்களையும், ஏலக்காய் தூளையும் சேர்த்து நன்கு கலந்து விடவும் விருப்பப் படுகிறவர்கள் இரண்டு மூன்று சொட்டு ரோஸ் எசன்ஸ் கூட இதில் சேர்க்கலாம். வாசனையாக இருக்கும்.

✲ ✲ ✲

# 21) பீட்ரூட் கிச்சடி

இதென்னடா ரவா கிச்சடி மாதிரியா என்று நினைத்துவிட வேண்டாம். இதுவும் ஒருவகை பச்சடிதான். பச்சடிக்கும் கிச்சடிக்கும் என்ன வித்யாசம் என்றால் பச்சடிக்கு தேங்காய் அரைக்கும் போது கடுகு சேர்த்து அரைப்போம். இதில் கடுகு சேர்க்காமல் அரைப்போம் அவ்வளவுதான்.

## தேவையான பொருட்கள்:

பீட்ரூட் மீடியம் சைஸ் – 1

தேங்காய் துருவல் - ஒரு சிறிய கோப்பை

அதிக புளிப்பில்லாத கட்டித் தயிர் கடைந்தது – ஒரு சிறிய கோப்பை.

கறிவேப்பிலை – ஒரு கொத்து

சீரகம் – ஒரு ஸ்பூன்

பச்சை மிளகாய் – 2 அல்லது 3

கடுகு – 1 ஸ்பூன்

வர மிளகாய் – 2

தாளிக்க சிறிது தேங்காய் எண்ணெய்

## செய்முறை:

பீட்ரூட்டை தோல்சீவி, மிகப் பொடியான துண்டுகளாக நறுக்கிக் கொள்ளவும். பாத்திரத்தில் கொஞ்சம் நீர் ஊற்றி, மஞ்சள் தூளும், உப்பும் சேர்த்து நன்கு வேக வைத்துக்கொள்ளவும்.

தேங்காய் துருவலை மிக்சியில் போட்டு, பச்சை மிளகாய் சீரகம் சேர்த்து அரைத்துக்கொள்ளவும். பீட்ரூட் நன்கு வெந்ததும் தேங்காய் விழுதை அதில் சேர்த்துக் கலந்து ஒரு கொதி வந்த பிறகு கடைந்து வைத்திருக்கும் தயிரை அதில் ஊற்றி நன்கு கிளறிவிட்டு அடுப்பை அணைத்துவிடலாம். பிறகு தேங்காய் எண்ணெயில் கடுகு, வரமிளகாய், கறிவேப்பிலை போட்டு தாளித்து அதில் கலக்க வேண்டியதுதான். சுவையான பீட்ரூட் கிச்சடி ரெடி.

இதே போல வெண்டைக்காயிலும் செய்யலாம். வெண்டைகாயை நீளவாக்கில் நான்காக நறுக்கி நான்கையும் சேர்த்துப் பொடியாக அறிந்து அதன் பச்சை நிறம் மாறாமல் க்ரிஸ்பியாக வதக்கிக் கொண்டு இதேபோல் செய்யலாம். பிரியப்பட்டவர்கள் இதோடு வெங்காயமும் பொடியாக நறுக்கி வதக்கி சேர்த்துக் கொள்ளலாம்.

அதுசரி... நீங்கள் சக்கப்பழத்தில் பச்சடி செய்து சுவைத்திருக்கிறீர்களா? இல்லையெனில் அதை அடுத்து பார்ப்போம்.

✲ ✲ ✲

என் மாமியார் வீட்டில் ஒருமுறை ஏதோ விசேஷம். என் கணவர் சக்கைப் பழம் வாங்கி வந்து வைத்ததைப் பார்த்தேன். பாயசத்திற்காக இருக்குமென நினைத்தேன். ஆனால் மாமியார் பால் பாயசம்தான் வைத்திருந்தாள். வாங்கி வந்த சக்கைப் பழத்தையும் காணவில்லை. சக்கைப்பழம் எங்கேதான் போயிற்று என்று யோசித்த நான் மாமியாரிடமே கடைசியில் கேட்டுவிட்டேன். அதுல பச்சடியாக்கும் பண்ணினேன் என்றாள் மாமியார். சக்கைப்பழத்தில் பச்சடியா என்று ஒருமாதிரி கேட்டேன். ஆனால் சாப்பிட்ட போது....ஆஹா ஆஹா என்று இன்னும் இரண்டு கரண்டி போட்டுக்கொண்டேன். அவ்வளவு சுவை. உப்பு, புளிப்பு, காரம் எல்லாம் பக்காவாக சேர்ந்த ஒரு சுவையான பச்சடி இது. என் மாமியாரிடமிருந்துதான் நான் இதைக் கற்றுக்கொண்டேன். இதை எப்படி செய்வதென்று பார்ப்போம்.

# 22) சக்கைப்பழ பச்சடி

## தேவையானவை

சிறிய துண்டுகளாக நறுக்கப்பட்ட சக்கைப் பழங்கள் – ஒரு கோப்பை

புளி – ஒரு நெல்லிக்காயளவு

மஞ்சள் தூள் – கால் ஸ்பூன்

உப்பு – தேவையான அளவு

தேங்காய் துருவியது – ஒரு கப்

கறிவேப்பிலை – ஒரு கொத்து

காய்ந்த மிளகாய் – சிறியது – 3

வெல்லம் – சுண்டைக்காயளவு

தாளிக்க, கடுகு, ஒரு சிறிய மிளகாய்,

கறிவேப்பிலை ஒரு கொத்து

## செய்முறை:

புளியைக் கரைத்துக் கொள்ளவும்

வாணலியை அடுப்பில் வைத்து சிறிது வெளிச்செண்ணெய் விட்டு, கடுகு, ஒரு மிளகாய், நாஒரு கொத்து கறிவேப்பிலை சேர்த்து தாளித்து அதில் சக்கைத் துண்டுகளைப் போட்டு சிறிது வதக்கவும். பின்னர் புளிக்கரைசலை அதில் ஊற்றி, மஞ்சள் தூள், உப்பு, வெல்லம், இவற்றையும் சேர்த்து மூடிவைத்து கொதிக்கவிடவும். புளிக்கரைசலும் சக்கைப் பழமும் நன்கு ஒன்றோடொன்று கலந்து பளபளப்பாக ஒரு வாசனையோடு கெட்டியாகியிருக்கும். இந்நிலையில், மிக்சியில், தேங்காய், இரண்டு அல்லது மூன்று வரமிளகாய் (உங்கள் காரத்திற்கேற்ப) கறிவேப்பிலை, கால் ஸ்பூன் கடுகு இவற்றைப் போட்டு சிறிது நீர் விட்டு அரைத்தெடுத்துக் கொள்ளவும். அரைத்த கலவையை வாணலியில் சேர்த்து நன்கு கலந்து ஒரே ஒரு கொதி விடவும். உப்பு சரியாக இருக்கிறதா என்று பார்த்து தேவையென்றால் சேர்க்கவும். மிகச்சுவையானதொரு பச்சடி இது.

* ——— *

# 6

இனி கறி வகைகள் பற்றி பார்ப்போம். பாலக்காட்டு அக்ரஹார வீடுகளில் எல்லாம் நிச்சயம் நீண்ட கொல்லைப்புறமும், அது நிறைய பல்வகையான மரங்களும், செடிகளும் இருக்கும். தெங்கு, மா, பலா, கறிவேப்பிலை, கத்திரி, வெண்டை, முருங்கை,, சேம்பு, செம்பருத்தி, நந்தியாவட்டை, செத்தி, பாரிஜாதம் என்று அந்த கொல்லைப்புறம் பச்சைப்பசேலென இருக்கும். அதுவும் மழைக்காலங்களில் இதன் பசுமை கூடும். தானாய் முளைத்த பல்வேறு தாவரங்கள் பார்க்கவே அழகாக இருக்கும். ஒருமுறை நான் பாலக்காட்டின் புதியகல்பாத்தியில் இருக்கும் என் சின்ன மாமியாரின் அகத்திற்குச் சென்றிருந்தேன். சித்தி அருமையாக சமைப்பாள் அதோடு அலுத்துக் கொள்ளாமல் விதம்விதமாய் சமைப்பாள். சித்தியின் வீடு விருந்தோம்பலுக்குப் பெயர் பெற்ற இடம். மொத்த உறவுகளும் சங்கமிக்கும் இடமென்றும் சொல்லலாம். அதுவும் கல்பாத்தி தேர்த் திருவிழா சமயத்தில் டெல்லி, மும்பை, சென்னை, பெங்களூர் என்று எல்லா ஊர்களிலிருந்தும் உறவுகள் அங்கு கூடிக் களிப்போம்.

ஒருமுறை நானும் என் பெண்களும் காவச்சேரியில் இருக்கும் எங்கள் குலதெய்வக் கோவிலுக்குச் சென்றுவருவதற்குள் சித்தி

சமைத்து வைத்திருக்க,. பசியோடு சாப்பிட உட்கார்ந்தோம். டைனிங் டேபிளில் இருந்த ஒரு ஐட்டம் எனக்கு மிகவும் புதிதாக இருந்தது. அதை சுவைத்துப் பார்த்ததும் என் வியப்பு கூடியது. இதென்ன சித்தி என்று கேட்டேன். சேம்பிலைக் கறி என்றாள் சித்தி. வித்யாசமான சுவையோடு இருந்தது அது. விரும்பி சாப்பிட்டோம் நாங்கள். எப்டி பண்ணினேள் சித்தி இதை? சேம்பிலை எங்கே கிடைச்சுது என்றேன். கொல்லைல இருக்கே. இன்னிக்கு காய் எதுவும் சரியாயில்ல. அதான் பார்த்தேன். கொல்லைலேர்ந்து சேம்பிலை எடுத்துண்டு வந்தேன். நீங்களும் இதை சாப்ட்ருக்க மாட்டேளேன்னு இதைப் பண்ணினேன் என்றாள். சேம்பிலைகள் இதய வடிவத்தில் பெரிதாக இருக்கும். மஞ்சள் கிழங்கைப் போல கொத்து கொத்தாக வளரும். மழைக்காலங்களில் தானாகவும் முளைத்து வளரும். இனி சித்தி செய்த சேம்பிலைக் கறியை எப்படி செய்வதென்று பார்ப்போமா?

✵ ✵ ✵

# 23) சேம்பிலைக்கறி

## தேவையானவை:

சேம்பிலைகள் – 15

கடலைமாவு – 100 gm

மஞ்சள்தூள் – கால் ஸ்பூன்

மிளகாய்த் தூள் – ஒன்று அல்லது ஒன்றரை ஸ்பூன்

உப்பு – தேவையான அளவு

பெருங்காயம் – சிறிது.

தாளிக்க

கடுகு, - ஒரு ஸ்பூன்

உடைத்த உளுந்து, - அரை ஸ்பூன்

வெளிச்செண்ணெய் - இரண்டு ஸ்பூன்

## செய்முறை:

சேம்பிலைகளை நன்கு கழுவித் துடைத்து நடு நரம்பை மட்டும் கீறி எடுத்துவிடவேண்டும். பெரிய இலை என்பதால் இதை நான்காக நறுக்கிக் கொள்ளவேண்டும்.

கடலைமாவு, மிளகாய்த் தூள், உப்பு,பெருங்காயம் இவற்றோடு சிறிது நீர் விட்டு கொஞ்சம் கெட்டியாக பேஸ்ட் போல குழைத்துக் கொள்ளவும். இந்த பேஸ்ட்டை நான்காக நறுக்கிய இலை ஒவ்வொன்றிலும் ஒரு ஸ்பூனால் ஜாம் தடவுவது போல் தடவி இலையை அப்படியே சுருட்டவேண்டும். சுருட்டிய இலை ஒவ்வொன்றின் மத்தியிலும் நூலால் அதன் சுருள் பிரியாமல் கட்டிவிடவேண்டும். இப்படி மொத்த இலைகளையும் கடலைமாவு பேஸ்ட் தடவி சுருட்டி நூலால் கட்டி முடித்ததும் எல்லாவற்றையும் இட்லித் தட்டில் வைத்து ஸ்டீம் பண்ண வேண்டும். பத்து அல்லது பன்னிரண்டு நிமிடம் கழித்து திறந்து பார்த்தால் இலைகள் நன்கு வெந்திருக்கும். பிறகு அவற்றை வெளியில் எடுத்து நூலை மட்டும் எடுத்துவிட்டு சுருட்டிய இலைகளைப் பிரிக்காமல் குறுக்குவாட்டில் அப்படியே ஒரு இன்ச் நீளத்திற்கு இரண்டாகக் கட் பண்ணி வைத்துக்கொள்ள வேண்டும். எல்லாவற்றையும் கட் பண்ணியதும் அடுப்பில் ஒரு வாணலியை வைத்து எண்ணெய் ஊற்றி, கடுகு, மிளகாய் உளுந்து இவற்றைத் தாளித்து கட் பண்ணி வைத்திருக்கும் சேம்பிலைகளை அதில் சேர்த்து வதக்கி அடுப்பை அணைத்துவிடலாம். இலையின் சுவை, அதில் தடவிய கடலைமாவுக் கலவையின் சுவையெல்லாம்

சேர்ந்து ஒரு புதுமாதிரியான சுவை கொண்ட சேம்பிலைக் கறி உங்கள் நாவில் நெடுநேரம் நிற்கும்.

சேம்பிலை ஒரு மருத்துவ மூலிகை. இதில் வைட்டமின் ஏ மற்றும் சி, இரும்பு, பாஸ்பரஸ், மெக்னீஷியம், பொட்டாசியம் போன்ற தாது உப்புக்கள் உள்ளது., ஆல்கலாய்ட்ஸ் உள்ளிட்ட வேதி பொருட்களையும் உள்ளடக்கியுள்ளதால், உடலுக்கு பலம் தரும். மூலநோய்க்கு நல்லது. மலச்சிக்கலைத் தீர்க்கும். இனி இந்த சேம்பிலையில் உடலுக்கு நலம் தரும் ஒரு சூப் எப்படி தயாரிப்பதென்றும் பார்க்கலாம்.

✲ ✲ ✲

# 24) சேம்பிலை சூப்

## தேவையான பொருட்கள்:

சேம்பிலை - 2 அல்லது 3

புளி – நெல்லிக்காய் அளவு கரைத்து வைத்துக் கொள்ளவும்.

நல்ல எண்ணெய் – ஒரு ஸ்பூன்

பெருங்காயம் – சிறிது

பூண்டு – நான்கு பற்கள்

வெங்காயம் – பொடியாக நறுக்கியது ஒரு டேபிள் ஸ்பூன்

மிளகு பொடி – கால் ஸ்பூன்

சமையல் உப்பு – தேவையான அளவு

## செய்முறை:

சேம்பிலையை சுத்தப்படுத்தி பொடியாக நறுக்கிக் கொள்ளவும். பிறகு வாணலியில் நல்லெண்ணெய் ஊற்றி, பூண்டு பற்கள், வெங்காயம், இவற்றோடு நறுக்கிய சேம்பிலையையும் சேர்த்து வதக்கவும். பின்னர் உப்பு சேர்த்த பிறகு நன்கு மசிக்கலாம் அல்லது மிக்சியில் ஒரு திருப்பு திருப்பி பின்னர் வாணலியில் விட்டு அதில் புளி கரைசல் சேர்த்து நன்கு கொதிக்க விடவும் இதனுடன் சிறிது மிளகுத்தூள், மற்றும் கொஞ்சம் வெண்ணெய் சேர்த்து அருந்தலாம். சேம்பிலையை சூப் செய்து குடித்தால் மலச்சிக்கல், ஆசன வாயில் ரத்த கசிவு, வெளி மூலம், உள் மூலம் போன்ற மூல நோய்களுக்கு மருந்தாகிறது. மேலும் உடலில் காயம் ஏற்படும்போது குருதியை உடனடியாக உறையச்செய்யும்

என்பார்கள். பூண்டு வெங்காயம் வேண்டாமென்றால் அவை இல்லாமலும் செய்யலாம்.

எனவே கறியாகவோ, அல்லது சூப்பாகவோ எப்படி வேண்டுமானாலும் சேம்பிலையை உணவில் சேர்த்துக் கொள்ளுங்கள். உடலுக்கு நல்லது அது.

✲ ✲ ✲

# 25) இடிசக்கைத் தோரன்

சக்கை, மற்றும் தேங்காய், வெளிச்செண்ணெய், நேந்திரன்பழம், நேந்திரங்காய் இதெல்லாம் இல்லாமல் பாலக்காட்டு சமையல் சிறப்பு பெறாது. கறிவகைகளுக்கு இங்கு பல பெயர்கள் உள்ளன. ஒரு சிலவற்றை மெழுக்குபெரட்டி என்பார்கள். சிலவற்றை பொடுத்துவல் என்பார்கள். இன்னும் சிலவற்றை தோரன் என்றும் உப்பேரி என்றும் சொல்வதுண்டு. சரி அதென்ன இடிச்சக்கைத் தோரன். முதலில் அந்தக்காலத்தில் இதை எப்படி செய்வார்கள் என்று பார்ப்போம்.

## தேவையான பொருட்கள்:

பலா பிஞ்சு – 1

(மார்க்கெட்டில் சிறிய அளவில் பிஞ்சு பலாக்காய்கள் கிடைக்கும். இதை கறிச்சக்கை என்றும் சொல்வார்கள். கையில் கொஞ்சம் வெளிச்செண்ணெய் தடவிக்கொண்டு அதன் கனமான தோலை சீவியெடுப்பதற்குத் தனித்திறன் வேண்டும். கத்தி நல்ல ஷார்ப்பாக இருக்கவேண்டும்.)

மஞ்சள் தூள் – அரை ஸ்பூன்

பெருங்காயத் தூள் – சிறிது

உப்பு – தேவையான அளவு

பச்சை மிளகாய் – 4 (காயின் அளவைப் பொறுத்து குறைத்தோ கூட்டியோ கொள்ளலாம்.

தேங்காய் – துருவியது ஒரு கோப்பை.

கறிவேப்பிலை – ஒரு கொத்து

## செய்முறை:

அந்தக்காலத்தில் கேஸ் அடுப்பு கிடையாது. குக்கர் கிடையாது. இடிச்சக்கையின் மேல் தோலை அப்பாதான் நீக்கி அரிந்து கொடுப்பார். சக்கையின் நடுப்பாகத்திலும் ஒரு கட்டை மாதிரி கனமாக இருக்கும். அதையும் முடிந்தவரை நீக்கிவிடவேண்டும். பிறகு அதை ஓரளவுக்கு பெரிய துண்டுகளாகவே நறுக்கிக் கொள்வார்கள். அம்மா அந்த சக்கைத் துண்டுகளை ஒரு வெண்கலப் பாத்திரத்தில் போட்டு உப்பும் மஞ்சள் தூளும், அதற்கேற்ப நீரும் சேர்த்து குமுட்டி அடுப்பில் வைத்து மூடிவிடுவார். ஒரு அரைமணியாகும் அது வேக. பிறகு நன்கு வெந்துவிட்டதா என்று நசுக்கிப் பார்த்து அடுப்பிலிருந்து இறக்கி,. ஒருவேளை அடியில் நீர் நிறைய இருந்தால் வடிகட்டி விடுவாள். பிறகு வெந்த சக்கைத் துண்டுகளை நாங்கள் யாராவது ஆட்டுக்கல்லின் குழியிலிட்டு உலக்கையால் லேசாக இடிப்போம். சக்கைத் துண்டுகள் சிதையும். அது அப்படியே பூப்பூவாகப் பிரிந்து சிதைந்த பிறகு (அரைந்து கூழாகிவிடக் கூடாது. சதைத்தால் போதும்.) அதை ஒரு தட்டில் எடுத்து வந்து கொடுப்போம். ஆட்டுக்கல் பக்கத்திலேயே அம்மியிருக்கும். அம்மியில், அரை மூடி தேங்காய்த் துருவலையும், நான்கு பச்சை மிளகாயும், ஒரு கொத்து கறிவேப்பிலையும் உருவிப்போட்டு அதிகம் அரைந்து விடாமல், அவற்றை சதைத்துக் கொடுப்போம். பிறகு அடுப்பில் ஒரு சீனிச்சட்டியை (வாணலி) வைத்து அதில் நான்கு டீஸ்பூன் வெளிச்செண்ணெய் ஊற்றி, கடுகு, மிளகாய், உளுத்தம்பருப்பு, கொஞ்சம் பெருங்காயம் போட்டு தாளித்து அதில் சதைத்து வைத்த சக்கை, தேங்காய்க் கலவை இவற்றை சேர்த்து நன்கு கிளறிவிடவேண்டும். உப்பு தேவைப்பட்டால் சிறிது சேர்த்துக் கொள்ளலாம். ஆக இடித்து செய்யும் கறிவகை என்பதால்தான் இதற்கு இடிச்சக்கை என்ற பெயர் ஏற்பட்டிருக்கக்கூடும்.

இப்போது நவீன வசதிகள் வந்துவிட்டது. சக்கைத் துண்டுகளை குக்கரில் மூன்று சவுண்டுகள் விட்டு வேகவைத்து எடுத்து வடிகட்டிக் கொள்ளலாம். கீரை மசிக்கும் மத்தினால் ஒரு பாத்திரத்தில் வைத்து நசுக்கி சிதைத்துக் கொள்ளலாம். எப்படிப் பார்த்தாலும் செய்முறை ஒன்றுதான். மோர்க் குழம்பிற்கு சூப்பர் காம்பினேஷனாக இருக்கும் இந்த இடிச்சக்கை தோரன். சிலர் இதை இடிச்சக்கை பொடுத்துவல் என்றும் சொல்வதுண்டு.

✲ ✲ ✲

# 26) வழுதனங்காய் (கத்திரிக்காய்) தோரன்

## தேவையான பொருட்கள்:

நல்ல பெரிய இளசான குண்டு கத்திரிக்காய்

தேங்காய் – அரை மூடி துருவியது

கடுகு – முக்கால் ஸ்பூன்

காய்ந்த மிளகாய் – 2

பச்சை மிளகாய் – 3 அல்லது 4

கறிவேப்பிலை – ஒரு கொத்து

வெங்காயம் – மீடியம் சைஸ் 1 (வெங்காயம் தேவையில்லை என்பவர்கள் சேர்க்க வேண்டாம்)

மஞ்சள் தூள் - கால் ஸ்பூன்

பெருங்காயம் – சிறிதளவு

## செய்முறை:

கோஸை எப்படி கொத்தி கொத்தி பொடியாக வெட்டுவீர்களோ அதே மாதிரி இந்த குண்டு கத்திரிக்காயை குறுக்கும் நெடுக்குமாக மெலிதாக கத்தியால் நீளவாக்கில் வெட்டி அப்படியே சிறு சிறு துண்டுகளாக குறுக்குவாட்டில் சீவ ஒரேநேரத்தில் பல துண்டுகளாகி விழும். இப்படியே சிறிது சிறிதாக முழு கத்திரியையும் நறுக்கிக்கொள்ள வேண்டும். வெங்காயத்தையும் இதுபோல பொடியாக நறுக்கிக்கொள்ளவும். கத்திரிக்காயில் சிறிது உப்பும் மஞ்சள் தூளும் சேர்த்து கைகளால் அழுத்தி அவற்றைக் கலக்கவேண்டும். பத்து நிமிடம் இதை அப்படியே

வைத்தால் கத்திரிக்காய் நீர் விட்டுக்கொள்ளும். பின்னர் இந்த கத்திரிக்காயை சொட்டு நீர் கூட இல்லாமல் கையால் நன்கு பிழிந்து ஒரு தட்டில் எடுத்து வைத்துக் கொள்ளுங்கள்.

தேங்காய்த் துருவலையும் நான்காக நறுக்கிய பச்சை மிளகாயையும் மிக்சியில் போட்டு தண்ணீர் சேர்க்காமல் ரெண்டு திருப்பு திருப்பி சதைத்து வைத்துக்கொள்ளவும்.

வாணலியை அடுப்பிலேற்றி மூன்று ஸ்பூன் வெளிச்செண்ணெய் ஊற்றி, கடுகு போட்டு வெடித்ததும் மிளகாய், உளுந்து போட்டு சிவந்ததும், கறிவேப்பிலை சேர்த்து, நறுக்கி வைத்திருக்கும் வெங்காயத்தைப் போட்டு நன்கு சிவக்க வதக்கவும். பிறகு பிழிந்து வைத்திருக்கும் கத்திரிக்காயை அதில் சேர்க்க வேண்டும். அதை வதக்கிவிட்டு சிறிதுநேரம் மூடிவைக்க வேண்டும். தண்ணீர் சேர்க்கவே கூடாது. கத்திரிக்காய் பாதி வதங்கியதும், சதைத்து வைத்திருக்கும் தேங்காயை அதில் போட்டு கிளறிவிட்டு மீண்டும் மூடிவைக்கவும். தீ மிதமாக இருக்கவேண்டும். அடிபிடித்து விடாமல் பார்த்துக் கொள்ளுங்கள். பிறகு திறந்து பாருங்கள். கத்திரிக்காய் நன்கு வதங்கியிருக்கும். பிறகு திறந்து வைத்த நிலையில் ஒரு ஐந்து நிமிடம் அடி பிடித்துவிடாமல் கவனமாக வதக்குங்கள். பிறகு அடுப்பை அணைத்து விடலாம். இந்த கத்திரிக்காய் தோரனை வெறும் சாதத்தில் நெய் ஊற்றி பிசைந்து சாப்பிட்டாலும் சுவையாக இருக்கும்.

இதேபோல வெண்டைக்காய்களையும் இப்படியும் அப்படியுமாக நீளவாட்டில் நான்காகக் கீறி, பிறகு பொடியாக அரிந்தும் தோரன் செய்யலாம். வெண்டைக்காயில் செய்யும்போது தொடர்ந்து மூடக்கூடாது. அவ்வப்போது திறந்து வைத்தும் வதக்கினால்தான் அதன் பச்சை நிறம் மாறாமல் இருக்கும்.

✲ ✲ ✲

# 27) நேந்திரங்காய் தொலி தோரன்

அடுத்ததாக நேந்திரங்காய் தொலியில் தோரன் செய்வது எப்படியென்று பார்ப்போம். என்னது? தூக்கியெறிய வேண்டிய தோலில் தோரனா என்று திகைக்கவேண்டாம். நன்றாகச் செய்யலாம். அவ்வளவு அருமையாக இருக்கும். எங்கள் சேப்பாக்கம் அலுவலக வளாகத்தில் ஒரு சிப்ஸ் கடை இருந்தது.. அங்கே நேந்திரங்காய் சிப்ஸ் ஃபிரஷ்ஷாக போடுவார்கள். அவர்கள் காயிலிருந்து எடுத்த தொலியை ஒரு பக்கமாகக் குவித்து வைத்திருப்பார்கள். நான் கடைக்காரரிடம் கேட்டு ஐந்தாறு காயின் தொலியை எடுத்துக்கொண்டு வீட்டுக்கு வருவேன். மறுநாளைக்கு அந்த தொலிகளை கழுவி நீளவாக்கில் மெலிதாக நறுக்கி பின்னர் குறுக்குவாட்டில் பொடியாக நறுக்கி நீரில் போட்டு, மிளகாய், கடுகு, உடைத்த உளுந்து சேர்த்து தாளித்து நறுக்கி வைத்த நேந்திரங்காய் தோலைப் பிழிந்து போட்டு நன்கு வெந்ததும், தேங்காய், பச்சை மிளகாய், சீரகத்தை சதைத்து அதில் போட்டு கிளறி தோரன் செய்வேன். எந்தக் குழம்பு வைத்தாலும் இதைத் தொட்டுக்கொள்ளலாம். லேசான துவர்ப்புச் சுவையோடு உப்பும் காரமும், தேங்காயின் வாசமும் சேர்ந்து அப்படியொரு சுவையைத் தரும் நாவுக்கு.

✲ ✲ ✲

# 28) மெழுக்குபெரட்டி: அல்லது மெழுக்குவரட்டி

கத்திரிக்காய், வாழைக்காய், சேனை, காராமணி (பயத்தங்காய்), பீன்ஸ், கூர்க்கங்கிழங்கு, வெண்டைக்காய் என எந்தக் காய்களில் வேண்டுமானாலும் இதைச் செய்யலாம். இரண்டு மூன்று காய்களை ஒன்றாகச் சேர்த்தும் செய்யலாம். பாலக்காட்டில் மேழுக்குவரட்டி செய்யும்போது பெரும்பாலும் பலாக் கொட்டைகளையும் வேகவைத்து இதனோடு சேர்த்துக் கொள்வார்கள். எங்கள் குலதெய்வக் கோவிலிருக்கும் காவச்சேரி கிராமத்தில் தள்ளுவண்டியில் வைத்து வழுதனங்காய்கள் (கத்திரிக்காய்) விற்பார்கள். இளம் பச்சை நிறத்தில் ஒவ்வொரு கத்திரிக்காயும் ஒரு முழ நீளத்திற்கு இருக்கும். நறுக்கினால் விதையே இல்லாமல் வெண்ணை மாதிரி இருக்கும். இது கண்ணில்பட்டால் கண்டிப்பாக இரண்டு மூன்று கிலோவாவது நாங்கள் வாங்கி வந்து விடுவோம். இதில் மெழுக்குபெரட்டி செய்தால் இன்னும் இன்னும் என்று கேட்கும் வயிறு. கத்திரிக்காய் உடலுக்கு மிகவும் நல்லது. இன்சுலின் குறைபாடுள்ள டயபடீஸ்காரர்கள் தைரியமாக உண்ணலாம். எதுவாக இருந்தாலும் செய்முறை ஒன்றுதான். காய்கள் மட்டும் உங்கள் சாய்ஸ்.

இனி இதை எப்படி செய்வதெனப் பார்ப்போம்.

## தேவையான பொருள்கள்

சேனை, வாழைக்காய், பலாக்கொட்டை இவற்றைக் கொண்டு செய்வோம்.

சேனை – கால் கிலோ

வாழைக்காய் – 1

பலாக்கொட்டை – 10

## செய்முறை:

பலாக் கொட்டைகளை லேசாக உடைத்தால் அதன் மேல் தோல் கழன்று வந்து விடும். உள்ளிருக்கும் கொட்டைகளை நன்கு அலம்பி. அவற்றை ஒன்றும் பாதியுமாய் நசுக்கியெடுத்துக் கொள்ளவேண்டும்..

சாதத்திற்கு குக்கரில் அரிசி வைக்கும்போது அதன் மேலே ஒரு தட்டு வைத்து இந்த பலாக் கொட்டைகளையும் வைத்து, மூன்று நான்கு விசில் வந்ததும் அடுப்பை அணைத்துவிடலாம்.

சேனை மற்றும் வாழைக்காயை தோல் நீக்கி சதுரத் துண்டுகளாக்கி தனியே கொஞ்சம் மஞ்சள் தூள் சேர்த்து வேக வைத்துக்கொள்ளவும். பிறகு வாணலியில் மூன்று ஸ்பூன் வெளிச்செண்ணெய் சேர்த்து அதில் ஒரே ஒரு காய்ந்த மிளகாய், கடுகு, உடைத்த உளுந்து, கொஞ்சம் கறிவேப்பிலை, ஒரு சிட்டிகை பெருங்காயம் சேர்த்து தாளித்து அதில் வேகவைத்த சேனை, வாழைக்காய் சேர்த்து, மேலே இன்னும் இரண்டு ஸ்பூன் வெளிச்செண்ணெய் விட்டு மொறுமொறுப்பாகும் வரை கிளறி பின்னர் அதனோடு நசுக்கி வைத்திருக்கும் வெந்த பலாக்கொட்டைகளையும் சேர்த்து கிளறவும். வாசனையான மெழுக்குபெரட்டி ரெடி. என் அத்தை இதற்கு தாளிக்கமாட்டாள், அப்படியே வெளிச்செண்ணெயில் கறிவேப்பிலையும் காயும் போட்டு பிரட்டியெடுப்பாள். அது ஒருவித டேஸ்ட்டாக இருக்கும். எல்லோருக்கும் அது பிடிக்காது என்பதால் சிலர் இதில் ஒரே ஒரு காய்ந்த மிளகாயும், கடுகு, உளுந்தும் போட்டு தாளிப்பார்கள். தாளிக்கும் போதும் ரெண்டு சிட்டிகை மஞ்சள் தூள் போட்டால் நல்ல வாசனை கிடைக்கும். பொதுவாக் மெழுக்குபெரட்டி என்றால் லேசாக ரோஸ்ட் ஆகவேண்டும். ரோஸ்ட் வேண்டாம் என்பவர்கள் வெந்த காய்களைப் போட்டு

பிரட்டியதுமே அடுப்பை அணைத்துவிடலாம். எந்த வகையான குழம்புக்கும் தொட்டு சாப்பிடலாம் இதை. வெறும் ரசம் மட்டும் வைத்தால்கூட இதைத் தொட்டு சாப்பிட சுவையாக இருக்கும். அரிசிக் கஞ்சியோ, ராகி கஞ்சியோ அதற்கும்கூட இதைத் தொட்டுக் கொள்ளலாம்.

✲ ✲ ✲

# 29) வாழைத்தண்டு பொடுத்துவல்

## தேவையானவை

இளசான வாழைத்தண்டு – ஒரு முழ நீளம்

தேங்காய் – அரை மூடி (துருவிக் கொள்ளவும்)

பச்சை மிளகாய் – ஒன்று அல்லது இரண்டு

கறிவேப்பிலை – ஒரு கொத்து

கடுகு – முக்கால் ஸ்பூன்

மிளகாய் – 1

உளுத்தம் பருப்பு – ஒரு ஸ்பூன்

## செய்முறை:

ஒரு டேபிள் ஸ்பூன் அரிசி, இரண்டு டேபிள் ஸ்பூன் கடலைப் பருப்பு, அரை ஸ்பூன் வெந்தயம் இவற்றை வறுத்து பொடித்து வைத்துக் கொள்ளவும்.

வாழைத்தண்டை பொடியாக நறுக்கி, உப்பும் சிறிது மோரும் சேர்த்த தண்ணீரில் போட்டு அதனுள் அப்பக் குத்தியால் வட்டமாகச் சுற்றினால் அதிலுள்ள நார், அப்பக் குத்தியில் வந்துவிடும். பிறகு அடுப்பில் வாணலியை ஏற்றி இரண்டு ஸ்பூன் வெளிச்செண்ணெய் விட்டு கடுகு போட்டு வெடித்ததும், மிளகாய், உளுத்தம்பருப்பு, கறிவேப்பிலை இவற்றையும் போட்டு அதோடு சிறிது மஞ்சள் தூளும் சேர்த்தபிறகு வாழைத்தண்டை வடிகட்டி அதில் சேர்த்து வதக்கிவிட்டு தேவையான உப்பும், கால் ஸ்பூன் சர்க்கரையும் சேர்க்க வேண்டும். பச்சைக் காய்கள்

எதுவானாலும் அது வேகும்போது ஒரு சிட்டிகை சர்க்கரை சேர்த்தால் அதன் சத்தும் நிறமும் போகாது என்று சொல்லுவாள் என் அம்மா. வாழைத்தண்டு வேகும் நேரத்தில் மிக்சியில், துருவி வைத்த தேங்காய், ஒரு பச்சை மிளகாய் இவற்றைப் போட்டு நீர் விடாது நாலு திருப்பு திருப்பி சதைத்துக் கொள்ளவேண்டும். வாழைத்தண்டு வெந்ததும் இந்த தேங்காய்க் கலவையை அதில் போட்டு, அதனோடு ஓட்டப் பிழிந்து வைத்திருக்கும் வெந்த துவரம் பருப்பையும் ஒரு கைப்பிடி போட்டு, கடைசியாக நாம் பொடித்து வைத்திருக்கும், அரிசி, கடலைப்பருப்பு, வெந்தயப் பொடியையும் அதில் ஒரு ஸ்பூன் தூவி, எல்லாவற்றையும் நன்கு கிளறிவிட வேண்டும். வாழைத்தண்டு பொடுத்துவல் ரெடி. வாழைத்தண்டு உடம்புக்கு எவ்வளவு நல்லதென்று எல்லோருக்கும் தெரியும். இதன் நார்ச்சத்து உடம்பின் சர்க்கரையைக் கட்டுப்பாட்டில் வைக்கும். சிறுநீரகக் கற்களைக் கரைக்கும். தேவையற்ற கொழுப்புகளைக் கரைக்கும். உடல் எடை போடாது. இப்படி நிறைய நன்மைகளைத் தரும் வாழைத்தண்டை வாரத்தில் இரண்டு அல்லது மூன்று நாட்கள் சேர்த்துக்கொள்வது மிகவும் நல்லது. பொரியலாகத்தான் செய்ய வேண்டுமென்பதில்லை. மொளகூட்டல் செய்தும் சாப்பிடலாம். பச்சடி செய்யலாம், சூப் வைத்தும் சாப்பிடலாம். உங்கள் விருப்பம்.

கீரை வகைகளைக் கூட இப்படி பொடியாக நறுக்கி மேற்கூறியபடி பொடுத்துவல் செய்யலாம். கீரையின் சத்தும் உடலுக்கு முக்கியம்.

✲ ✲ ✲

# 30) வாழைக்காய் பொடிமாஸ்

## தேவையான பொருட்கள்:

நேந்திரங்காய் அல்லது வாழைக்காய் – 2

துருவிய தேங்காய் – ஒரு கோப்பை

பச்சை மிளகாய் – சிறியது – 2

கறிவேப்பிலை – ஒரு கொத்து

உப்பு – தேவையான அளவு

பெருங்காயத் தூள் – சிறிது

தாளிக்க கடுகு – ஒரு ஸ்பூன்

உடைத்த உளுந்து – ஒரு ஸ்பூன்

காய்ந்த மிளகாய் – 1

வெளிச்செண்ணெய் – இரண்டு டீஸ்பூன்

## செய்முறை:

நேந்திரங்காய் அல்லது வாழைக்காயை குக்கரில் காம்பை மட்டும் நறுக்கி விட்டு தோலோடு முழுதாக நீர் விட்டு அதில் வைத்து இரண்டு விசில் வரும்வரை வேக விடவும்.

தேங்காய்த் துருவலை மிக்சியிலிட்டு அதனுடன் பச்சை மிளகாய் இரண்டு கறிவேப்பிலை போட்டு தண்ணீர் விடாமல் இரண்டு திருப்பு திருப்பி உதிர் உதிராக சதைத்துக் கொள்ள வேண்டும்.

குக்கரில் வெந்திருக்கும் வாழைக்காய்களை எடுத்து தோலை உரித்தால் சுலபமாக உரிந்து விடும். பிறகு சீவல் கட்டையில் அதனை தேய்த்து துருவினால் பூப்பூவாக விழும்.

வாணலியில் வெளிச்செண்ணெய் விட்டு சுட்டதும். கடுகு, உளுந்து, மிளகாய், கறிவேப்பிலை சேர்த்து தாளித்து அதில் இந்த வாழைக்காய் துருவி வைத்திருப்பதை சேர்த்து அதனோடு வேண்டிய உப்பும் சேர்த்து நன்கு கிளறிக் கொடுக்க வேண்டும். பிறகு சதைத்து வைத்திருக்கும் தேங்காயை அதன் மீது தூவி நன்கு கிளறவேண்டும். வெள்ளையாக இருக்க வேண்டுமென்று விரும்புகிறவர்கள் மஞ்சள் தூள் சேர்க்கவேண்டாம். விரும்புகிறவர்கள் தாளிக்கும்போதே சிறிது மஞ்சள் தூள் சேர்த்துக் கொள்ளலாம். சுவையான பொடிமாஸ் ரெடி.

மற்றொரு வித்யாசமான பொடிமாஸும் பார்த்துவிடுவோம்.

✵ ✵ ✵

# 31) சக்கைக் கொட்டை பொடிமாஸ்

பாயசத்திற்கோ அல்லது சக்கை வரட்டி செய்யவோ சக்கை வாங்கும் போது வீட்டில் சக்கைக் கொட்டைகள் நிறைய சேர்ந்து விடும். அதை வைத்தும் ஒரு சுவையான பொடிமாஸ் செய்யலாம்.

## தேவையானவை:

பலாக் கொட்டைகள் – ஒரு கோப்பை (இருபத்தி ஐந்து எண்ணிக்கையாவது இருக்கட்டும்.

தேங்காய் துருவியது – ஒரு கோப்பை

பச்சை மிளகாய் – இரண்டு (பொடியாக நறுக்கிக் கொள்ளவும்)

கறிவேப்பிலை – ஒரு கொத்து

உப்பு தேவையான அளவு

தாளிக்க, கடுகு, உடைத்த உளுந்து

வெளிச்செண்ணெய் – ஒரு டேபிள் ஸ்பூன்

## செய்முறை:

சாக்கைக் கொட்டைகளை ஒரு கல்லால் லேசாக உடைத்தால் மேல் தோல் தனியே வந்து விடும். தோல் நீக்கிய கொட்டைகளை கொஞ்சம் நீர் விட்டு குக்கரில் சாதமும் பருப்பும் வைக்கும் போதே மேலே ஒரு தட்டில் வைத்து வேக வைக்கவும்.

வெந்த கொட்டைகளை வெளியில் எடுத்து ஒன்றும் பாதியுமாக மசித்துக் கொள்ளவும்

ஒரு வாணலியை அடுப்பில் வைத்து வெளிச்செண்ணெய் விட்டு, கடுகு, உளுத்தம்பருப்பு, நறுக்கிய பச்சை மிளகாய்,

கறிவேப்பிலை இவற்றைத் தாளித்து மசித்து வைத்திருக்கும் பலாக் கொட்டைகளை சேர்த்து வேண்டிய உப்பும் சேர்த்து நன்கு கிளறி விடவும். பிறகு தேங்காய்த் துருவலையும் சேர்த்து கிளறவும்.

* ——— *

# 7

**கூ**ட்டான் வகைகள் : **(குழம்பு வகைகள் என்றும் பொருள் கொள்ளலாம்)**

பாலக்காட்டைச் சேர்ந்த ஒரு தோழியின் இல்லத்திற்கு திருச்சியைச் சேர்ந்த தோழி ஒருத்தி விருந்துண்ணச் சென்றாள். இலையில் ஒவ்வொரு ஐட்டமாக பரிமாறப்பட்டன. சாதம் போட்டு சற்றுநேரம்வரை சாம்பார் வரவில்லை. பந்தி விசாரித்துக் கொண்டிருந்த பாலக்காட்டு மாமி ஒருவரிடம் திருச்சி பெண் சாம்பார் குத்துங்கோ மாமி என்றாள். பதிலுக்கு மாமி, ஏஏ….! சாம்பாரைக் குத்தினா தெறிக்கும்டி கோந்தை என்று சொல்லிவிட்டு நகர்ந்தாள். மாமி வாய் ஓயாமால் பேசியபடியே எல்லோரையும் விசாரித்துக் கொண்டிருந்தாள். ஒரு வழியாக சாம்பார் வந்தது. “தா இங்க சாம்பார் விளம்பணும்ட்டேளா” என்றாள் மாமி. நீங்கதான் விளம்பிண்டே இருக்கேளே. அதுக்கே எங்க காது வலிக்கறது. இன்னும் சாம்பார் வேற விளம்பணுமாக்கம் என்று திருச்சி பெண் அடித்த கமென்ட்டில் அவளது திருச்சி தோழிகள் கொல்லென்று சிரிக்க, மாமி புரியாமல் “தா…மோர்க் கூட்டான் வேணுமா?” என்றாள். மாமி நா மோர் கூட்டுவேன் என்றாள்

அந்தப் பெண். ஒருவர் உப்பேரி வேணுமா உப்பேரி என்றபடி ஒரு பெரிய பேசினில் எதையோ கொண்டு வந்து ஒவ்வொரு இலையாகப் போட்டுக் கொண்டிருந்தார். ஏண்டி உப்பை என்னத்துக்கு எறியச் சொல்றார் மாமா? என்று வியந்தது திருச்சி

இங்கே தமிழில் சாம்பார் ஊற்றுங்கோ என்பதை குத்துங்கோ என்று அந்தப் பெண் சொல்கிறாள். மலையாளத்தில் பரிமாறுவதை விளம்புவது என்பார்கள். தமிழில் விளம்புவது என்றால் சொல்வது என்று அர்த்தம். கூட்டான் என்றால் அங்கே குழம்பு. கூட்டான் என்றால் கூட்டாதவர் என்று திருச்சிப் பெண் அர்த்தம் செய்துகொண்டு, நான் கூட்டுவேன் என்றாள். உப்பேரி என்பது சிப்ஸ். இப்படித்தான் பல தலையாள வார்த்தைகள் புரியாமல் பாலக்காட்டு பிராமணர்களைத் திருமணம் செய்துகொள்ளும் தமிழ்ப்பெண்கள் விழிப்பார்கள். திருமண நிகழ்ச்சி ஒன்றிற்கு சென்றுவிட்டு வீடு திரும்பிய மாட்டுப்பெண் போனில் யாரிடமோ பேசிக்கொண்டிருக்க, மாமியார்க்காரி அவளிடம், புடவையும் நகையும் அழிச்சுட்டு பேசறதுதானே என்று சொல்ல, அந்தப் பெண் ஆரம்பத்தில் திருதிருவென விழித்ததாக என்னிடம் சொல்லி சிரித்திருக்கிறாள். அவிழ்த்து வைப்பது என்பதை அங்கே அழிச்சு வை என்பார்கள். பதுக்கே என்றால் மெல்ல என்று அர்த்தம். மனசிலாச்சோ என்றால் புரிந்ததா என்று அர்த்தம். பேடி என்றால் பயம். இப்படி பல சொல்லிக்கொண்டே போகலாம். இனி மோர்க்கூட்டான் செய்வது எப்படியெனப் பார்ப்போம்.

✱ ✱ ✱

# 32) மோர்க்கூட்டான்

## தேவையானவை:

கெட்டித் தயிர் - அரை லிட்டர் (மிக்சியில் போட்டு நன்கு அடித்துக் கொள்ளவும்)

எளவன் (வெள்ளிப் பூசணி) அல்லது, சேப்பங்கிழங்கு, அல்லது வெண்டைக்காய், அல்லது வெள்ளரிக்காய் (எந்தக் காய் என்பது உங்கள் சாய்ஸ்)

தேங்காய் அரை மூடி துருவியது

கறிவேப்பிலை

மஞ்சள் தூள் – முக்கால் ஸ்பூன்

பச்சை மிளகாய் – 3

வரமிளகாய் – 2 அல்லது 3

மிளகு – 4 (பிடிக்காதவர்கள் விட்டுவிடலாம்)

கடுகு

வெந்தயம் – கால் ஸ்பூன்

அல்லது வெந்தயம் வறுத்துப் பொடித்ததே இருந்தால் – கால் ஸ்பூன்

பெருங்காயம் – கால் ஸ்பூன்

## செய்முறை:

நீங்கள் எந்த காய் உபயோகிக்கப் போகிறீர்கள் என்பதைத் தீர்மானித்துக் கொள்ளுங்கள். சேப்பங்கிழங்கு என்றால் அதை முதலிலேயே குக்கரில் வேகவைத்து உரித்து தயாராக

வைத்துக்கொள்ளவும். இதர காய்கள் என்றால் அவற்றை கழுவி நறுக்கி ஒரு கச்சட்டியில் நீர் விட்டு, நறுக்கி வைத்திருக்கும் காயைப் போட்டு அதில் உப்பும், மஞ்சள் தூளும் சேர்த்து நன்கு வேகவிடவேண்டும். வெறும் கச்சட்டியை எப்போதும் அடுப்பில் வைக்கக்கூடாது. வெடித்து உடைந்துவிடும். கச்சட்டியில் செய்தால் தனியொரு மணம் கிட்டும். கச்சட்டி இல்லாதவர்கள் வாணலியில் செய்து கொள்ளலாம்.

கடைந்து வைத்திருக்கும் தயிரில் ஒரு ஸ்பூன் அரிசிமாவை போட்டு நன்கு கலந்து வைக்கவும். இதனால் தயிர் கொதிக்கும்போது நீர்த்து திரியாமல் கெட்டியாகவே இருக்கும்.

மிக்சியில், துருவிய தேங்காய், பச்சை மிளகாய், இரண்டு, காய்ந்த மிளகாய் ஒன்று, கறிவேப்பிலை ஒரு கொத்து, விருப்பப்பட்டால் ஐந்து மிளகு இவற்றைப் போட்டு சிறிது நீர் விட்டு நைசாக அரைத்துக் கொள்ள வேண்டும்.

காய் வெந்ததும், அதில் கடைந்து வைத்திருக்கும் தயிரை விட்டு, அரைத்து வைத்த தேங்காய் இவற்றை சேர்த்து நன்கு கலக்கவும். வறுத்துப் பொடித்த வெந்தயத்தையும் ஒரு கால் ஸ்பூன் சேர்க்கலாம். இந்த கலவையை கொதிக்கவிடவும். இது கொதித்து நுரைத்துப் பொங்கும்போது அடுப்பை அணைத்துவிடலாம். உப்பு, காரம் சரியாக இருக்கிறதா என்று பார்த்துக் கொள்ளவும். காரம் போதவில்லையெனில் தாளிக்கும்போது ஒரு பச்சை மிளகாயைக் கீறிப்போட்டு வதக்கிக் சேர்க்கலாம். கடைசியாக தாளிப்புக் கரண்டியில் ஒரு ஸ்பூன் வெளிச்செண்ணெய், ஒரு ஸ்பூன் நெய் விட்டு, கடுகு, வெந்தயம், ஒரு மிளகாய், காரம் தேவைப்பட்டால் கீறிய பச்சை மிளகாய் ஒன்று, பெருங்காயப் பொடி கால் ஸ்பூன் மஞ்சள் பொடி, கறிவேப்பிலை இவற்றை போட்டு தாளித்து குழம்பின் மீது கொட்டினால் சுவையான மோர்க் கூட்டான் ரெடி.

என் அம்மா மோர்க் கூட்டான் செய்கிற அன்று, கொஞ்சம் கூடுதலாகவே செய்து விடுவாள். ஏனெனில் அன்றிரவு

டிபனுக்கு சேவை செய்து விட்டால் அதற்குத் தொட்டுக்கொள்ள இந்த மோர்க் கூட்டான் பெஸ்ட் காம்பினேஷனாக இருக்கும். பப்படமும் பொரித்துக் கொள்ளலாம். பாலக்காட்டுக்காரர்கள் பலர் சேவைக்கு உருளைக்கிழங்கு மசால் தொட்டு சாப்பிடுவதுண்டு.

* * *

# 33) அரைத்துவிட்ட சாம்பார்

எங்கள் உறவினர் வீட்டுத் திருமணம் ஒன்றிற்குச் சென்றிருந்தேன். முகூர்த்தம் முடிந்து சாப்பிட உட்கார்ந்தபோது என்னருகே ஒரு கல்லூரிப் பெண் வந்தமர்ந்தாள். மணப்பெண் அல்லது மாப்பிள்ளையின் அலுவலகத் தோழியாக இருக்கலாம். நல்ல பாலக்காட்டு சத்யதான் அன்று சமைக்கப்பட்டிருந்தது. பால் பாயசம், பச்சடி, கிச்சடி, ஓலன், காளன், அவியல், பொடுத்துவல், பப்படம், ஊறுகாய், நேந்திராங்காய் உப்பேரி, புளி இஞ்சி என்று பரிமாறிய பிறகு சாதம் பருப்பு, நெய் அதன் பின்னர் அரைத்துவிட்ட சாம்பார் விளம்பப்பட்டது. எல்லாவிதமான காயும் அதில் மிதந்து கொண்டிருந்தது. சாம்பார் பரிமாறியவர் எல்லோரிடமும் சாம்பார் ஊற்றியபடியே கஷ்ணம் போடட்டுமா என்று பாலக்காட்டு ஸ்லாங்கில் கேட்டுக்கொண்டே பரிமாறினார். கன்னடக்காரர வீட்டு கல்யாணங்களில் போதுமா வேண்டுமா என்பதை கன்னடத்தில் சாக்கா பேக்கா என்று கேட்டால் சாக்குல கொஞ்சம், பேக்குல கொஞ்சம் என்றாராம் சாப்பிட்டுக்கொண்டிருந்த ஒருவர். அதேபோல இவர் கஷ்ணம் வேணுமா என்று கேட்டதும், என்னருகில் உட்கார்ந்திருந்த பெண், இருக்கற கஷ்டமெல்லாம் போதும் மாமா, வேணாம் என்று சொல்ல எனக்கு சிரித்து சிரித்து புறைக்கேறியது. நான் அவளிடம் கஷ்ணம் என்றால் குழம்பில் போட்டிருக்கும் தான்கள் என்றேன். இப்போது அவள் சிரித்தாள். இந்த அரைத்துவிட்ட சாம்பார் ரெசிப்பி எழுதும்போது எனக்கு இந்த சம்பவம் நினைவுக்கு வருகிறது. சிரித்துக் கொண்டேதான் இதை எழுதுகிறேன்..

## இதற்குத் தேவையான காய்கள்:

(வெறும் சாம்பார் வெங்காயத்திலும் இதைச் செய்யலாம். அல்லது இரண்டு மூன்று காய்கள் சேர்த்தும் செய்யலாம்)

குடை மிளகாய் – 1 சிறியது

கத்திரிக்காய் – 2 மீடியம் சைஸ்

மத்தன் – நறுக்கிய ஐந்தாறு சிறிய துண்டுகள்.

சின்ன வெங்காயம் – 150 gm

## இதர பொருட்கள்:

துவரம் பருப்பு – அரை ஆழாக்கு

புளி – எலுமிச்சை அளவு

காய்ந்த மிளகாய் – 6

பச்சை மிளகாய் – 2

தனியா – இரண்டு டீஸ்பூன்

கடலை பருப்பு – இரண்டு டீஸ்பூன்

வெந்தயம்- அரை ஸ்பூன்

பெருங்காயம் – கட்டி என்றால் ஒரு சுண்டைக்காய் அளவு

தேங்காய் – அரை மூடி துருவியது.

மஞ்சள் தூள் – முக்கால் ஸ்பூன்

வெல்லம் - ஒரு சிறு கட்டி

கறிவேப்பிலை – நான்கைந்து கொத்து

தாளிக்க ஒரு ஸ்பூன் கடுகு, வெந்தயம், இரண்டு காய்ந்த மிளகாய்., ஒரு டேபிள் ஸ்பூன் வெளிச்செண்ணெய்

## செய்முறை:

குக்கரில், துவரம்பருப்பை கழுவி நீர் விட்டு குழைய வேக வைத்துக்கொள்ளவும்.

புளியை இரண்டு மூன்று முறை ஓட்டக் கரைத்து வைத்துக்கொள்ளவும்.

சாம்பார் வெங்காயத்தை உரித்து வைத்துக்கொள்ளவும்.

வாணலியில்

எண்ணெய் விட்டு முதலில் சாம்பார் வெங்காயத்தைப் போட்டு சிவக்க வதக்க வேண்டும். அதிலிருந்து நான்கைந்து வெங்காயத்தைத் தனியே எடுத்து வைத்துக்கொள்ளுங்கள். பிறகு மற்ற காய்கள் அனைத்தையும் அதோடு சேர்த்து லேசாக வதக்கிய பிறகு புளித்தண்ணீரை அதில் விட்டு, மஞ்சள் தூளும், உப்பும் சேர்க்கவேண்டும். சிறிய வெல்லக் கட்டியும் போட்டு கொதிக்க விடலாம்.

ஒரு வாணலியில் சிறிது எண்ணெய் விட்டு, கட்டிப் பெருங்காயம், காய்ந்த மிளகாய், தனியா, கடலைப்பருப்பு வெந்தயம், கறிவேப்பிலை இரண்டு அல்லது மூன்று கொத்து உருவிப் போட்டு நன்கு சிவக்க வறுத்து அதை இறக்கி வைக்கும் நிலையில் அதில் துருவிய தேங்காயைப் போட்டு லேசாக ஒரு பிரட்டு பிரட்டிவிட்டு அடுப்பை அணைத்துவிடவும். பிறகு இதை மிக்சியில் போட்டு, பச்சைமிளகாய், ஏற்கனவே வதக்கி தனியே எடுத்து வைத்த வெங்காயத்தையும் சேர்த்து. நீர் விட்டு நைசாக அரைத்து எடுத்துக்கொள்ளவும். (பச்சை மிளகாய் அரைத்து விட்டால் குழம்புக்கு நல்ல பொன்னிறம் கிடைக்கும்.)

புளித்தண்ணீரின் பச்சை வாசனை நீங்கி காய்கள் வெந்திருக்கிறதா என்று பார்த்து, நான்றாக வெந்த பிறகு முதலில் பருப்பைக் கடைந்து அதில் விடவேண்டும். உடனே அரைத்து வைத்திருக்கும் தேங்காய் கலவையையும் அதில் சேர்க்கவும். பருப்பு பாத்திரத்திலும் தேங்காய் அரைத்த மிக்சியிலும் கொஞ்சம் நீர் விட்டு நன்கு அலம்பி அதையும் குழம்பில் சேர்க்கவும். குழம்பு பொன்னிற நுரையோடு நன்கு கொதிக்கட்டும். பின்னர் தாளிப்பு கரண்டியில் ஒரு ஸ்பூன் வெளிச்செண்ணெய், ஒரு ஸ்பூன் நெய் விட்டு கடுகு போட்டு பொரிந்ததும், வெந்தயமும்,

காய்ந்த மிளகாயும், ஒரு கொத்து கறிவேப்பிலையும் போட்டு வெடிக்கவிட்டு குழம்பில் கொட்டிவிடவும். ஒருவேளை கட்டிப் பெருங்காயம் வைத்து அரைக்காவிட்டால் தாளிக்கும்போது பெருங்காயப்பொடி சேர்த்துக்கொள்ளலாம். நல்ல நிறம் கிடைக்க தாளிக்கும்போதும் சிறிது மஞ்சள்தூள் சேர்த்து தாளிக்கலாம். உருளைக்கிழங்கு காரக்கறியும், பப்படமும் இதற்குத் தொட்டுக்கொள்ள நன்றாக இருக்கும். சாதத்தில் நெய் ஊற்றி அதுவும் வாசனையான புழுங்கலரிசி சாதம் என்றால் குழம்புவிட்டு சாப்பிடும்போது வாசனை இன்னும் அள்ளும்.

✲ ✲ ✲

# 34) வறுத்தரைச்ச குழம்பு

இதற்கு பருப்பு தேவையில்லை. முருங்கை, குடமிளகாய், மத்தன், வெண்டைக்காய் என எந்தக் காய் வேண்டுமானாலும் போட்டு செய்யலாம். அல்லது ஏதேனும் வற்றல்கள் கொண்டும் செய்யலாம்.

## தேவையானவை

ஏதேனும் ஒன்று அல்லது இரண்டு காய்கள் சதுரத் துண்டுகளாக நறுக்கிக் கொள்ளவும் சாம்பார் வெங்காயம் மட்டும்கூட வதக்கியும் செய்யலாம்.

புளி – ஒரு பெரிய நெல்லிக்காய் அளவு.

மஞ்சள் தூள் - முக்கால் ஸ்பூன்

பெருங்காயத் தூள் அல்லது கட்டிப் பெருங்காயம் சிறிது

காய்ந்த மிளகாய் – 5

பச்சை மிளகாய் – 1

தனியா – மூன்று டீஸ்பூன்

கடலைப்பருப்பு – இரண்டு டீஸ்பூன்

வெந்தயம் – கால் ஸ்பூன்

வெல்லம் சிறிதளவு

கறிவேப்பிலை – இரண்டு கொத்து

## செய்முறை:

காய்களை லேசாக வதக்கி கரைத்து வைத்திருக்கும் புளித்தண்ணீர் சேர்க்கவும். மஞ்சள் பொடியும், உப்பும், வெல்லமும் சேர்த்து நன்கு கொதிக்க விடவும்.

வாணலியில் கொஞ்சம் எண்ணெய் விட்டு, கட்டிப் பெருங்காயம் மிளகாய், தனியா, கடலைப் பருப்பு, வெந்தயம், கறிவேப்பிலை இவற்றைப் போட்டு சிவக்க வறுத்துக் கொண்டு அடுப்பை அணைத்து தேங்காய்த் துருவலை அதில் போட்டு இரண்டு பிரட்டு பிரட்டிக் கொள்ளவும். வெங்காயம் பிடிப்பவர்கள் இதில் நான்கு சாம்பார் வெங்காயமும், ஒரு பச்சை மிளகாயும் தனியே வதக்கி சேர்த்து நைசாக அரைக்கலாம். குழம்பு வாசனையாக இருக்கும். வெங்காயம் சேர்க்காதவர்கள் விட்டு விடலாம்.

கொதிக்கும் குழம்பின் பச்சை வாசனை நீங்கி, காய்கள் வெந்திருப்பதை உறுதி செய்துகொண்டபின் அரைத்து வைத்திருப்பதை சேர்த்து நன்கு கலந்து நுரைத்துப் பொங்கும்வரை கொதிக்கவிடவும். தாளிப்பு கரண்டியில் வெளிச்செண்ணெய் இரண்டு ஸ்பூன் ஊற்றி, கடுகு போட்டு வெடித்ததும், இரண்டு காய்ந்த மிளகாய், சிறிது வெந்தயம் சேர்த்து இறுதியில் கறிவேப்பிலையும் உருவிப் போட்டு குழம்பில் சேர்த்து விடவும். பருப்பு சேர்க்காமல் செய்யும் இதை வறுத்தரைத்த வத்தக்குழம்பு என்றும் கூறலாம். இதற்கு சுட்ட அப்பளம், அல்லது பொரித்த பப்படம், பருப்புசிலி இதெல்லாம் தொட்டு சாப்பிட நன்றாக இருக்கும். வற்றல் வைத்து செய்யும் பட்சத்தில் கடைசியாக தாளிப்போடு வற்றலையும் எண்ணெயில் பொரித்து குழம்பில் சேர்க்க வேண்டும்.

✲ ✲ ✲

# 35) மாங்கா கூட்டான்

## தேவையான பொருட்கள்:

கிளிமூக்கு மாங்காய் – 1 (பழுத்தும் பழுக்காமலும் லேசான மஞ்சள் கலரில் இருந்தால் நன்றாக இருக்கும்.)

தேங்காய் – அரை மூடி துருவியது

திக்கான மோர் – இரண்டு குழிக்கரண்டி

காய்ந்த மிளகாய் – 5

வெந்தயம் கால் ஸ்பூன்

கட்டிப் பெருங்காயம் – சுண்டைக்காய் அளவு அல்லது பெருங்காயத் தூள் அரை ஸ்பூன்

கறிவேப்பிலை இரண்டு கொத்து

வெல்லம் - சிறிய துண்டு

மஞ்சள் தூள் – முக்கால் ஸ்பூன்

உப்பு – தேவையான அளவு

தாளிக்க கடுகு – ஒரு ஸ்பூன்

வரமிளகாய் – 2

கறிவேப்பிலை – ஒரு கொத்து

வெளிச்செண்ணெய் – இரண்டு டீஸ்பூன்

## செய்முறை:

மாங்காயை பெரிய துண்டுகளாக நறுக்கிக் கொள்ளவும். ஒரு வாணலியில் அரை ஸ்பூன் எண்ணெய் ஊற்றி லேசாக

மாங்காயைப் பிரட்டிவிட்டு இரண்டு கிளாஸ் தண்ணீர் சேர்க்கவும். அதில் உப்பு, மஞ்சள்பொடி, சிறு துண்டு வெல்லம் இவற்றையும் சேர்த்து மூடிவைக்கவும். நன்கு கொதித்து மாங்காய் வேகட்டும்.

அதற்குள் மற்றொரு வாணலியில் எண்ணெய் சிறிது விட்டு காய்ந்த மிளகாய், வெந்தயம் இரண்டையும் சிவக்க வறுத்துக்கொள்ள வேண்டும். இவற்றோடு கட்டிப் பெருங்காயம், கறிவேப்பிலையும் வறுத்துக்கொண்டு பிறகு மிக்சியில் தேங்காய்த் துருவல், வறுத்த மிளகாய், வெந்தயம், பெருங்காயம், கறிவேப்பிலை எல்லாவற்றையும் போட்டு நீர் விட்டு நன்கு நைசாக அரைத்துக்கொள்ள வேண்டும்.

கொதிக்கும் நீரில் உள்ள மாங்காய் வெந்திருகிறதா என்று பார்க்கவும். நன்றாக வெந்திருப்பதை உறுதி செய்து கொண்டு இந்த அரைத்த தேங்காயை அதில் சேர்த்து கொஞ்சம் நீர் ஊற்றி மிக்சி ஜாரை அலம்பிவிட்டு நன்கு கலந்துவிடவும்.. கடைசியாக இரண்டு கரண்டி திக்கான மோரும் சேர்க்கவும். கூட்டான் நன்கு கொதித்தபின் அடுப்பை அணைத்து விடலாம்.

தாளிப்பு கரண்டியில் வெளிச்செண்ணெய் இரண்டு ஸ்பூன் ஊற்றி, கடுகு, இரண்டு மிளகாய், கறிவேப்பிலை இவற்றைத் தாளித்து அதில் சேர்க்கவும். இதற்கு தொட்டுக்கொள்ள, பொரித்த பப்படமும், ஏதேனும் மெழுக்குபெரட்டியோ செய்து கொள்ளலாம். தோசை, இட்லி, உப்புமா என அனைத்து சிற்றுண்டிகளுக்கும் தொட்டுக்கொள்ளலாம் இதை.

✵ ✵ ✵

# 36) பாகற்காய் பிட்ளை

என் சின்ன வயதில் வீட்டில் அம்மா பாகற்காய் பிட்ளை பண்ணும் போது என் முகம் அஷ்டகோணலாகும். சீந்தவே மாட்டேன் அதை. பாகற்காய்க்கு கசப்பு சுவை இருக்கும் என்பது தெரிந்ததாலேயே அதை சுவைத்துப் பார்க்க மறுத்தேன். கல்யாணத்திற்குப் பிறகு என் மாமனார் மாமியாரோடு எங்கள் குலதெய்வக் கோயில் காவச்சேரி பரக்காட்டு பகவதியை தரிசிக்கச் சென்றிருந்தோம். அங்கு தரிசனம் முடித்து புறப்படும் போது என் மாமனார் காவச்சேரியிலிருந்து திருச்சூர் செல்லும் நெடுஞ்சாலையில் ஒரு பத்து பன்னிரண்டு கிலோமீட்டர் தொலைவில் உள்ள பழையனூரில் இருக்கும் அவரது உறவினர் வீட்டிற்குச் செல்ல வேண்டுமென்று ஆசைப்பட்டார். பழையனூர் என்றதும் நீலியின் ஞாபகம் வருகிறதா? ஆம் அதே பழயனூர்தான். அவ்வளவு அழகான ஊர் அது. பச்சைப் பசேலென்றிருக்கும். அங்கிருந்த உறவினர் வீடு கொட்டாரம் போலிருந்தது. பக்கா கேரள டைப் வீடு. குளுகுளுவென்றிருந்தது. சுற்றிலும் மரங்கள். எங்களைப் பார்த்ததும் அவர்களுக்கு அத்தனை சந்தோஷம். சொல்லாமல் கொள்ளாமல் நாங்கள் திடீர் விசிட் செய்தாலும்கூட அவ்வளவு அன்போடு எங்களை உபசரித்தாதார்கள். **தலையைக் கண்டதும் உலையை வைக்கணும்** என்பதற்கேற்றாற் போல் அவர்களது சமையல்கட்டில் புழுங்கலரிசி சோறு கொதிக்கும் மணம் பரவியது. நான் பாரம்பரியமான அந்த கேரள பாணி வீட்டை வியப்போடு சுற்றிப்பார்த்தபடி சமையற்கட்டு பக்கம் சென்றேன். சமையற்கட்டு தனியே கட்டப்பட்டிருந்தது. அதுவே ஒரு வீடு போல் பெரிதாக இருந்தது. மேடை போலிருந்த இடத்தில் இரண்டு கோட்டை அடுப்புகளில் விறகு எரியவிட்டு அதன் மீதுதான் வெண்கலப் பானையில் மட்டையரி என்று கூறப்படும் சிகப்புநிற புழுங்கலரிசி வெந்து கொண்டிருந்தது. அதன் மணம் பசியைத் தூண்டியது.

அரைமணியில் எங்களுக்கு உணவு தயாரித்துவிட்டார்கள். கொல்லையிலிருந்து ஃபிரஷ்ஷான வாழையிலைகள் நறுக்கி வந்து சுத்தப்படுத்தி கட் பண்ணி கருப்பு நிறத்தில் கண்ணாடி மாதிரி பளபளத்த கூடத்து தரையில் இலை போட்டார்கள். அதன் பிறகு அவசரமாய் வைத்த ஒரு பால்பாயசம் வந்தது. அதைத் தொடர்ந்து பச்சைப் பசேலென்று கீரை மசியல், எளவனும் (வெள்ளை பூசணி) கடலைப்பருப்பும் போட்ட கூட்டு, ஆவி பறக்கும் கொட்டை கொட்டையான புழுங்கலரிசி சோறு. அதன் மீது வீட்டிலேயே கடைந்தெடுக்கப்பட்ட வெண்ணெயில் காய்ச்சிய உருக்கிய பசுநெய் ஊற்றப்பட, என் பசி கூடுதலாயிற்று. அதைத்தொடர்ந்து மணமுள்ள ஒரு குழம்பு விடப்பட்டது. பாவைக்கா பிட்லையா என்று என் மாமியார் கேட்டாள். அடடா பாகற்காயா என்று நான் ஒரு வினாடி தயங்கினாலும் வயிற்றைக் குடைந்த பசியால், பிட்லையை சோற்றில் பிசைந்து முதல் கவளம் வாயில் போட்டுக்கொண்டேன். சும்மா சொல்லக்கூடாது அப்படியொரு சுவை!. கொஞ்சம்கூடக் கசப்பு தெரியவில்லை. அன்றைக்கு வயிறு நிறைய உண்டேன், அலைந்த களைப்பிலும், உண்ட மயக்கத்திலும் கண்கள் சொக்க, சில்லென்றிருந்த அந்த கருப்பு சிமென்ட் தரையில் படுத்து ஒரு தூக்கம் போட்டேன் பாருங்கள். அப்படியொரு சுகமான உறக்கம் அது.

அன்றைக்குத்தான் பாகற்காய் பிட்ளையை முதன் முதலில் சாப்பிட்டேன். ஆஹா இதற்கு இத்தனை ருசியா என்ற வியப்பேற்பட்டது. பிறகென்ன, என் விருப்பபட்டியலில் அதுவும் ஒன்றானது. என் அம்மாவின் கைமணத்தில் அது அபார ருசியோடு இருக்கும். அம்மா அருகில் இருந்து சொல்லச்சொல்ல அவள் சொல்லும் கணக்குப்படி பாகற்காய் பிட்ளை செய்தால் அதற்கு அத்தனை ருசி கிடைத்துவிடும். இனி என் அம்மா எனக்கு சொல்லியபடி பாகற்காய் பிட்லை செய்வது பற்றி பார்ப்போம்.

## தேவையான பொருட்கள்:

வெள்ளை கொண்டைக் கடலை பெரியது – **100 gm** (முதல் நாளிரவே ஊறவைத்துக் கொள்ளவும்.

துவரம் பருப்பு – முக்கால் ஆழாக்கு

பாகற்காய் – 200 gm

புளி – ஒரு எலுமிச்சம் பழ அளவுக்கு

தனியா – இரண்டு ஸ்பூன்

கடலைப்பருப்பு – ஒன்றரை ஸ்பூன்

உளுத்தம்பருப்பு – ஒன்றரை ஸ்பூன்

மிளகு – முக்கால் ஸ்பூன்

காய்ந்த மிளகாய் – 8

வெல்லம்- ஒரு சிறு கட்டி (விருப்பமில்லாதவர்கள் விட்டு விடலாம்)

கறிவேப்பிலை – இரண்டு கொத்து

தேங்காய் - அரை மூடி துருவியது

கடுகு – 1 ஸ்பூன்

மஞ்சள் தூள்

பெருங்காயம் – கட்டி என்றால் சுண்டைக்காய் அளவு அல்லது பொடி கால் ஸ்பூன்

## செய்முறை:

முதலில் குக்கரில், பருப்பு மற்றும் ஊற வைத்த கொண்டைக் கடலை இரண்டையும் தனித்தனி தட்டுகளில் வைத்து நான்கைந்து சவுண்டு விட்டு வேக வைக்கவும். பருப்பு வைக்கும் கிண்ணத்தில்

கொஞ்சம் நல்லெண்ணெய், மஞ்சள் தூள் சிறிது சேர்த்து மூடி வைத்தால் பருப்பு பொங்கி சிதறாமல் குழைந்து வேகும்.

புளியை ஒட்டக் கரைத்துக் கொள்ளவும்

பாகற்காயை உள்ளிருக்கும் விதைகளை நீக்கி நறுக்கி சிறிது உப்பும் கால் கிளாஸ் மோரும் கலந்த நீரில் போட்டு வைக்கவும். அதன் கசப்பு மோரில் இறங்கி விடும்.

ஒரு வாணலியை அடுப்பில் வைத்து ஒரு ஸ்பூன் வெளிச்செண்ணெய் விட்டு முதலில் மிளகும் கட்டிப் பெருங்காயமும் போட்டு லேசாய் வறுத்தபின் தனியா, கடலைப்பருப்பு, உளுத்தம்பருப்பு, ஆறு காய்ந்த மிளகாய் இவற்றை சேர்த்து சிவக்க வறுத்து அடுப்பை அணைத்துவிட்டு அந்த சூட்டிலேயே அவற்றோடு ஒரு பச்சை மிளகாய் கொஞ்சம் கறிவேப்பிலை, துருவி வைத்த தேங்காயில் பாதியளவு என்று போட்டு லேசாகப் பிரட்டிவிட்டு பிறகு எல்லாவற்றையும் மிக்ஸியில் போட்டு சிறிது நீர் விட்டு நைசாக அரைத்துக் கொள்ளவும்.

அதே வாணலியில் கொஞ்சம் வெளிச்செண்ணெய் ஊற்றி நறுக்கி மோரில் போட்டு வைத்திருக்கும் பாகற்காயை ஓட்டப்பிழிந்து அதில் போட்டு நன்கு வதக்கவேண்டும். பிறகு கரைத்து வைத்திருக்கும் புளியை அதில் விடவும். கச்சட்டி இருந்தால் இந்த புளி நீரை பாகற்காயோடு அதில் ஊற்றியும் கொதிக்க விடலாம். வாசனையாக இருக்கும். இல்லையென்றால் வாணலியிலேயே கொதிக்கட்டும். உப்பும், மஞ்சள் தூளும், ஒரு சிறிய துண்டு வெல்லமும் அதில் போட்டு மூடிவிடவும். பாகற்காய் முக்கால் பதம் வெந்ததும் வேக வைத்திருக்கும் கொண்டைக் கடலையையும் அதில் சேர்த்து கொதிக்கவிடவும். அப்போதுதான் கடலையில் உப்பு பிடிக்கும். புளித்தண்ணீரின் பச்சை வாசனை போய் பாகற்காயும் கொண்டைக் கடலையும் நன்கு வெந்து, சற்று வற்றியிருக்கும் நிலையில் பருப்பை நன்கு கடைந்து அதில் சேர்த்து, கூடவே அரைத்து வைத்திருக்கும்

தேங்காய் விழுதையும் அதனுடன் சேர்த்து நன்றாகக் கலந்து மீண்டும் கொதிக்க விடவும். தேவைப்பட்டால் சிறிது தண்ணீர் சேர்க்கலாம். தேங்காயின் பச்சை வாசனை நீங்கி, குழம்பு நுரைத்துக்கொண்டு பொன்னிறமாக தளைக்கும். அதற்குள் ஒரு வாணலியில், ஒரு டேபிள் ஸ்பூன் வெளிச்செண்ணெய் விட்டு, கடுகு, காய்ந்த மிளகாய், கறிவேப்பிலை இவற்றைத் தாளித்த பிறகு அதனோடு மீதமிருக்கும் துருவிய தேங்காயையும் போட்டு சிவக்க வறுக்க வேண்டும். தேங்காய் சிவப்பாக வறுபட்டதும் அடுப்பை அணைத்துவிட்டு வறுத்தவற்றை கொதித்துக் கொண்டிருக்கும் பிட்லையில் கொட்டிக் கலந்து கப்பென்று மூடிவிடுங்கள். என்ன அக்கம்பக்க வீடுகளிலிருந்து எல்லோரும் யப்பா! என்னவொரு மணம்! என்ன ஸ்பெஷலாக்கும் உங்காத்துல? என்று கேட்டபடி எட்டிப் பார்க்கிறார்களா? அவர்களிடம் பெருமையாகச் சொல்லுங்கள் பாகற்காய் பிட்லை வைத்திருக்கிறேன் என்று.

பாகற்காயில்தான் பிட்லை செய்யவேண்டும் என்பதில்லை. கத்திரிக்காய், வாழைப்பூ இவற்றில்கூட பிட்லை செய்யலாம். செய்முறை இதேதான். மாற்றமில்லை.

✱ ✱ ✱

பாலக்காட்டில் உலகப் புகழ்பெற்ற கல்பாத்தி தேர்த்திருவிழா நடக்கும் சமயத்தில் அங்குள்ள ஒவ்வொரு கிராமத்திலும் சமபந்தி போஜனம் நடக்கும். புதிய கல்பாத்தியில் மந்தக்கரை மகாகணபதியான் கோவிலை ஒட்டியுள்ள கல்யாண மண்டபத்தில் விருந்துண்பதற்காக அனுமார் வால் மாதிரி அக்ரஹாரத்தில் வளைந்து வளைந்து செல்லும் வரிசையில் குடை பிடித்தவாறு உச்சி வெய்யிலில் காத்திருப்பார்கள் மக்கள். இதுபோன்ற விருந்துகளில் சாம்பாருக்கு மாற்றாக ரசக்காளன் எனும் கூட்டான் (குழம்பு) பெரும்பாலும் செய்வார்கள். எப்பப்பாரு சாம்பாரா என்று சலித்துப்போய் வேறு ருசியை எதிர்ப்பார்ப்பவர்களுக்கு இது மிகவும் பிடித்துப்போகும். கேட்டு வாங்கி இன்னொரு முறை கூட சாப்பிடுவார்கள். அத்தனை சுவையாக இருக்கும். இந்த பாலக்காட்டு ஸ்பெஷல் ரசகாளன் எப்படி செய்வதென்று பார்ப்போம். இதைச் செய்வதும் சுலபம்தான்.

# 37) ரசகாளன்

## தேவையான பொருட்கள்:

இதற்கு எந்தக் காய் வேண்டுமானாலும் எடுத்துக் கொள்ளலாம். முருங்கைக்காய், மத்தன், எளவன், குடை மிளகாய், கத்திரிக்காய், சேனை, மாங்காய், வாழைக்காய். நேந்திரங்காய், நேந்திரம் பழம் என்று உங்கள் வீட்டில் என்ன இருக்கிறதோ அதை வைத்து செய்யலாம். இரண்டு மூன்று காய்கள் கொண்டும் செய்யலாம். வெறும் சேப்பங்கிழங்கு கொண்டும் செய்யலாம். கிழங்கை குக்கரில் வேகப் போட்டு தோலுரித்துக் கொள்ள வேண்டும் அவ்வளவே. செய்முறை ஒன்றுதான்.

காய்கள் ஒன்றோ பலவோ – 200 gm

திக்காக கரைத்த மோர் – ஒரு கோப்பை

காய்ந்த மிளகாய் – 7

வெந்தயம் – அரை ஸ்பூன்

தேங்காய் – அரை மூடி துருவியது.

கடுகு – ஒரு ஸ்பூன்

பெருங்காயம் – சிறிது

கறிவேப்பிலை ஒரு கொத்து

## செய்முறை:

ஒரு வாணலியில் முதலில் ஒரு ஸ்பூன் வெளிச்செண்ணெய் ஊற்றி நான்கு அல்லது ஐந்து காய்ந்த மிளகாய், (காரத்திற்கேற்ப) அரை ஸ்பூன் வெந்தயம் இரண்டையும் சிவக்க வறுத்தெடுத்துக் கொள்ளவேண்டும். பிறகு அதே வாணலியில் ஒரு ஸ்பூன் எண்ணெய் விட்டு நீங்கள் எடுத்துக் கொள்ளும் பச்சை கறிகாய் எதுவானாலும் அதை லேசாக வதக்கி விட்டு அதில் இரண்டு கிளாஸ் நீர் விட்டு உப்பும் மஞ்சள் தூளும், கீறிய ஒரு பச்சை மிளகாயும் சிறு கட்டி வெல்லமும் சேர்த்து மூடிவைத்து வேக விடவேண்டும்.

பிறகு துருவிய தேங்காய், வறுத்த வெந்தயம், மிளகாய், கொஞ்சம் கறிவேப்பிலை இவற்றை எல்லாம் மிக்சியில் போட்டு கொஞ்சம் நீர் விட்டு நன்கு அரைத்துக் கொள்ள வேண்டும். காய்கள் வெந்ததிருக்கிறதா என்று பார்த்து, கொதித்துக் கொண்டிருக்கும் காயில் அரைத்த விழுதை சேர்த்துக் கொள்ளவும். மிக்சியில் கொஞ்சம் நீர் விட்டு அலம்பி அதையும் விடவும். உப்பு சரியாக இருக்கிறதா என்று பார்த்துவிட்டு கடைசியாக கடைந்து வைத்திருக்கும் மோரை அதில் ஊற்ற வேண்டும். எல்லாமாக சேர்த்து ஒரு கொதி வந்தால் போதும். அடுப்பை அணைத்து விடலாம். இது ரொம்ப நீர்க்கவும் இல்லாமல், ரொம்ப

கெட்டியாகவும் இல்லாமல் இடைப்பட்டதொரு கன்சிஸ்டன்சியில் இருக்குமாறு பார்த்துக் கொள்ளவும்.

பின்னர் தாளிப்பு கரண்டியில் வெளிச்செண்ணெய் இரண்டு ஸ்பூன் விட்டு, கடுகு, இரண்டு காய்ந்த மிளகாய், சிறிது பெருங்காயத்தூள், கொஞ்சம் கறிவேப்பிலை இவற்றைத் தாளித்து அதில் சேர்க்க வேண்டியதுதான். சுவையான ஒரு கூட்டான் இது. மிக ஈசியாக செய்யலாம். இதற்கு ஏதேனும் பருப்புசிலியும் பப்படமும் தொட்டுக்கொண்டால் நன்றாக இருக்கும். அல்லது கத்திரிக்காய் மெழுக்குபெரட்டி கூட பெஸ்ட் காம்பினேஷன்தான்

✲ ✲ ✲

# 38) சம்பாரம்

இதென்னடா சம்பாரம் என்று தோன்றும். அப்படி ஒன்றும் கஷ்டமானதல்ல இது. வெயில் காலங்களில் அந்தக் காலத்தில் பிரிஜ் வசதி ஏதுமில்லாத நிலையில் புளித்த தயிர் மிஞ்சும் போதெல்லாம் அதை சம்பாரமாக்கி விடுவது வழக்கம். எப்படியென்று பார்ப்போம்.

## தேவையானவை:

புளித்த தயிர் – ஒரு கோப்பை

வீட்டில் நெல்லிக்காய் இருந்தால் ஒன்றை எடுத்து நறுக்கிக் கொள்ளவும். (உப்பிலிட்ட நெல்லிக்காயாக இருந்தாலும் எடுத்துக் கொள்ளலாம்.

பச்சை மிளகாய் - மிகச்சிறிய துண்டு

பெருங்காயம் – இரண்டு சிட்டிகை

உப்பு – கால் ஸ்பூன்

கறிவேப்பிலை – ஐந்தாறு இலை

## செய்முறை:

கறிவேப்பிலை, நெல்லிக்காய், பச்சை மிளகாய், கறிவேப்பிலை இவற்றை சிறிய மிக்சிஜாரில் போட்டு அரைத்துக் கொள்ளவும். ஜாரில் ஒரு டம்ளர் தண்ணீர் ஊற்றி அதை நன்கு கலந்து கொண்டு ஒரு சிறிய பாத்திரத்தில் வடிகட்டிக் கொள்ளவும். இப்போது தயிரை நன்கு கடைந்து இந்த அரைத்து வடிகட்டிய நீரையும் அதில் சேர்த்து கொஞ்சம் பெருங்காயமும் சேர்த்து கலக்கிக்

குடித்துப் பாருங்கள். குடித்துக்கொண்டே இருக்கத்தோன்றும். புளிப்பு தேவை என்கிறவர்கள் அரை ஸ்பூன் எலுமிச்சை சாறு சேர்த்தும் குடிக்கலாம். வெயில் காலத்திற்கேற்ற பானம் இது. புளித்த தயிருக்கும் ஒரு மறுவாழ்வு.

* —— *

**பா**யசமாயிற்று, பச்சடி கிச்சடி, காளன், ஓலன், அவியல், எரிசேரி, புளிசேரி, தோரன், மெழுக்குபெரட்டி, பொடுத்துவல், சாம்பார், பிட்லை, ரசகாளன் என்று ஒரு சத்யயில் (விருந்தில்) விளம்பப்படுகிற எல்லாவற்றையும் வரிசையாகப் பார்த்துக் கொண்டு வருகிறோம். அடுத்தாற்போல் இலையில் பரிமாறப்படும் புளி இஞ்சி, ஊறுகாய் இவற்றையும் பார்ப்போம்.

## 39) புளி இஞ்சி

### தேவையான பொருட்கள்:

தோல்சீவி கழுவி பொடியாக நறுக்கிய இஞ்சி – ஒரு கோப்பை

பொடியாக நறுக்கிய பச்சை மிளகாய் – ஒரு கோப்பை

ஒரு சிறிய ஆரஞ்சு பழம் அளவுக்கு புளி (கெட்டியாக ஒட்டக் கரைத்துக் கொள்ள வேண்டும்

வெல்லம் பொடித்தது – ஒரு டேபிள் ஸ்பூன்

வெந்தயம் வறுத்து பொடி செய்தது - ஒரு ஸ்பூன்

நல்ல எண்ணெய் – ஒரு டேபிள் ஸ்பூன்

கறிவேப்பிலை – ஒரு கொத்து

பெருங்காயம் – அரை ஸ்பூன் (அல்லது கட்டிப் பெருங்காயம் இரண்டு சுண்டைக்காய் அளவு)

தாளிக்க – அரை ஸ்பூன் கடுகு, ஒரு ஸ்பூன் கடலைப் பருப்பு, ஒரு ஸ்பூன் முழு உளுந்து

## செய்முறை:

ஒரு வாணலியில் நல்லெண்ணெய் ஊற்றி முதலில் கறிப்வேப்பிலை கட்டிப் பெருங்காயத்தைப் போட்டு வறுத்துக்கொண்டு, பின்னர் கடுகு போட்டு அது பொரிந்ததும், கடலைப் பருப்பு, உளுத்தம் பருப்பு ஆகியவற்றையும் போட்டு அவை சிவந்ததும், நறுக்கி வைத்திருக்கும் இஞ்சி, பச்சை மிளகாய் இரண்டையும் அதில் போட்டு நன்கு வதக்க வேண்டும். அது வதங்கி வரும் போது கரைத்து வைத்திருக்கும் புளியை அதில் ஊற்றி, மஞ்சள் தூள், உப்பு, வெல்லம் ஆகியவற்றை சேர்த்து நன்கு கொதிக்கவிட வேண்டும். நடுநடுவே கிளறிக்கொடுக்க வேண்டும். புளிநீர், இஞ்சி, மிளகாய் எல்லாம் ஒன்றோடொன்று சேர்ந்து நன்கு வற்றி எண்ணெய் பிரிந்து வரும்போது வறுத்த வெந்தயப் பொடியையும் அதில் சேர்க்கலாம். உப்பு, புளி, காரம் லேசான இனிப்பு எல்லாம் கலந்த சூப்பரான சுவை கொண்ட இதுமட்டும் வீட்டிலிருந்து விட்டால் கவலையே இல்லை. பல காய் மொளகூட்டல், கீரை மொளகூட்டல், தயிர்சாதம், தோசை, சப்பாத்தி என்று எதற்கு வேண்டுமானாலும் தொட்டுக் சாப்பிடலாம். ஓணம் விஷு, திருமணம் போன்ற

விசேஷ நாட்களில் விருந்து சாப்பிடும்போது கடைசியாக தயிர் சாதத்திற்கு இதனைத் தொட்டு சாப்பிடுவதால் நல்ல ஜீரண சக்தி கிடைக்கும் என்பதால்தான் விருந்துகளில் இது தவிர்க்கமுடியாத ஒரு ஐட்டமாகப் பரிமாறப்படுகிறது.

✲ ✲ ✲

# 40) பச்சைக் குறுமிளகு ஊறுகாய்

திருவட்டாரில் இருந்த அப்பாவின் பூர்வீக வீட்டை அப்பாவழி உறவினர்தான் வாங்கிக் கொண்டிருந்ததால், ஒவ்வொரு ஆண்டும் குலதெய்வ வாழிபாட்டிற்குச் செல்லும்போது அந்த வீட்டில்தான் தங்குவோம். தெரிந்தவர் ஒருவர் வீட்டில் ஒரு பெண்மணி டிபன் மற்றும் சமையல் செய்து தருவார். வீட்டுக்கு எதிரே சலசலவென்று வாய்க்கால் ஓடும். அதைத் தாண்டி தோப்பு, மரங்களில் சுற்றி படர்ந்திருக்கும் மிளகுக்கொடிகள், எலுமிச்சை மரங்கள் என்று பச்சைப் பசேலென்று ரம்யமாக இருக்கும் ஊர் அது. சாப்பாடு வெளியிலிருந்து வருமென்றாலும் அம்மா சும்மா இருக்கமாட்டாள். வாய்க்கால் தாண்டிச்சென்று கைக்கு எட்டிய பச்சைக் குறுமிளகைப் பறித்துக் கொள்வாள், கூடவே எலுமிச்சம் பழங்களும் பறிப்பாள், குறுமிளகை அலம்பி அதன் காம்போடு சிறு துண்டுகளாக உடைத்து ஒரு பாத்திரத்தில் போட்டு எலுமிச்சம் பழத்தையும் சிறு துண்டுகளாக நறுக்கி அதனோடு போட்டு, கொஞ்சம் உப்பு சேர்த்து கலந்து வைப்பாள். தயிர் சாதத்திற்கு தொட்டுக் கொள்ள தேவாம்ருதமாக இருக்கும் இது. இதை இன்னும் கொஞ்சம் நன்றாக எப்படி செய்வதென்று பார்ப்போம்.

## தேவையானவை:

மார்க்கெட்டில் பச்சைப் பசேலென்று ஃபிரஷ் ஆன பச்சைக் குறுமிளகு கிடைக்கும் காலத்தில் இதைச் செய்யலாம் விலை கொஞ்சம் அதிகம் என்றாலும் உடலுக்கு மிக நல்லது இது.

பச்சை குறுமிளகு – 200 gm

மாங்காய் இஞ்சி – 200 gm

எலுமிச்சம் பழம் – நான்கு

உப்பு – தேவையான அளவு

## செய்முறை:

குறுமிளகை நீரில் போட்டு சுத்தம் செய்து அதன் காம்பிலிருந்து குறுமிளகை எடுக்காமல், காம்புடனேயே சிறிது சிறிதாக உடைத்துக் கொள்ளவேண்டும்.

மாங்காய் இஞ்சியை தோல் சீவி சிறு துண்டுகளாக நறுக்கிக் குறுமிளகோடு சேர்த்து போடவேண்டும். பிறகு உப்பு சேர்த்து எலுமிச்சை சாறு பிழிந்தும் அதில் சேர்க்கலாம். அல்லது எலுமிச்சம்பழத்தை பொடியாக நறுக்கியும் அதில் சேர்த்து கலந்துவிடலாம். தயிர் சாதத்திற்குத் தொட்டுக் கொள்ளும் போது கடுக் முடுக்கென்று அப்படி ஒரு சுவையாக இருக்கும் இந்த குறுமிளகு ஊறுகாய். (கிட்டத்தட்ட சாலட் மாதிரி என்றும் சொல்லலாம் இதை) குறுமிளகிலேயே காரம் இருப்பதால் தனியே காரம் எதுவும் தேவையில்லை.

✲ ✲ ✲

இனி சாதாரண நாட்களில் செய்யும் சுவையான சில ஐட்டங்களைப் பார்ப்போம். என் கணவரின் சித்தப்பா (என் சின்ன மாமியாரின் கணவர்) சென்னைக்கு வருகிற நாளில் என் வீட்டுக்கு நிச்சயம் ஒருநாளாவது சாப்பிட வருவார். வருவதற்கு முன்னாடியே சொல்லி விடுவார் என்னிடம், உஷா புளிங்கறி உண்டாக்கி வை....ட்டியா என்று. நான் வைக்கும் புளிங்கறி அவருக்கு மிகவும் பிடிக்கும். என் அப்பாவழி பெரியம்மையிடமிருந்துதான் புளிங்கறி செய்யக் கற்றுக்கொண்டேன் நான். இனி புளிங்கறி எப்படி செய்வதென்று பார்ப்போம்.

# 41) புளிங்கறி

இதற்கு நீங்கள் என்ன காய்கள் வேண்டுமானாலும் எடுத்துக் கொள்ளலாம். ஒரே காயிலும் செய்யலாம். முருங்கைக்காய், குடைமிளகாய், மஞ்சள் பூசணி, தக்காளி சின்ன வெங்காயம் என்று எல்லா காயும் போட்டும் செய்யலாம். நாம் இப்போது பல காய்கள் எடுத்துக் கொண்டு செய்வது பற்றி பார்ப்போம்.

## தேவையான பொருட்கள்:

காய்கள்

சின்ன வெங்காயம் – 10

முருங்கைக்காய் – 1

மத்தன் (மஞ்சள் பூசணி) – சதுரமாக நறுக்கப்பட்ட ஐந்தாறு துண்டுகள்

குடை மிளகாய் – சிறியதாக 1

தக்காளி – மீடியம் சைஸ் – 1 அல்லது 2 உங்கள் விருப்பப்படி

புளி – சிறிய எலுமிச்சம் பழ அளவு

தேங்காய் – அரை மூடி துருவியது

துவரம்பருப்பு – ஒரு டேபிள் ஸ்பூன்

தனியா – ஒன்றேகால் டேபிள் ஸ்பூன்

வெந்தயம் – அரை ஸ்பூன்

காய்ந்த மிளகாய் – 6

கடுகு – ஒரு ஸ்பூன்

கறிவேப்பிலை – ஒரு கொத்து

பெருங்காயம் – சிறிது

வெல்லம் – சிறு துண்டு.

தாளிக்க வெளிச்செண்ணெய் – மூன்று டீஸ்பூன்

## செய்முறை:

வாணலி ஒன்றில் அரை ஸ்பூன் எண்ணெய் விட்டு துவரம்பருப்பு, தனியா, வெந்தயம், 5 மிளகாய், பெருங்காயம் எல்லாவற்றையும் போட்டு சிவக்க வறுக்கவும். கடைசியில் துருவிய தேங்காய், கொஞ்சம் கறிவேப்பிலை இரண்டையும் அதிலேயே போட்டு லேசாகப் பிரட்டி விட்டு அடுப்பை அணைத்து விடவும். வறுத்தவற்றை மிக்சி ஜாரில் போட்டு கொஞ்சம் நீர் விட்டு நன்கு அரைத்துக்கொள்ளவும்.

வாணலியில் கொஞ்சம் எண்ணெய் விட்டு வெங்காயத்தை முதலில் போட்டு வதக்கிக் கொண்டு, மற்ற காய்களையும் அதில் போட்டு சற்றுநேரம் வதக்கவும். பிறகு அதில் கரைத்து வைத்திருக்கும் புளித்தண்ணீரை விட்டு, வெல்லத் துண்டு, உப்பு, மஞ்சள் பொடி சேர்த்து காய்கள் வேகும்வரை மூடிவைக்கவும். புளியின் பச்சை வாசனை நீங்கி காய்களும் நன்கு வெந்திருக்கும் நிலையில் அரைத்த விழுதை அதில் போட்டு உப்பு சரிபார்த்து தேவையென்றால் சேர்க்கவும். ரொம்ப கெட்டியாக இருந்தால்

கொஞ்சம் கூட நீர் சேர்க்கலாம். இந்தக் கலவை கொதித்து பொங்கி வரும் போது அடுப்பை அணைத்து விடலாம். பின்னர் தாளிப்பு கரண்டியில், மூன்று அல்லது நான்கு ஸ்பூன் வெளிச்செண்ணெய் விட்டு கடுகு, ஒரு மிளகாய், கறிவேப்பிலை இவற்றை தாளித்து குழம்பில் ஊற்ற வேண்டியதுதான். விருப்பமுள்ளவர்கள் இரண்டு சிறிய வெங்காயத்தை பொடியாக நறுக்கி தாளிப்பில் போட்டு வதக்கியும் சேர்க்கலாம். மணமான புளிங்கறி ரெடி. சாதத்தில் நெய் ஊற்றி இதையும் விட்டு பிசைந்து ஏதேனும், கறி வகைகளோ, ஒன்றுமே இல்லாவிட்டால் சுட்ட அப்பளமோ இருந்தால் கூட போதும் தேவாம்ருதமாக இருக்கும்.

சிலர் இந்த புளிங்கறிக்கு தேங்காய் சேர்க்க மாட்டார்கள். வறுத்த பொருட்களை மட்டும் நீர் சேர்க்காமல் மிக்சியில் பொடித்து இறுதியாக குழம்பில் போட்டு கலந்து ஒரு கொதி வந்ததும் அணைத்து விடுவார்கள். தேங்காய் சேர்ப்பதும் சேர்க்காததும் உங்கள் விருப்பம். இரண்டுமே ஒவ்வொரு விதமான சுவையுடன் இருக்கும்.

# 42) பருப்புருண்டைக் குழம்பு

இந்தக் குழம்பு பிடிக்காதவர்கள் யாரும் இருக்கமுடியாது. பீன்ஸ், கொத்தவரை பருப்புசிலி, பப்படம் போன்றவை இதற்கு பெஸ்ட் காம்பிநேஷனாக இருக்கும். இனி இதை எப்படி செய்வதென்று பார்ப்போம்.

## தேவையான பொருட்கள்:

துவரம்பருப்பு – ஒரு கப்.

கடலைப்பருப்பு – ஒரு டேபிள் ஸ்பூன் (இரண்டையும் நன்கு ஊறவைத்துக் கொள்ள வேண்டும்)

புளி – எலுமிச்சம்பழ அளவு

காய்ந்த மிளகாய் – 8

பச்சை மிளகாய் -1 அல்லது இரண்டு

வெல்லம் – சிறு துண்டு

மஞ்சள் தூள் – அரை ஸ்பூன்

## வறுத்து அரைப்பதற்குத் தேவையானவை

தேங்காய் – அரை கப் துருவியது

தனியா – ஒரு டேபிள் ஸ்பூன்

கடலை பருப்பு – இரண்டு டீஸ்பூன்

வெந்தயம் - அரை ஸ்பூன்

பெருங்காயம் – சுண்டைக்காய் அளவு

கறிவேப்பிலை – 2 கொத்து

## செய்முறை:

முதலில் துவரம்பருப்பு மற்றும் ஒரு டேபிள் ஸ்பூன் கடலைப் பருப்பு இரண்டையும் கழுவி நீர் ஊற்றி இரண்டு மணிநேரம் ஊறவைத்துக் கொள்ளவும். பிறகு ஊறவைத்த பருப்புடன், உங்களுக்கு வேண்டிய காரத்திற்கு ஏற்றவாறு இரண்டு அல்லது மூன்று மிளகாய், விருப்பமுள்ளவர்கள் ஒரு பச்சை மிளகாயும், கொஞ்சம் கறிவேப்பிலையும் பருப்புக்குத் தேவையான உப்பும் சேர்த்து கொஞ்சம் நீர் விட்டு கெட்டியாக அரைத்துக் கொள்ளவேண்டும்.

புளியை ஒட்டக் கரைத்துக் கொள்ளவும்.

வாணலியில் கொஞ்சம் எண்ணெய் விட்டு கட்டி பெருங்காயமாக இருந்தால் முதலில் அதைப் போட்டு அது பொரிந்ததும், தனியா, கடலைப் பருப்பு, வெந்தயம், நான்கு மிளகாய் மற்றும் ஒரு சிறிய பச்சை மிளகாய், கொஞ்சம் கறிவேப்பிலை இவற்றை வறுத்து அடுப்பை அணைத்ததும் அதிலேயே துருவிய தேங்காயைப் போட்டு லேசாகப் பிரட்டிக்கொண்டு அதையும் மிக்சியில் போட்டு நன்கு அரைக்கவும்.

அடுப்பில் வாணலியை ஏற்றி கரைத்த புளித்தண்ணீரை கொஞ்சம் நீர் சேர்த்து ஊற்றி, அதில் உப்பு, மஞ்சள் பொடி, சிறிய வெல்லத்துண்டு சேர்த்து நன்கு கொதிக்க விடவும். அரைத்த பருப்பை இரண்டு விதமாக கொதிக்கும் குழம்பில் உருட்டி போடலாம்.

மிகவும் அனுபவமும் நம்பிக்கையும் இருப்பவர்கள் பருப்பை சிறு சிறு உருண்டை பிடித்து நேரடியாகவே கொதிக்கும் குழம்பில் போடுவார்கள். உருண்டை வெந்து குழம்பில் மிதக்கத் துவங்கும். உருண்டையைக் குழம்பில் போட்டதும் உடனே கிளறக்கூடாது. கிளறினால் அது உடைந்து கரைய வாய்ப்பிருகிறது.

ஒருவேளை மேற்கண்டவாறு நேரடியாக குழம்பில் உருண்டையைப் போட உங்களுக்குத் தயக்கமாக இருந்தால் அரைத்த மாவை வாணலியில் போட்டு கொஞ்சம் எண்ணெய் விட்டு கொஞ்சம் கெட்டியாக ஆகும்படி சற்று வதக்க வேண்டும். பிறகு அதை உருண்டை செய்து கொஞ்சம் அரிசிமாவில் புரட்டி குழம்பில் போட்டால் உடையாமல் வேகும்.

மேற்கண்ட இருமுறைகளில் உங்களுக்கு எது வருமென்று தோன்றுகிறதோ அதன்படி உருண்டை செய்து குழம்பில் போட்டு நன்கு கொதிக்கவிடவும். உருண்டைகள் எல்லாம் குழம்பில் மிதக்கத் துவங்கும். பிறகு அரைத்த தேங்காய் விழுதையும் அதில் சேர்த்து நன்கு கிளறி, உப்பு காரம் புளிப்பு எல்லாம் சரியாக இருக்கிறதா என்று பார்க்கவும். தேங்காய் கலவையும் சேர்ந்து ஒரு கொதி வந்து தளைத்ததும் அடுப்பை அணைத்துவிடலாம். பிறகு தாளிப்பு கரண்டியில் வெளிச்செண்ணெய் ஊற்றி, கடுகு, மிளகாய், பெருங்காயம், இரண்டாய்க் கீறிய ஒரு பச்சை மிளகாய் கறிவேப்பிலை, ஒரு சிட்டிகை மஞ்சள் தூள் சேர்த்து தாளித்து குழம்பின் மீது ஊற்ற வேண்டியதுதான். கமகம உருண்டை குழம்பு ரெடி. தாளிக்கும்போது எதற்கு மஞ்சள் தூள் சேர்க்கிறோம் என்றால் குழம்புக்கு அது மேலும் நல்ல நிறம் கொடுக்கும் என்பதால்தான். இந்த குழம்புக்குத் தொட்டுக் கொள்ளக் கூட ஏதும் தேவையிருக்காது. உருண்டைகளையே தொட்டு சாப்பிடலாம். வேண்டுமென்றால் அப்பளமோ, பப்படமோ பொரித்துக்கொள்ளலாம்.

✲ ✲ ✲

# 43) தீயல்

இதைப் பாலக்காட்டு ஸ்பெஷல் எனலாம். சாம்பார் வெங்காயம், வெண்டைக்காய், கத்திரிக்காய், குடைமிளகாய் என்று ஏதேனும் ஒரு காயில் இதைச் செய்யலாம்.

## தேவையான பொருட்கள்:

சாம்பார் வெங்காயம் – 100 gm

பெரிய வெங்காயம் – 1

புளி – நெல்லிக்காயளவு

தனியா – ஒரு டீஸ்பூன்

காய்ந்த மிளகாய் – 3

தேங்காய்த் துருவல் – ஒன்றரை டேபிள் ஸ்பூன்

கறிவேப்பிலை – ஒரு கொத்து

பெருங்காயம் – சிறிது

மஞ்சள் தூள் – கால் ஸ்பூன்

கடுகு – ஒரு ஸ்பூன்

மிளகாய் – 1

வெந்தயம் – கால் ஸ்பூன்

வெல்லம் – சிறிது

## செய்முறை:

சாம்பார் வெங்காயத்தை பொடியாக நறுக்கிக் கொள்ளவும். அதோடு ஒரு பெரிய வெங்காயமும் நறுக்கி சேர்க்கலாம்.

வாணலியில் கொஞ்சம் வெளிச்செண்ணெய் விட்டு வெங்காயம் சிவந்து பொன்னிறமாக மாறும்வரை வறுத்து தனியே எடுத்து வைத்துக் கொள்ளவும். கொள்ளவும். அதே போல் தேங்காயையும் கறிவேப்பிலையையும் எண்ணெய் விடாமல் நன்கு சிவக்க வறுத்து தனியே எடுத்து வைத்துக்கொள்ளவும். தேங்காய் தீயாமல் வறுக்க வேண்டும். பிறகு அதே வாணலியில் சிறிது எண்ணெய் விட்டு தனியா, மிளகாய், பெருங்காயம் இவற்றை நன்றாக வறுத்தெடுத்து வைத்துக்கொள்ளவும்.

வாணலியில் புளியைக் கரைத்து ஊற்றவும். அதில் மஞ்சள் தூள், உப்பு, வெல்லம் சேர்த்து நன்கு கொதிக்கவிடவும்.

மிக்சி ஜாரில், வறுத்து வைத்திருக்கும், தேங்காய், தனியா, மிளகாய், பெருங்காயம், கறிவேப்பிலை இவற்றை நன்கு நைசாக அரைத்துக் கொள்ளவும்.

புளிக்கரைசல் பச்சை வாசனை நீங்கி நன்கு கொதித்ததும் அதில் அரைத்த கலவையை விட்டு கலந்து மஞ்சளாக நுரைத்து கொதிக்க ஆரம்பித்ததும் வதக்கி வைத்திருக்கும் வெங்காயத்தை அதில் போட்டு மீண்டும் கொதிக்கவிட வேண்டும். புளியுடன் வெங்காயம் நன்கு சேர்ந்து குழம்பு சற்று கெட்டியாகி எண்ணெய் பிரிந்து மிதக்கத் துவங்கும்வரை கொதிக்கவிட வேண்டும். உப்பு புளிப்பு எல்லாம் சரியாக இருக்கிறதா என்று பார்த்துவிட்டு அடுப்பிலிருந்து இறக்கிவைத்த. பின்னர் தாளிப்பு கரண்டியில், ஒரு டேபிள் ஸ்பூன் வெளிச்செண்ணெய் ஊற்றி கடுகு, ஒரு மிளகாய், கால் ஸ்பூன் வெந்தயம், கறிவேப்பிலை இவற்றைத் தாளித்து அதில் ஊற்றவும்.

ஒருவேளை நீங்கள் வெண்டைக்காய் தீயல் வைக்கிறீர்கள் என்றால் வெண்டைக்காயை பொன்னிறமாக வறுத்து எடுத்து கடைசியில் சேர்க்க வேண்டும். வெண்டைக்காய் தவிர இதர காய்கள் என்றால் காயை சிறிது எண்ணெயில் கொஞ்சம் வதக்கி புளித்தண்ணீரை அதிலேயே ஊற்றி கொதிக்கவிட வேண்டும்.

முதலிலேயே தாளித்து காயைப்போட்டு வதக்கியும் புளிக்கரைசல் சேர்த்து கொதிக்கவிடலாம்.

இந்த தீயலை நெய் சாதத்துடன் தொட்டு சாப்பிட்டால் அமிர்தம்தான். தொட்டுக் கொள்ள பப்படம் பொரித்துக் கொள்ளலாம். ஏதேனும் மெழுக்குபெரட்டியோ, உருளைக்கிழங்கு கறியோ, பருப்புசிலியோ கூட செய்து கொள்ளலாம்.

✵ ✵ ✵

# 44) இருபுளி குழம்பு

அதென்ன இருபுளி என்ற கேள்வி எழும். அதாவது இந்தக் குழம்பில் இரண்டு விதமான புளிப்புச் சுவை கலந்திருக்கும் என்பதால் இருபுளிக் குழம்பு என்ற பெயர் வந்துவிட்டது. இதை சேப்பங்கிழங்கு, உருளைக்கிழங்கு வெண்டைக்காய், கத்திரிக்காய், முருங்கைக்காய் என்று எந்தக் காயில் வேண்டுமானாலும் செய்யலாம். நான்கைந்து காய்கள் சேர்த்தும் செய்யலாம். உங்கள் விருப்பம்.

## தேவையான பொருட்கள்:

சாம்பார் வெங்காயம் – 100 gm

முருங்கைக்காய் – 1

புளி – சிறிய நெல்லிக்காயளவு

கடைந்து வைத்திருக்கும் திக்கான மோர் – ஒரு கப்

உப்பு – தேவையான அளவு

மஞ்சள் தூள் – அரை ஸ்பூன்

வெல்லம் – சிறிய கட்டி

## வறுப்பதற்கு

காய்ந்த மிளகாய் – 5

துவரம்பருப்பு – ஒன்றரை டீஸ்பூன்

வெந்தயம் – கால் ஸ்பூன்

தேங்காய் துருவல் – அரை கப்

கறிவேப்பிலை – ஒரு கொத்து

## தாளிக்க

கடுகு – ஒரு ஸ்பூன்

மிளகாய் – 1

கறிவேப்பிலை சிறிது

பெருங்காயம் – சிறிது

## செய்முறை:

வாணலியில் கொஞ்சம் வெளிச்செண்ணெய் விட்டு துவரம்பருப்பு, மிளகாய், வெந்தயம், கறிவேப்பிலை இவற்றை சிவக்க வறுத்து அதிலேயே பெருங்காயமும், தேங்காய்த் துருவலும் சேர்த்து தேங்காய் சிறிது பொன்னிறமாக ஆகும்வரை வறுத்து,. வறுத்தவற்றை மிக்சியில் போட்டு நன்கு மையாக அரைத்துக்கொள்ள வேண்டும்.

வாணலியை அடுப்பில் வைத்து சிறிது வெளிச்செண்ணெய் ஊற்றி, கடுகு, மிளகாய், கறிவேப்பிலை இவற்றைத் தாளித்து அதில் வெங்காயத்தைப் போட்டு நன்கு வதக்கி, அதன் பின் நறுக்கிய முருங்கைக்காயும் சேர்த்து இரண்டு வதக்கு வதக்கிய பிறகு கரைத்து வைத்திருக்கும் புளியை அதில் விட்டு, மஞ்சள் தூள், உப்பு, சிறிது வெல்லம் சேர்த்து பச்சை வாசனை நீங்கி வெங்காயமும் முருங்கைக்காயும் நன்கு வேகும்வரை மூடி, அடுப்பை சிம்மில் வைத்து கொதிக்கவிடவும்.

அரைத்து வைத்திருக்கும் தேங்காய் விழுதை, கடைந்து வைத்திருக்கும் மோரில் போட்டு நன்கு கலக்கவும். பிறகு இதை கொதிக்கும் குழம்பில் ஊற்றி நன்கு தளைத்ததும் அடுப்பை அணைத்து விடலாம்.

இந்த குழம்பை உங்கள் விருப்பம் போல சற்று கெட்டியாகவோ அல்லது கொஞ்சம் தளரவோ எப்படி வேண்டுமானாலும் செய்து கொள்ளலாம். சாதத்தில் ஊற்றி பிசைந்தும் சாப்பிடலாம். கலந்த சாதங்கள், (சித்ரான்னங்கள்) தோசை இட்லி போன்றவைகளுக்கு தொட்டும் சாப்பிடலாம்.

* ——— *

## 45) தக்காளிக்காய் கூட்டு

**செ**ம ருசியான கூட்டு இது. தக்காளிக்காய் கிடைக்கும் போதெல்லாம் என் அம்மா இதைச்செய்வாள். எல்லோருக்கும் பிடிக்குமென்பதால் கூட்டு மிஞ்சவே மிஞ்சாது.

### தேவையான பொருட்கள்:

தக்காளிக்காய் – கால் கிலோ.

பாசிப்பருப்பு – அரை கப்

தேங்காய்த் துருவல் – ஒரு கப்

பச்சை மிளகாய் – காரமுள்ளதாக இருந்தால் 3. காரம் குறைவான மிளகாயாக இருந்தால் நான்கு.

சீரகம் – ஒரு ஸ்பூன்

பெருங்காயம் – சிறிது

உப்பு – தேவையான அளவு

கறிவேப்பிலை – இரண்டு கொத்து

## தாளிக்க:

கடுகு – ஒரு ஸ்பூன்

சீரகம் – அரை ஸ்பூன்

வெளிச்செண்ணெய் – ஒரு டேபிள் ஸ்பூன்

## செய்முறை:

தக்காளிக்காயை நன்கு சுத்தம் செய்து துண்டுகளாக்கிக் கொள்ளவும். வாணலியில் அவற்றைப் போட்டு தேவையான நீர் விட்டு மஞ்சள் தூளும் உப்பும் போட்டு வேகவிடவும். ரொம்பவும் குழைந்து சிதையாமல் வேகவிடவும்.

பாசிப்பருப்பை குக்கரில் வேக வைத்துக் கொள்ளவும்.

தேங்காய், பச்சை மிளகாய், சீரகம், கறிவேப்பிலை ஒரு கொத்து இவற்றை மிக்சியில் போட்டு கொஞ்சம் நீர் ஊற்றி நன்கு அரைத்துக் கொள்ளவும்.

தக்காளிக்காய் வெந்திருப்பதை உறுதி செய்து கொண்டு பாசிப்பருப்பையும், அரைத்த தேங்காய் விழுதையும் சேர்த்து பச்சை வாசனை போகும்வரை கொதிக்கவிட்டு அடுப்பை அணைத்து விடவும்.

தாளிப்பு கரண்டியில் வெளிச்செண்ணெய் விட்டு கடுகு, சீரகம், ஒரு காய்ந்த மிளகாய், கறிவேப்பிலை, பெருங்காயம் போட்டு தாளித்து அதன்மீது ஊற்றவும். புளிப்பு, காரம் உப்பு என கலவையான சுவை கொண்ட கூட்டு இது. இதோடு ஒரு ரசமும் வைத்தால் அன்றைய சமையல் முடிந்துவிடும். சப்பாத்திக்கும் தொட்டு சாப்பிடலாம்.

✵ ✵ ✵

சின்ன வயசில் சேனை என்றாலே காத தூரம் ஓடுவேன். ஒருநாள் வீட்டில் என் அப்பாதான் சமையல். என்ன மெனு என்று தெரியாமலே சாப்பிட அமர்ந்தேன். மைசூர் ரசமும் ஏதோ கூட்டு மாதிரியும் செய்திருந்தார். நல்ல பசியில், என்ன ஏது என்று எதுவும் கேட்காமல் சாப்பிட்டேன். அதுவும் அந்த குழைசலான ஒரு கூட்டு சான்சே இல்லை. சூப்பரோ சூப்பர்னு நக்கி நக்கி சாப்ட்டாச்சு. சாப்பிட்டு எழுந்ததும்தான் அம்மாவிடம் கேட்டேன். அதென்ன கூட்டும்மா?. சூப்பரா இருந்துது என்றேன். அம்மா நமுட்டு சிரிப்பு சிரித்தபடி சேனை மசியல் என்றாள். நான் திகைத்தேன். சேனைக்கு இவ்வளவு ருசியுண்டு என்பதை அப்போதுதான் தெரிந்து கொண்டேன். அன்றுமுதல் என் இஷ்ட காய்கறியில் சேனை முதலிடம் பிடித்தது. சேனையில் எது பண்ணினாலும் ஒரு வெட்டு வெட்டுவது என்றாயிற்று.

# 46) சேனை மசியல்

## தேவையானவை:

சேனை – அரை கிலோ (தோல் நீக்கி வடிவமற்ற துண்டுகளாக செதுக்கி செதுக்கி எடுத்து தண்ணீரில் போட்டு சுத்தப்படுத்தி வைத்துக் கொள்ளவும்

பச்சை மிளகாய் – சிறியது – 3 (பொடியாக நறுக்கி வைத்துக் கொள்ளவும்

இஞ்சி ஒரு துண்டு. பொடியாக நறுக்கிக்கொள்ளவும்

தேங்காய் – துருவியது – ஒரு கப்

மஞ்சள் தூள் – அரை ஸ்பூன்

உப்பு – தேவையான அளவு

கறிவேப்பிலை – ஒரு கொத்து

பெருங்காயத் தூள் – சிறிது

எலுமிச்சம் பழம் சிறியது – அரை மூடி

பொடியாக நறுக்கிய கொத்தமல்லி – ஒரு டேபிள் ஸ்பூன்

## தாளிக்க

வரமிளகாய் – ஒன்று (சிறியது)

கடுகு – ஒரு ஸ்பூன்

சீரகம் – அரை ஸ்பூன்

## செய்முறை:

நறுக்கிய சேனைத் துண்டுகளை வாணலி, அல்லது கச்சட்டியில் போட்டு நீர் ஊற்றி, மஞ்சள் தூளும், உப்பும் சேர்த்து அடுப்பில் வைத்து நன்கு வேகவிடவும். சேனை நன்கு குழைந்து வெந்ததும், அதை ஒன்றும் பாதியுமாக நன்கு மசித்து விடவும். மற்றொரு வாணலியில் சிறிது வெளிச்செண்ணெய் விட்டு, கடுகு, உடைத்த உளுந்து, கறிவேப்பிலை, பெருங்காயத்தூள் போட்டு தாளித்து நறுக்கிய பச்சை மிளகாயும். இஞ்சியும் சேர்த்து வதக்கி, அடுப்பை அணைத்துவிட்டு வாணலி சூட்டிலேயே தேங்காய்த் துருவலையும் அதில் சற்று பிரட்டிவிட்டு பின்னர் இவற்றை வெந்த சேனையில் சேர்த்து நன்கு கலந்து விடவும். மசியல் ரொம்ப கெட்டியாகவும் இல்லாமல் ரொம்ப நீர்க்கவும் இல்லாமல் ஒரு கொதி வரட்டும். அடுப்பை அணைத்துவிட்டு ஐந்து நிமிடம் கழித்து அரை மூடி (அல்லது உங்களுக்கு வேண்டிய அளவில்) எலுமிச்சம் பழத்தைப் பிழிந்து கலந்து, இறுதியாக பொடியாக நறுக்கிய கொத்தமல்லியை மேலே தூவி மூடவும். வாசனை

ஆளைத் தூக்குமே!. சுடச்சுட வெறும் நெய் சாதத்தில் ஒரு பப்படத்தை பொடித்து போட்டுக்கொண்டு இதைத் தொட்டுக் கொண்டு சாப்பிட்டு பாருங்கள். சொர்க்கம் தெரியும்.

✵ ✵ ✵

# 47) மொச்சைக்கொட்டை கீரைத்தண்டு கூட்டான்

இதை என் மாமியார் வீட்டில் ஞாயிற்றுக்கிழமை ஸ்பெஷல் என்பார்கள். அவ்வளவு ருசியாகச் செய்வார் என் மாமியார்.

## தேவையான பொருட்கள்:

மொச்சைக் கொட்டை – 100 gm (முதல் நாள் இரவே ஊறவைத்துக் கொள்ளவும்)

கீரைத்தண்டு – நறுக்கியது ஒரு கோப்பை (தண்டு கீரை என்றே கிடைக்கும். இதன் தண்டை எடுத்து, அதன் நாரை நீக்கி துண்டுகளாக நறுக்கிக் கொள்ளவும். அதன் இலைகளை பொடியாக நறுக்கி மசியல் செய்து கொள்ளலாம்.

புளி – சிறிய எலுமிச்சம் பழ அளவு

துவரம் பருப்பு – 150 gm

தனியா – ஒன்றரை டேபிள் ஸ்பூன்

மிளகாய் – 5

பச்சை மிளகாய் – 1

கடலைப்பருப்பு – இரண்டு டீஸ்பூன்

வெந்தயம் – கால் ஸ்பூன்

பெருங்காயம் – சிறிது

கறிவேப்பிலை இரண்டு கொத்து

வெல்லம் – சிறிய துண்டு

தேங்காய் – அரை மூடி துருவியது

வெளிச்செண்ணெய் – இரண்டு டேபிள் ஸ்பூன்

கடுகு – ஒரு ஸ்பூன்

காய்ந்த மிளகாய் – 2

வெந்தயம் – கால் ஸ்பூன்

## செய்முறை:

குக்கரின் அடியில் நீர் விட்டு ஒரு குக்கர் தட்டில் துவரம் பருப்பையும், மற்றொரு தட்டில் ஊறிய மொச்சைக் கொட்டையையும் போட்டு தேவையான நீர்விட்டு இரண்டையும் ஐந்தாறு விசில் வரும்வரை நன்கு வேகவிடவும்.

புளியைக் கரைத்துக் கொள்ளவும்

வாணலியில் சிறிது எண்ணெய் விட்டு தனியா, கடலைப்பருப்பு, மிளகாய், வெந்தயம், பெருங்காயக் கட்டி ஆகியவற்றை நன்கு வறுத்துக் கொள்ளவும். எல்லாம் சிவக்க வறுந்ததும் கடைசியாக தேங்காய்த் துருவலையும் பச்சை மிளகாயையும், ஒரு கொத்து கறிவேப்பிலையும் போட்டு இரண்டு நிமிடம் வதக்கி வேறொரு தட்டில் எடுத்து வைக்கவும்.

அதே வாணலியில் ஒரு டேபிள் ஸ்பூன் வெளிச்செண்ணெய் ஊற்றி கடுகு, காய்ந்த மிளகாய், கால் ஸ்பூன் வெந்தயம் ஒரு கொத்து கறிவேப்பிலை ஆகியவற்றை போட்டு தாளித்து அதில் நறுக்கி சுத்தம் செய்த கீரைத்தண்டுகளைப் போட்டு ஐந்து நிமிடம் வதக்கி புளிக்கரைசலை ஊற்றி, உப்பு, மஞ்சள் தூள், சிறிது வெல்லம் சேர்த்து மூடிவைத்து கொதிக்கவிடவும்.

வறுத்து வைத்திருப்பவற்றை மிக்சியில் போட்டு சிறிது நீர்விட்டு நைசாக அரைத்துக் கொள்ளவும்.

புளிக்கரைசலின் பச்சை வாசனை நீங்கி, கீரைத்தண்டு வெந்திருப்பதை உறுதி செய்து கொண்டு வேக வைத்த மொச்சைக் கொட்டையை அதில் போட்டு உப்பு பிடிக்கும்வரை மீண்டும் கொதிக்கவிடவும். உப்பு சரியாக இருக்கிறதா என்று

பார்த்துக் கொள்ளவும். பிறகு வேகவைத்த துவரம் பருப்பை நன்கு மசித்து அதில் சேர்த்து கலந்து விடவும். கடைசியாக அரைத்து வைத்திருக்கும் கலவையை அதில் சேர்த்து மிக்சியில் சிறிது நீர்விட்டு அலம்பி அதில் கலந்து, மேலும் வேண்டிய நீர்சேர்த்து கொதிக்கவிடவும். பெருங்காயப்பொடி சிறிது சேர்த்து கடைசியாக மேலே ஒரு ஸ்பூன் வெளிச்செண்ணெய் ஊற்றி அடுப்பை அணைத்து வாணலியை மூடி வைக்கவும்.

கீரைத்தண்டும், மொச்சைக் கொட்டையுமே சாம்பாரில் இருப்பதால், தொட்டுக்கொள்ள, சிம்ம்பிளாக ஒரு கீரை மசியல் மட்டும் போதும்., அதோடு பொரித்த பப்படமும் தொட்டுக் கொள்ளலாம். சாதத்தில் நெய் சேர்த்து பிசைந்து இந்த சாம்பார் ஊற்றி சாப்பிட்டுப் பாருங்கள் சுவர்க்கம் உங்கள் நாவில் தெரியும். கீரைத்தண்டில் எவ்வளவு சத்துக்கள் உள்ளன என்று நான் சொல்லி உங்களுக்குத் தெரிய வேண்டியதில்லை.

# 48) பைனாப்பிள் லெமன் ரசம்

எங்கள் வீட்டில் விருந்தாளிகள் வரும்போது கண்டிப்பாக விருந்தில் பைனாப்பிள் லெமன் ரசமும் இருக்கும்.

## தேவையான பொருட்கள்:

பாசிப்பருப்பு – கால் டம்ளர் (கழுவி தனியே வேகவைத்துக் கொள்ளவும்)

தக்காளி – இரண்டு

தோல்சீவி நறுக்கிய பைனாப்பிள் பழத்துண்டுகள் – ஒரு கோப்பை

எலுமிச்சம் பழம் – சிறியது – 1

பச்சை மிளகாய் – 2 (கீறிக் கொள்ளவும்)

இஞ்சி ஒரு துண்டு, - தோல் சீவி நீளவாக்கில் மெலிதாய் நறுக்கிக்கொள்ளவும்.

பெருங்காயம் – சிறிது

ரசப்பொடி – ஒரு ஸ்பூன்

உப்பு – தேவையான அளவு

மஞ்சள் தூள் – கால் ஸ்பூன்

மிளகு – அரை ஸ்பூன், சீரகம் அரை ஸ்பூன் (இரண்டையும் கரகரப்பாக பொடி செய்து வைத்துக் கொள்ளவும்.

## தாளிக்க

கடுகு – ஒரு ஸ்பூன்

சீரகம் – அரை ஸ்பூன்

கறிவேப்பிலை – ஒரு கொத்து

கொத்தமல்லி – பொடியாக நறுக்கியது – ஒரு டேபிள் ஸ்பூன்

## செய்முறை:

வாணலியை அடுப்பில் வைத்து இரண்டு ஸ்பூன் வெளிச்செண்ணெய் விட்டு அது காய்ந்ததும், கடுகு, சீரகம், மிளகாய் வற்றல் இவற்றைத் தாளித்து, மஞ்சள்தூள், பெருங்காயம், கறிவேப்பிலை இவற்றையும் சேர்த்து அதோடு நறுக்கிய இஞ்சித் துண்டுகள் மற்றும், தக்காளியையும் போட்டு லேசாக வதக்கி அதில் இரண்டு டம்ளர் தண்ணீர் ஊற்றி வேண்டிய உப்பு, மற்றும் ரசப்பொடியும் சேர்த்து நன்கு கொதிக்கவிடவும்.

பைனாப்பிள் துண்டுகளை மிக்சியில் அரைத்து வடிகட்டி சாறு எடுத்துக்கொள்ளவும். பைனாப்பிள் நல்ல புளிப்பாக இருந்தால் அதில் அரை மூடி லெமன் மட்டும் பிழிந்தால் போதும். இல்லையெனில் ஒரு லெமன் பிழிந்து வைத்துக் கொள்ளவும்.

அடுப்பிலிருக்கும் கலவை நன்கு கொதித்து தக்காளியின் பச்சை வாசனை போனதும், வெந்து வைத்திருக்கும் பாசிப்பருப்பை நன்கு மசித்து ஒரு கிளாஸ் நீர்விட்டு கரைத்து அதில் ஊற்றவும். பருப்பு ஊற்றி மீண்டும் கொதித்ததும், கடைசியாக பைனாப்பிள் லெமன் ஜூஸை அதில் விட்டு உடனே அடுப்பை அணைத்து விடவும். உப்பு புளிப்பு, காரம், பைனாப்பிள் இனிப்பு எல்லாம் சரியாக இருக்கிறதா என்று பார்க்கவும். கடைசியாக நறுக்கி வைத்திருக்கும் கொத்தமல்லியை அதில் போட்டு, பொடித்து வைத்திருக்கும் மிளகு சீரகத்தையும் சேர்த்து கலந்து மூடிவிடவும். வெறும் ரசமாகவே இதைக் குடிக்கலாம். பைனாப்பிள், எலுமிச்சை, பாசிப்பருப்பு, இஞ்சி, தக்காளி கறிவேப்பிலை, கொத்தமல்லி மிளகு

சீரகம் இவை எல்லாமே மருத்துவ குணங்கள் கொண்டவை. ரஸ அடி என்று இஞ்சித் துண்டுகள் கலந்த மண்டி அடியில் தங்கியிருக்கும். இதை தயிர் சாதத்திற்கு ஊற்றி சாப்பிட்டால் மிகுந்த சுவையைத் தரும். விருப்பமிருப்பவர்கள் ஒரு துண்டு பைனாப்பிளை பொடியாக நறுக்கி தாளிக்கும் போது சேர்த்து ரெண்டு வதக்கு வதக்கி ரசத்தில் சேர்க்கலாம்.

✲ ✲ ✲

# 49) வடை உருண்டை ரசம்

என் அம்மாவின் ஸ்பெஷல் இது. இந்த ரசம் வைக்கும் அன்று தொட்டுக் கொள்ளக எதுவுமே தேவையில்லை என்கிற அளவுக்கு இருக்கும்.

## தேவையான பொருட்கள்:

துவரம் பருப்பு வேகவைத்தது – இரண்டு கரண்டி (நன்கு மசித்துக் கொண்டு ஒன்று அல்லது இரண்டு கிளாஸ் நீர் ஊற்றி கலந்து வைத்துக் கொள்ளவும்)

தக்காளி – ஒன்று அல்லது இரண்டு

புளி – எலுமிச்சை அளவு

சாம்பார் பொடி – ஒரு டீஸ்பூன்

ரசப்பொடி – ஒரு டீஸ்பூன்

மஞ்சள் தூள் – அரை ஸ்பூன்

வெல்லம் – சிறிது

உளுத்தம் பருப்பு – ஒரு ஆழாக்கு (ஒருமணிநேரம் முன்பே ஊறவைத்து விடவும்)

மிளகு – ஒரு ஸ்பூன் (லேசாகப் பொடித்துக் கொள்ளவும்

பொரிப்பதற்கு எண்ணெய் – வேண்டிய அளவு

## செய்முறை:

நீரை வடித்துவிட்டு, ஊறவைத்த உளுந்தை மிக்சியில் போட்டு அதோடு, கொஞ்சம் உப்பு, பெருங்காயம் ஒருகொத்து

கறிவேப்பிலை மட்டும் போட்டு போண்டாவுக்கு அரைப்பது போல நைசாக அரைத்துக்கொள்ளவும்.

புளியை நன்கு கரைத்து ஒரு வாணலியில் ஊற்றி, மஞ்சள் தூள், உப்பு, சிறிது வெல்லம் ஒரு ஸ்பூன் சாம்பார் போடி சேர்த்து, தக்காளியும் சிறு துண்டுகளாக நறுக்கி சேர்த்து கொதிக்கவிடவும். ரசம் கொஞ்சம் கூடுதலாக வைக்கவும். உருண்டை போடும் போது அது ரசத்தை உறிஞ்சிக்கொள்ளும் என்பதால் அதற்கு வேண்டிய அளவுக்கு ரசம் வைக்க வேண்டும்.

ரசம் கொதிப்பதற்குள் இன்னொரு அடுப்பில் எண்ணெய் வைத்துக் கொள்ளவும். அரைத்து வைத்த உளுந்துமாவில், பொடித்து வைத்த மிளகு, மற்றும், கறிவேப்பிலையைக் கிள்ளிப் போட்டு நன்கு கலந்து கொண்டு எண்ணெய் சுட்டதும் மாவை சிறு சிறு உருண்டைகளாக எண்ணெயில் போடவும். சிறிய போண்டா மாதிரி அவை பொன்னிறமாக மிதக்கும்போது எடுத்து டிஷ்யு பேப்பர் விரித்த தட்டில் எடுத்து வைத்துக்கொள்ளவும்.

ரசம் பச்சை வாசனை நீங்கி கொதிக்கும்போது பருப்புத் தண்ணீரை ஊற்றி, பெருங்காயமும், ரசப்பொடியும் சேர்த்து பொங்கி வரும்போது அடுப்பை அணைத்துவிடவும். பிறகு போண்டாக்களை தேவையான அளவுக்கு எடுத்து ரசத்தில் போட்டு மேலே கொத்தமல்லியும் கட் பண்ணி தூவி மூடிவிடுங்கள்.

சாப்பிடும்போது திறந்து பார்த்தால் வாசனை ஆளைத்தூக்கும். நாவூறும். ரசத்தில் ஊறிய போண்டாக்களின் சுவை கிறுகிறுக்க வைக்கும். மிச்சமிருக்கும் போண்டாக்களை டீ குடிக்கும்போது சாப்பிடலாம்.

✲ ✲ ✲

# பத்திய சமையல்கள்

**வி**ருந்துச் சமையல், சாதாரண சமையல் என்று இதுவரை பார்த்தோம். இனி பத்திய சமையலையும் கொஞ்சம் பார்ப்போம் பிரசவமான பெண்களுக்கும் முதியோருக்கும், உடல் நலமாற்றவருக்கும், குழந்தைகளுக்குமான பத்திய சமையல் வகைகள் பற்றி பார்ப்போம். இவை நாவுக்கு ருசியோடு, உடலுக்கு மருந்தாகவும் இருக்கும். யாருக்கும் எவ்வித கெடுதலும் செய்யாத உணவு வகைகள் இவை.

பத்தியம் என்றால் யார் யாருக்கு என்ற கேள்வி வரலாம். முற்காலத்தில் வீட்டில் யாருக்கேனும் பிரசவமானால் அந்தப் பெண்ணுக்கு கண்டிப்பாக இரண்டு மாதமாவது பத்திய சமையல்தான் போடுவார்கள். ஆனால் இப்போதெல்லாம் பிரசவமான பெண்கள் எல்லாவிதமான உணவும் உண்ணலாம் என்கிறார்கள் மருத்துவர்கள். என்றாலும் இன்னமும்கூட பத்திய சமையல் செய்து போடும் தாய்மார்களும் உண்டு. அதை விரும்பி சாப்பிடும் பிரசவித்த பெண்களும் உண்டு. காரணம் என்னவென்றால் அந்த உணவு அவ்வளவு சுவையாக இருக்கும். வாய்க்கும், வயிற்றுக்கும்

எந்தக் கேடும் செய்யாது. குழந்தைக்கு வேண்டிய பால் தாய்க்கு சுரக்கும். தாய் உண்ணும் இந்த பத்திய உணவுகளால் பாலருந்தும் சிசுவுக்கு எவ்வித வயிற்றுக் கோளாறுகளும் ஏற்படாது காக்கும். என் பெண்கள் பிரசவித்தபோது நான் அவர்களுக்கு பத்திய சமையல்தான் செய்து போட்டேன்.. இன்னொரு சிறப்பான விஷயம் பிள்ளை பெற்றவர்கள் என்றில்லை, இந்த பத்திய உணவுகளை யார் வேண்டுமானாலும் சாப்பிடலாம்.

வீட்டில் யாருக்கேனும், ஜுரம், ஜலதோஷம்,தொண்டைக்கட்டு, வயிற்றுப் பிரச்சனைகள் இருந்தாலும் அதற்கேற்றவாறு சில பத்திய உணவுகள் சமைத்துக் கொடுக்கலாம்.

இனி பத்திய சமையல்கள் பற்றி பார்ப்போம்.

துவரம்பருப்பு வாயு என்பதால்,பத்திய சமையல்களில் பொதுவாக பாசிப்பருப்புதான் சேர்க்கப்படும். சிலவற்றிற்கு தாளிப்பு இருக்கும். சிலவற்றிற்குத் தாளிப்பு தேவைப்படாது. மிளகு சீரகம், சித்தரத்தை, திப்பிலி, இதெல்லாம் இதில் உபயோகிக்கப்படும்.

எனக்குத் திருமணமாவதற்கு முன்பு எங்கள் வீட்டில் யாருக்கு பிரசவமானாலும் எனக்கு இரண்டு விதமான சந்தோஷம் ஏற்படும். ஒன்று வீட்டிற்கு புதிதாக ஒரு பூப்போன்ற உயிர் வந்திருக்கிறது. அது உறங்குவதையும், அசைவதையும், கை கால் நீட்டி மடக்கி பூ மாதிரி கிடப்பதையும், மலங்க மலங்க விழித்துப் பார்ப்பதையும், அதன் முகத்தில் திடீரென மலரும் சிரிப்பு, இதழ் பிதுங்க வரும் அழுகை இவற்றையெல்லாம் காணக் காண இன்பம் பெருகும்.

இரண்டாவது காரணம், பிரசவிப்பவர்களுக்காக பிரத்யேகமாக சமைக்கப்படும் பத்திய உணவுகளையும் ருசி பார்க்கலாம். பத்தியம் சாப்பிடுவதற்காகவே பிள்ளை பெற்றுக் கொள்ளலாம் போலிருக்கே என்பேன் நான் வேடிக்கையாய். இனி பிள்ளைபெத்தா பத்திய சமையல்கள் பற்றி பார்ப்போம். இதை மற்றவர்களும் சாப்பிடலாம் தப்பில்லை.

✲ ✲ ✲

# 50) மொளகூஷ்யம்

புடலங்காய், மஞ்சள் பூசணி, பெங்களூர் கத்திரிக்காய், சேனை, வாழைக்காய், கேரட், பயத்தங்காய், அவரைக்காய், பீன்ஸ் என்று இவற்றில் எந்தவொரு தனிக் காயிலும் செய்யலாம். அல்லது இரண்டு மூன்று காய்கள் சேர்த்தும் செய்யலாம். எப்படி செய்தாலும் செய்முறை ஒன்றுதான்.

## தேவையான காய்:

(நாம் நாலைந்து காய் போட்டு செய்வோம்)

சௌ சௌ – 1

மத்தன் (மஞ்சள் பூசணி) கால் கிலோ

பீன்ஸ் அல்லது காராமணி – (ஒரு இன்ச் நீளத்துண்டுகளாக நறுக்கியது அரை கோப்பை

அவரைக்காய் – நறுக்கியது ஒரு அரை கோப்பை

பாசிப் பருப்பு – ஒரு கோப்பை

மிளகு – ஒரு டீஸ்பூன்

சீரகம் – ஒரு ஸ்பூன்

மிளகுப்பொடி – ஒரு ஸ்பூன்

பெருங்காயம் – கால் ஸ்பூன்

கறிவேப்பிலை – ஒரு கொத்து

வெளிச்செண்ணெய் – ஒரு டீஸ்பூன்

## செய்முறை:

பாசிப்பருப்பைக் கழுவி நீர்விட்டு அரை ஸ்பூன் நல்லெண்ணெ சேர்த்து குக்கரில் வேகவிட்டு எடுத்து வைத்துக்கொள்ளவும். காய்களை எல்லாம் கழுவி நறுக்கிக்கொண்டு ஒரு வாணலியில் வேண்டிய நீர் ஊற்றி, ஒரு சிறிய ஸ்பூன் மிளகுப் பொடியும், உப்பும் மஞ்சள் தூளும் சேர்த்து நன்கு வேக விடவும்.

மிளகு சீரகத்தை ஒன்றும் பாதியுமாக பொடித்து வைத்துக்கொள்ளவும்.

காய்கள் நன்கு வெந்ததும் பாசிப்பருப்பை நன்கு மசித்து காயில் சேர்க்கவும். ரொம்ப கெட்டியாகவும் இல்லாமல், ரொம்ப நீர்க்கவும் இல்லாத அளவுக்கு வேண்டிய தண்ணீர் சேர்த்து நன்கு கொதிக்கவிடவும். பெருங்காயமும் சேர்த்து அடிபிடிக்காமல் கிளறவும். கொதிக்கும்போது பொடித்து வைத்திருக்கும் மிளகு சீரகப் பொடியை சிறிது நெய்யில் வறுத்து அதனோடு சேர்த்து கிளறி, அடுப்பை அணைத்து மேலே ஒரு ஸ்பூன் வெளிச்செண்ணெய், ஒரு கொத்து கறிவேப்பிலை சேர்த்து மூடிவிடவும். இதற்கு தாளிப்பு தேவையில்லை. வேண்டுமென்றால் ஒரு ஸ்பூன் நெய்யில் கொஞ்சம் சீரகத்தை தாளிக்கலாம். சாதாரண நாட்களில் தாளித்தும் சாப்பிடலாம்.

பிள்ளை பெற்றவர்களுக்கு பசி அதிகமாக இருக்கும். சாதத்தில் தாரளமாக உருக்கிய நெய் ஊற்றி இந்த மொளகூஷ்யத்தை சாதத்தோடு பிடித்து சாப்பிட்டால் அந்த ருசியே தனிதான். இன்னும் இன்னும் என்று சாப்பிடத் தோன்றும். இதிலேயே காய்கள் இருப்பதால் இதற்குத் தனியே எதுவும் தொட்டுக் கொள்ளத் தேவையில்லை. ஏதேனும் வேண்டுமென்று விரும்புகிறவர்கள் மிளகு குழம்பு வைத்து அதை இதற்கும், மிளகு குழம்பு சாதத்திற்கு மொளகூஷ்யத்தையும் பரஸ்பரம் தொட்டு சாப்பிடலாம்.

அடுத்தது பிரசவித்த பெண்கள் சாப்பிடும்படியான ஒரு மிளகு குழம்பும் பருப்புத் துவையலும் எப்படி செய்வதெனப் பார்ப்போம். இது ஒரு சூப்பர் காம்பினேஷன் சமையல். பிரசவமான பெண்களுக்கு மட்டுமல்ல, எல்லோருக்குமே இது ஒரு நல்ல மருந்துணவு எனலாம்.

* * *

# 51) மிளகு குழம்பு

## தேவையான பொருட்கள்:

புளி – ஒரு பெரிய எலுமிச்சையளவு

மிளகு – ஒரு டீஸ்பூன்

காய்ந்த மிளகாய் – 3

உளுத்தம்பருப்பு – ஒரு டேபிள் ஸ்பூன்

மஞ்சள் தூள் – அரை ஸ்பூன்

உப்பு – தேவையான அளவு

பெருங்காயத்தூள் – அரை ஸ்பூன் – கட்டிப் பெருங்காயம் என்றால் ஒரு சுண்டைக்காய் அளவு

கடுகு – ஒரு ஸ்பூன்

சீரகம் – அரை ஸ்பூன்

வெல்லம் – சிறு கட்டி

கறிவேப்பிலை – ஐந்தாறு கொத்து (கறிவேப்பிலை நிறையவே சேர்க்கலாம். உருவினால் அரை கப்பாவது இருக்க வேண்டும்)

நல்லெண்ணெய் – ஐந்து டேபிள் ஸ்பூன். (இதற்கு எண்ணெய் கூடுதலாக இருந்தால் சீக்கிரம் கெட்டுப்போகாது. ஒரு வாரம் கட வைத்து சாப்பிடலாம். மிளகிற்கு கபத்தைக் கட்டுப்படுத்தும் குணமுண்டு என்பதால் உடலுக்கு நல்லது.

## செய்முறை:

புளியை கெட்டியாகக் கரைத்துக்கொள்ளவும்.

வாணலியில் கொஞ்சம் நல்லெண்ணெய் விட்டு 2 மிளகாய், மிளகு, உளுத்தம்பருப்பு பெருங்காயம், அரை கப் கறிவேப்பிலை

இவற்றை சிவக்க வறுத்துக் கொள்ளவும். கட்டிப் பெருங்காயம் என்றால் முதலில் போட்டு வறுக்கலாம். பொடி என்றால் இறுதியில் சேர்க்கவும்.

வறுத்தவற்றை மிக்சியிலிட்டு சற்று கரகரப்பாகப் பொடித்துக்கொள்ளவும்.

வாணலியில் இரண்டு டேபிள் ஸ்பூன் நல்லெண்ணெய் விட்டு கடுகு மிளகாய், சீரகம் போட்டு தாளித்து அதில் புளிக்கரைசலை விடவும். தேவையான உப்பும் மஞ்சள்தூளும், சிறு வெல்லக்கட்டியும் சேர்த்து நன்கு கொதிக்கவிடவும். புளியின் பச்சை வாசனை மறைந்து நன்கு கொதித்து வற்றிவரும். உப்பு, புளிப்பு எல்லாம் சரியாக இருக்கிறதா என்று பார்த்து விட்டு, பொடித்து வைத்திருக்கும் மிளகுப் பொடியை அதில் சேர்த்து கட்டி தட்டாமல் கலந்துவிடவும். ரொம்ப இறுகிப் போயிருந்தால் கொஞ்சம் சுடுநீர் ஊற்றி கலந்து சிறிது நேரம் கொதிக்கவிட்டு. மீதமிருக்கும் நல்லெண்ணெயை அதன் மீது ஊற்றி, அடுப்பை அணைக்க வேண்டியதுதான்.. விருப்பப்படுபவர்கள் அப்பளமும் சுட்டுக்கொண்டு இவற்றோடு சாப்பிடலாம். சூடான சாதத்தில் உருக்கிய நெய்யை கொஞ்சம் கூடவே ஊற்றிகொண்டு மிளகு குழம்பையும், பருப்புத் துவையலையும் தொட்டு சாப்பிட்டால் வயிறு ஆஹா அஹா என்று வாழ்த்தும்.

✯ ✯ ✯

# 52) பருப்புத் தொகையல்

## தேவையான பொருட்கள்:

பாசிப்பருப்பு – ஒரு கோப்பை

மிளகு – கால் ஸ்பூன்

பச்சை மிளகாய் – 1

கறிவேப்பிலை – சிறிது

தேங்காய் துருவியது – ஒரு கைப்பிடி

பெருங்காயம் - சிறிது

உப்பு – தேவையான அளவு

## செய்முறை:

வாணலியை அடுப்பில் வைத்து பாசிப்பருப்பையும், மிளகையும் சிவக்க வறுத்துக்கொள்ளவும். பாசிப்பருப்பு சிவக்க ஆரம்பிக்கும்போது பச்சை மிளகாய் ஒன்றையும், கறிவேப்பிலையையும் அதோடு சேர்த்து வறுத்துக் கொள்ளலாம்.

மிக்சியில் வறுத்த பொருட்களோடு தேங்காயையும் சேர்த்துப்போட்டு, உப்பு, பெருங்காயம் சேர்த்து கொஞ்சமாக நீர் தெளித்து கெட்டியாக கொரகொரவென்று அரைத்தெடுத்து ஒரு கிண்ணத்தில் எடுத்து வைத்துக் கொள்ளவும். மிளகுக் குழம்பிற்கு பெஸ்ட் காம்பினேஷன் இது.

✵ ✵ ✵

# 53) கறிவேப்பிலைப் பொடி

கறிவேப்பிலை ஒரு மிகச்சிறந்த மூலிகை. இது பல நோய்களை சத்தமின்றி தீர்க்கும். இரத்தசோகை, மூலநோய், தலைசுற்றல், வாந்தி, இப்படி பலவற்றிற்கு மிகச்சிறந்த மருந்து இது. உடலுக்குத் தேவையான, வைட்டமின் ஏ, ஈ, சி, மற்றும் எலும்பு உறுதிக்கு தேவையான போலிக் அமிலம் என அனைத்தும் இதில் உள்ளன. தினம் ஒரு கொத்து கறிவேப்பிலையாவது உணவில் சேர்த்துக்கொண்டால் உடலில் நோய் எதிர்ப்பு சக்தி அதிகரிக்கும்.

பிரசவித்த பெண்களுக்கு இரத்த இழப்பு அதிகமிருக்கும் என்பதால்தான் அதை ஈடுகட்ட கறிவேப்பிலையை அவர்களுக்கு பலவழிகளில் உணவில் சேர்ப்பார்கள். அதில் ஒன்றுதான் கறிவேப்பிலைப் பொடி. மற்றவர்களுக்கும் இது உடலுக்கு மிகவும் நல்லது. தினம் ஒரு உருண்டை சாதமாவது இந்த பொடி போட்டு சாப்பிட்டால் மிகவும் நல்லது. முடி கொட்டுவது குறையும். உடலில் சேர்ந்துள்ள கெட்ட கொழுப்பைக் கரைக்கும்.

## தேவையான பொருட்கள்:

கறிவேப்பிலை – மூன்று கோப்பை

மிளகு – ஒரு டீஸ்பூன்

சீரகம் – ஒரு ஸ்பூன்

பெருங்காயம் – அரை ஸ்பூன்

உளுத்தம்பருப்பு – ஒரு டேபிள் ஸ்பூன்

துவரம் பருப்பு – ஒரு டேபிள் ஸ்பூன்

மிளகாய் – 1

உப்பு தேவையான அளவு

## செய்முறை:

வாணலியில் சிறிது எண்ணெய் ஊற்றி மிளகு, சீரகம் மற்றும் பெருங்காயத்தை முதலில் போட்டு லேசாய் வதக்கி, பின்னர் பருப்பு வகைகளையும், மிளகாயையும் போட்டு சிவக்க வறுக்கவும். இதை தனியே எடுத்து வைத்துவிட்டு அதே வாணலியில் கறிவேப்பிலையைப் போட்டு நொறுங்கினால் உடையுமளவுக்கு வறுத்துக் கொள்ளவும். பின்னர் முதலில் மிக்சியில் பருப்பு வகைகளை வேண்டிய உப்பு சேர்த்து முதலில் கொஞ்சம் பொடித்துக்கொண்ட பிறகு அதில் கறிவேப்பிலையையும் சேர்த்து சற்று கொரகொரப்பாக எல்லாவற்றையும் பொடித்தெடுத்து ஒரு பாட்டிலில் போட்டு காற்று புகாமல் மூடிவைத்துக்கொள்ள வேண்டியதுதான். வெறும் நெய் சாதத்தில் இதைக் கலந்து சாப்பிட, ஜுரம் வந்த வாய்க்கு நன்றாக இருக்கும்.

✲ ✲ ✲

# 54) மொளகு வெள்ளம்

பிரசவித்த பெண்களுக்கும் காய்ச்சலுற்றவர்களுக்கும் உணவில் நேரடியாக தயிரோ மோரோ சேர்க்க அனுமதிக்க மாட்டார்கள் பெரியவர்கள். ஆனால் அதே மோரை மொளகு வெள்ளமாக்கி கொடுக்கும்போது அது அவர்களுக்கு எந்தக் கெடுதலும் செய்வதில்லை. என் மாமனார் சற்று உடம்புக்கு முடியவில்லையென்றாலும் உடனே எனக்கு வெறும் மொளகு வெள்ளம் போதும். வேறொன்னும் வேண்டாம்ட்டியா என்பார். அவருக்கு அது மிகவும் பிடிக்கும் என்பதால் சாதாரண நாட்களில்கூட நான் அவருக்கு மோரை மொளகு வெள்ளமாக்கி கொடுத்துவிடுவேன். அவர் முகம் மலரும். அப்படியொன்றும் கஷ்டமான வேலையுமல்ல அது. ரொம்ப சிம்பிள்தான்.

## தேவையான பொருட்கள்:

புளித்த மோர் – ஒரு கோப்பை (மோர் ரொம்பவும் நீர்க்க இருக்கக்கூடாது. கொஞ்சம் திக்காக இருக்கட்டும்)

மிளகுத் தூள் – அரை ஸ்பூன் (மிளகை ஒன்றும் பாதியுமாகவும் உடைத்துக் கொள்ளலாம்)

மஞ்சள் தூள் – அரை ஸ்பூன்

பெருங்காயம் – ஒரு சிட்டிகை

கடுகு – கால் ஸ்பூன்

சீரகம் – கால் ஸ்பூன்

உப்பு – சிறிது

கறிவேப்பிலை – நான்கைந்து இலை

வெளிச்செண்ணெய் அல்லது நெய் – ஒரு ஸ்பூன்

பொடியாக நறுக்கிய கொத்தமல்லி – ஒரு ஸ்பூன்

## செய்முறை:

ஒரு சிறிய வாணலியில் ஒரு ஸ்பூன் வெளிச்செண்ணெய் அல்லது நெய் ஊற்றி அது சுட்டதும், கடுகு போட்டு அது வெடித்ததும், சீரகம் பெருங்காயம், கறிவேப்பிலை இவற்றை சேர்த்து அதோடு அரை ஸ்பூன் மிளகுப் பொடி, உப்பு மஞ்சள் பொடி இவற்றையும் சேர்க்கவும். பிறகு அதில் மோரை விட்டு லேசாக சூடு வந்ததும் அடுப்பை அணைத்துவிடவும். மிகவும் கொதித்தால் மோர் திரிந்துவிடும். மோர் சாதத்திற்கு பதில் இதை ஊற்றி சாப்பிட்டால் ஜுரம் வந்த வாய்க்கு விறுவிறுப்பாக இருக்கும்.

✲ ✲ ✲

அடுத்து பிரசவித்த பெண்களுக்கு தாய்ப்பால் சுரக்கச்செய்யும் ஒரு உணவைப் பார்க்கலாம்..

பிரசவித்த பெண்களுக்கு தாய்ப்பால் நன்கு சுரக்க வேண்டும் என்பதற்காக அவர்களது உணவில் பூண்டு அதிகம் சேர்ப்பார்கள். என் அம்மா பத்து பூண்டுப் பற்களை நெய்யில் வதக்கி அதில் கறிவேப்பிலைப் பொடியை சேர்த்து சாதத்தில் நெய் ஊற்றி இந்த பூண்டையும், பொடியையும் பிசைந்து சாப்பிடச் சொல்லுவாள். சிலநேரம் பூண்டு குழம்பாகவும் வைத்துக்கொடுப்பாள். உடலிலுள்ள கெட்ட கொழுப்பை நீக்கும் குணமும் பூண்டுக்குண்டு. அதை எப்படி செய்வதென்று பார்ப்போம்.

# 55) பூண்டு குழம்பு

## தேவையான பொருட்கள்:

புளி – எலுமிச்சம்பழ அளவு

உரித்த பூண்டு பற்கள் – அரை கோப்பை

உரித்த சாம்பார் வெங்காயம் அல்லது நறுக்கிய பெரிய வெங்காயம் – ஒரு கோப்பை

தக்காளி – சிறியது நான்கு. பெரிதாக இருந்தால் இரண்டு

பச்சை மிளகாய் – 2 (கீறி வைத்துக்கொள்ளவும்)

வெல்லம்- ஒரு சிறிய கட்டி

மஞ்சள் தூள் – அரை ஸ்பூன்

உப்பு – தேவையான அளவு

கறிவேப்பிலை – இரண்டு கொத்து

நல்லெண்ணெய் – மூன்று டேபிள் ஸ்பூன்

கடுகு – ஒரு ஸ்பூன்

காய்ந்த மிளகாய் – 2

வெந்தயம் – அரை ஸ்பூன்

சாம்பார் பொடி – இரண்டு டீஸ்பூன் (அல்லது உங்களுக்குத் தேவையான காரத்திற்கு ஏற்ப சேர்க்கலாம்) அல்லது காய்ந்த மிளகாய், தனியா, கடலைப்பருப்பு, வெந்தயம், கறிவேப்பிலை இவற்றை வறுத்து பொடிசெய்து ஃபிரஷ் ஆகவும் சேர்க்கலாம். உங்கள் விருப்பம்.

## செய்முறை:

அடுப்பில் வாணலியை வைத்து அதில் மூன்று டேபிள் ஸ்பூன் நல்லெண்ணெய் ஊற்றி அது கொதித்ததும், கடுகு, வெந்தயம், காய்ந்த மிளகாய், கொஞ்சம் பெருங்காயம், கறிவேப்பிலை இவற்றை போட்டு வெடிக்கவிட்டு, உரித்த பூண்டுகளை அதில் போட்டு சிவக்க வதக்க வேண்டும். பிறகு வெங்காயத்தையும் சேர்த்து நன்கு வதக்கி, கடைசியாக நறுக்கி வைத்திருக்கும் தக்காளியையும் சேர்த்து சற்றுநேரம் வதக்கிய பின்னர் கரைத்து வைத்திருக்கும் புளித்தண்ணீரை அதில் விடவும். உப்பு, மஞ்சள் தூள், சாம்பார்பொடி, (வறுத்துப் பொடித்த பொடியானால் கடைசியில் சேர்த்து ஒரு கொதிவிட்டால் போதும்) சிறிய வெல்லக்கட்டி அல்லது ஒரு ஸ்பூன் சர்க்கரை இவற்றை சேர்த்து மூடிவைத்து நன்கு கொதிக்கவிடவும். குழம்பு பச்சை வாசனை நீங்கி பளபளவென்று கொதித்து கொஞ்சம் வற்றி எண்ணெய் வெளிப்படத் துவங்கியதும், அடுப்பை அணைத்துவிடலாம். சாதத்தில் கொஞ்சம் நல்லெண்ணெய் அல்லது நெய் ஊற்றி இந்தக் குழம்பை விட்டு பிசைந்து சாப்பிட்டுப் பாருங்கள். அத்தனை ருசியாக இருக்கும். தொட்டுக்கொள்ள எண்ணெய் கத்திரிக்காயோ, வேறு ஏதேனும் கறியோ, பருப்புசிலியோ உங்கள் விருப்பப்படி செய்து கொள்ளலாம்.

✲ ✲ ✲

# 56) மிளகு சீரக ரசம்

அந்தக் காலத்தில் தலைக்கு எண்ணெய் தேய்த்து குளிக்கும் நாளில் கண்டிப்பாக வீட்டில் சீரக ரசம் வைக்கப்படும். தவிர யாருக்கேனும் ஜுரம் என்றாலும் சீரக ரசம்தான். குழைய சாதம் வடித்து சீரக ரசத்தை விட்டு நன்கு மசித்து கரைத்தாற்போல் ரெண்டு டம்ளர் கொடுத்து குடிக்கச் சொல்லுவார்கள். நாக்கிற்கும் தொண்டைக்கும் அவ்வளவு இதமாக இருக்கும். உடம்பு கலகலவென்று ஆகிவிடும். பிரசவமான பெண்களுக்கும் அவர்களது பத்திய சமையலில் நிச்சயம் மிளகு சீரக ரசமும் இருக்கும். இதற்கு தக்காளி, பருப்புத் தண்ணீர், பெருங்காயம் எதுவும் தேவையில்லை. சீரக வாசனை மட்டும்தான். செய்வதும் சுலபம். மழைக்காலங்களில் இந்த சீரக ரசத்தை அப்படியே ஒரு டம்ளர் குடிக்கும் போது குளிருக்கு இதமாக இருக்கும்.

## தேவையான பொருட்கள்:

புளி – எலுமிச்சையளவு

ரசப்பொடி – ஒரு ஸ்பூன்

தனியா – ஒரு ஸ்பூன்

துவரம்பருப்பு – ஒரு டேபிள் ஸ்பூன்

மிளகு – அரை ஸ்பூன்

சீரகம் – ஒரு ஸ்பூன்

வெல்லம் – சிறிது

## தாளிக்க

நெய் – ஒரு ஸ்பூன்

கடுகு – ஒரு ஸ்பூன்

சீரகம் = அரை ஸ்பூன்

காய்ந்த மிளகாய் – 1

கறிவேப்பிலை – இரண்டு கொத்து

கொத்தமல்லி – பொடியாக நறுக்கியது ஒரு டேபிள் ஸ்பூன்

## செய்முறை:

தனியா, துவரம்பருப்பு, சீரகம், மிளகு இவற்றை அப்படியே கொஞ்சம் தண்ணீரில் ஊறவைத்து கறிவேப்பிலை ஒரு கொத்து சேர்த்து அரைத்துக் கொள்ளலாம். அல்லது நீங்கள் விரும்பினால் இவற்றை வாணலியில் லேசாக வறுத்து பொடித்தும் கொள்ளலாம். அல்லது சிறிது நீர் விட்டு. கொரகொரப்பாக அரைத்தும் கொள்ளலாம். உங்கள் சௌகர்யம்.

புளியைக் கரைத்துக் கொள்ளவும்.

வாணலியில் ஒரு ஸ்பூன் நெய்விட்டு அது சுட்டதும், கடுகு போட்டு வெடித்ததும் அரை ஸ்பூன் சீரகமும், கறிவேப்பிலையும் போட்டு, அதிலேயே மஞ்சள் தூளை சேர்த்து பிரட்டி பிறகு கரைத்து வைத்திருக்கும் புளித்தண்ணீரை அதில் சேர்க்கவும். ஒரு ஸ்பூன் ரசப்பொடி, வேண்டிய உப்பு, சிறிது வெல்லம் அல்லது சர்க்கரை சேர்த்து கொதிக்கவிடவும். புளியின் பச்சை வாசனை நீங்கியதும், அரைத்து வைத்திருக்கும் கலவையைக் கொஞ்சம் நீர்விட்டு கரைத்து கொதித்துக் கொண்டிருக்கும் ரசத்தில் விடவேண்டும்.

ரசம் நன்கு கொதித்து பொங்கி வந்ததும் அடுப்பை அணைத்து விட்டு நறுக்கி வைத்திருக்கும் கொத்தமல்லியை அதில் போட்டு மூடிவிடலாம். கமகம மிளகு சீரக ரசம் ரெடி. விருப்பமுள்ளவர்கள் இந்த ரசத்தில் நான்கைந்து பூண்டும் கூட சேர்த்துக் கொள்ளலாம். டம்ளரில் ஊற்றி குடிக்க விரும்புகிறவர்கள் அரை ஸ்பூன் உருக்கிய நெய்யும் ஊற்றிக் குடித்தால் தனி சுவையைத் தரும்.

✲ ✲ ✲

# 57) கொட்டு ரசம்

இதை என் அத்தை பண்ணினால் தெருக்கோடி வரை மணம்வீசும். ஐந்தே நிமிடத்தில் செய்துவிடுவாள். ஒன்றுமே இல்லையென்றால் ஒரு கொட்டு ரசமும் ரெண்டு சுட்ட அப்பளமும் போதும்.

## தேவையானவை

புளி – நெல்லிக்காயளவு

கடுகு – ஒரு ஸ்பூன்

மிளகாய் – மூன்று

துவரம்பருப்பு – ஒரு டீஸ்பூன்

சீரகம் – அரை ஸ்பூன்

பெருங்காயம் – கால் ஸ்பூன்

கறிவேப்பிலை – ஒரு கொத்து

வெல்லம் அல்லது சர்க்கரை – சிறிது

மஞ்சள் தூள்

## செய்முறை:

ஒரு வாணலியில் ஒரு ஸ்பூன் எண்ணெய் விட்டு கடுகு போட்டு வெடித்ததும், துவரம்பருப்பு, மற்றும் சீரகத்தையும் சேர்த்து பருப்பு சிவந்ததும், மிளகாய் மூன்றையும் கிள்ளிப்போட்டு, பெருங்காயமும், கறிவேப்பிலையும் அதில் சேர்த்து புளித்தண்ணீரை கொஞ்சம்

நீர்க்க விட்டு உப்பும் மஞ்சள் தூளும், வெல்லத்துண்டும் சேர்த்து கொதிக்கவிட வேண்டியதுதான்.

என் அத்தை புளியைக் கரைக்கக்கூட மாட்டாள். தண்ணீரில் போட்டு நன்கு கசக்கி சக்கையோடு அப்படியே தாளிப்பில் ஊற்றி கூடவே ரெண்டு கிளாஸ் தண்ணீரும் சேர்த்து கொதிக்க விடுவாள். புளிச்சக்கை மண்டியாக அடியில் தங்கிவிடும். இது பிடிக்காதவர்கள் புளிசக்கையை வடிகட்டிவிட்டு ஊற்றலாம்.

நீங்கள் விரும்பினால், துவரம்பருப்பு சீரகத்தை கொரகொரப்பாகப் மிக்சியில் பொடி செய்தும் புளித்தண்ணீரில் சேர்த்து கொதிக்க விடலாம். எப்படி செய்தாலும் அதன் மணத்திற்கும், குணத்திற்கும், ருசிக்கும் உத்தரவாதமுண்டு.

✲ ✲ ✲

# 58) தாமரைத்தண்டு குழம்பு

வைட்டமின்களும், தாது உப்புக்களும், புரதமும் மிகுத்தது தாமரைத் தண்டு. முதுமையைத் தள்ளிப்போட்டு, ஆயுளை நீட்டிக்கும் குணமும் தாமரைத் தண்டிற்குண்டு. இதயத்திற்கு மிகவும் நல்லது. இரத்த அழுத்தத்தை சீராக்கி மாரடைப்பு ஏற்படாமல் பாதுகாக்கும். இரும்புச்சத்து மிக்கது என்பதால் இரத்த சோகைக்கு நல்லது. பொட்டாசியம் மிகுந்தது என்பதால் இரத்த ஓட்டத்தை சீராக வைக்கும். இரத்தப் போக்கைக் கட்டுப்படுத்தும். எதிர்ப்பு சக்தியை அதிகரிக்கும். சுவாசக் கோளாறுகள், ஜீரணக் கோளாறுகளை சரிசெய்யும் ஆற்றல் கொண்டது. மூளை நரம்புகளை ஆரோக்கியமாக வைக்கும் என்பதால் மன அழுத்தம் உள்ளவர்களுக்கும், மனநலம் குன்றியவர்களுக்கும் இதை உணவில் சேர்த்துக்கொடுத்தால் விரைவில் குணம் தெரியும்.. பிரசவித்த பெண்களுக்கு இது மிகவும் நல்லது. பிரசவத்திற்குப் பிறகு ஏற்பட்டிருக்கும் ரத்த சோகையை சரிசெய்யும். தவிர கருப்பையில் தங்கியிருக்கும் மஷ்டு என சொல்லப்படும் கசடுகளையும் நீக்கும் என்பார்கள். அதனால் பாலக்காட்டுக்காரர்கள் பத்திய சமையலில் கண்டிப்பாக இதை சேர்ப்பார்கள்.

தாமரைத்தண்டு கிடைக்கும் காலங்களில் என் அம்மா அதை வற்றலாகப் போட்டு காயவைத்து விடுவாள். தாமரைத்தண்டை பச்சையாகவும் உணவில் சேர்த்துக் கொள்ளலாம். நான் எப்போது பாலக்காடு சென்றாலும் மறக்காது தாமரைத் தண்டு வற்றல் வாங்கி வந்து விடுவேன். பல்லசேனா கிராமம் இதற்குப் பெயர் போனது.

உங்கள் அருகாமை காய்கறி மார்கெட்டுகளில் பச்சை தாமரைத்தண்டு கிடைத்தால் வாங்கிக்கொள்ளுங்கள். கிடைக்காதவர்கள் கடைகளில் வற்றலாக கிடைக்கும் தாமரைத் தண்டையும் வாங்கி சமையலில் உபயோகிக்கலாம்.

இனி தாமரைத் தண்டில் எப்படி குழம்பு செய்வதென்று பார்ப்போம்.

## தேவையான பொருட்கள்:

தாமரைத் தண்டு – பச்சையானது என்றால் கால்கிலோ (வற்றல் என்றால் ஒரு கைப்பிடி)

புளி – ஒரு எலுமிச்சை அளவு

சாம்பார் பொடி – இரண்டு தேக்கரண்டி (அல்லது மிளகாய், தனியா, கடலைப்பருப்பு, சிறிது வெந்தயத்தை வறுத்துப் பொடித்தும் கொள்ளலாம்)

மஞ்சள் தூள் – அரை ஸ்பூன்

உப்பு – தேவையான அளவு. (வற்றல் உபயோகித்தால் அதிலும் உப்பு இருக்கும் என்பதால் உப்பு குறைவாகவே போட்டுக் கொள்ளவும்)

வெல்லம் – ஒரு சிறு கட்டி

தேங்காய் துருவல் – ஒரு சிறிய கப்

கறிவேப்பிலை – ஒரு கொத்து

பெருங்காயம் – சிறிது

காய்ந்த மிளகாய் – 2

கடுகு – ஒரு ஸ்பூன்

வெந்தயம் – கால் ஸ்பூன்

தாளிக்க நல்லெண்ணெய் – ஒரு டேபிள் ஸ்பூன்

## செய்முறை:

பச்சை தாமரைத் தண்டென்றால் முதலில் அதை நன்கு கழுவி மேல் தோலை பீலர் கொண்டு சீவியெடுக்க வேண்டும். (முள்ளங்கியின் தோலை சீவி எடுப்பது போல) பிறகு அதை குறுக்குவாட்டில் வட்டவட்டமாக மெலிதாக நறுக்கிக்கொள்ளவும்.

நறுக்கியவற்றை கொதிக்கும் வெந்நீரில் போட்டு சிறிதுநேரம் மூடி மேடையின் ஒருபக்கமாக வைத்துவிடவும்

புளியை நன்கு கரைத்துக்கொள்ளவும்.

அடுப்பில் வாணலியை ஏற்றி, அதில் வெளிச்செண்ணெய் அல்லது நல்லெண்ணெய் ஏதேனும் ஒன்று ஒரு டேபிள்ஸ்பூன் ஊற்றி, அது சுட்டதும், கடுகு போட்டு பொரிந்ததும், வெந்தயம், காய்ந்த மிளகாய், பெருங்காயம், கறிவேப்பிலை இவற்றையும் கிள்ளிப்போட்டு வறுபட்டதும் கரைத்து வைத்திருக்கும் புளித்தண்ணீரை ஊற்றவேண்டும். பிறகு மஞ்சள்தூள், சாம்பார் பொடி, உப்பு, சிறிது வெல்லம், அதோடு வெந்நீரில் போட்டு வைத்திருக்கும் நறுக்கிய தாமரைத் தண்டு இவற்றையும் நீரிலிருந்து எடுத்து சேர்த்து நன்கு கொதிக்கவிடவும். பச்சை வாசனை நீங்கி குழம்பு ஓரளவுக்கு வற்றி வரும்போது உப்பு சரிபார்த்து அடுப்பை அணைத்துவிடலாம். தாளிப்பு கரண்டியில் கொஞ்சம் எண்ணெய் விட்டு, துருவி வைத்திருக்கும் தேங்காயை சிவக்க வறுத்து குழம்பில் சேர்க்கவேண்டும்.

ஒருவேளை தாமரைத்தண்டு வற்றலைல் நீங்கள் உபயோகிக்கப் போகிறீர்கள் என்றால் கொஞ்சமாக வெளிச்செண்ணெய் அடுப்பில் வைத்து வற்றலை அதில் பொரித்து எடுத்து தனியே எடுத்து வைத்துக் கொண்டு மீத எண்ணெயில் தேங்காய்த் துருவலையும் சிவக்க வறுத்து எடுத்து வைத்துக் கொள்ளவும். இரண்டையும் கடைசியாகக் குழம்பில் சேர்க்க வேண்டியதுதான். வற்றல் சேர்க்கும்போது அது குழம்பில் ஊறி பொத பொதவென்று பெரிதாகி குழம்பு கெட்டிப்பட வாய்ப்புண்டு என்பதால் குழம்பு கொஞ்சம் கூடுதலாகவே இருக்கட்டும். அல்லது தேவையானால் சிறிது வெந்நீரும் அதில் சேர்த்துக் கொள்ளலாம்.

வாசனையான தாமரைத்தண்டு குழம்பு ரெடி. இதற்கு சுட்ட அப்பளமும், கீரை மசியல், அல்லது புடலங்காய் மொளகூஷ்யம் இதெல்லாம் பெஸ்ட் காம்பினேஷன்.

✲ ✲ ✲

# 59) மணத்தக்காளி கீரை மொளகூஷ்யம்

பிள்ளைபெத்தா பத்திய சமையலில் இதுவும் ஒன்று

## தேவையான பொருட்கள்:

மணத்தக்காளி கீரை – ஒரு கட்டு (இலைகளை ஆய்ந்து எடுத்துக்கொள்ளவும்)

பாசிப்பருப்பு – ஒரு கப் (வேக வைத்தது)

மஞ்சள் தூள் – அரை ஸ்பூன்

மிளகு சீரகம் – பொடித்தது – ஒரு டீஸ்பூன்

மிளகுப்பொடி – கால் ஸ்பூன்

உப்பு – தேவையான அளவு

சர்க்கரை – இரண்டு சிட்டிகை

பெருங்காயம் – ஒரு சிட்டிகை

## செய்முறை:

மணத்தக்காளி கீரையை சுத்தம் செய்து பொடியாக நறுக்கிக்கொள்ளவும். ஒரு வாணலியில் சிறிது நீர்விட்டு கீரையை வேகப்போட்டு இரண்டு சிட்டிகை சர்க்கரையும் மஞ்சள்தூளும், கால் ஸ்பூன் மிளகுப்பொடியும் சேர்க்கவும். கீரையின் பச்சை நிறம் மாறாமல் இருக்கத்தான் சர்க்கரை சேர்க்கிறோம். உப்பு முதலிலேயே போடவேண்டாம்.

கீரை நன்கு வெந்ததும் மசித்துவிட்டு வேகவைத்த பருப்பை சேர்த்து அதோடு தேவையான உப்பும் சேர்த்து கொதிக்கவிடவும்.

பருப்பும் கீரையும் ஒன்றோடொன்று சேர்த்து கொதித்ததும் பொடித்து வைத்திருக்கும் மிளகு சீரகப் பொடியை நெய்யில் வறுத்து அதில் சேர்த்து மேலே ஒரு டீஸ்பூன் வெளிச்செண்ணெய் விட்டு மூடிவிடலாம். இதற்கு தாளிப்பு கிடையாது. தேவைபட்டால், ஒரு ஸ்பூன் நெய்யில் சீரகம் மட்டும்தாளித்து சேர்க்கலாம் சாதாரண நாட்களில் தாளித்து சாப்பிடலாம்..

✲ ✲ ✲

# 60) பச்சைத் தாமரைத்தண்டு கூட்டு

தாமரைத்தண்டின் மருத்துவ குணங்கள் பற்றி ஏற்கனவே சொல்லியிருக்கிறேன்.

## இதற்குத் தேவையானவை:

பச்சை தாமரைத்தண்டு – கால் கிலோ

வெங்காயம் – பெரியது 1

தக்காளி — 2 அல்லது 3

பச்சை மிளகாய் – 2 பாதியாக கீறி வைத்துக்கொள்ளவும்)

பூண்டு – நான்கு பற்கள் (தேவைப்படுபவர்கள் சேர்க்கலாம்)

இஞ்சி – பொடியாக நறுக்கியது – ஒரு ஸ்பூன்

தேங்காய் – சிறியது ஒன்று துருவி முதல் பால் அரை கோப்பை, இரண்டாம் பால் – ஒரு கோப்பை எடுத்துக் கொள்ள வேண்டும் (அல்லது ரெடிமேட் தேங்காய்ப்பாலும் உபயோகிக்கலாம்)

கசகசா – ஒரு ஸ்பூன்

மிளகாய்த்தூள் – ஒரு ஸ்பூன்

மஞ்சள் தூள் – அரை ஸ்பூன்

உப்பு தேவையான அளவு

கடுகு – ஒரு ஸ்பூன்

சீரகம் – ஒரு ஸ்பூன்

கறிவேப்பிலை – ஒரு கொத்து

பெருங்காயம் – சிறிது

## செய்முறை:

தாமரைத் தண்டை சுத்தம் செய்து, தோல் சீவி, குறுக்குவாட்டில் வட்ட வட்டமாக நறுக்கி கொதிக்கும் நீரில் போட்டு வைக்கவும்.

வெங்காயம், தக்காளி இவைகளை நறுக்கி வைத்துக் கொள்ளவும்.

அடுப்பில் வாணலி வைத்து கொஞ்சம் வெளிச்செண்ணெய் ஊற்றி கடுகு போட்டு பொரிந்ததும், சீரகம், ஒரு காய்ந்த மிளகாய், இவற்றை சேர்த்து தாளித்து அதில் பொடியாக நறுக்கிய இஞ்சி, பூண்டு மற்றும் நறுக்கிய வெங்காயத்தை முதலில் சேர்த்து வதக்கவும், பிறகு தக்காளியையும் சேர்த்து வதக்கி, அதில் தேங்காயின் இரண்டாம் பாலைவிட்டு, வெந்நீரில் போட்டு வைத்திருக்கும் தாமரைத் தண்டையும் நீரை வடிகட்டியெடுத்து அதில் போட்டு மூடிவைத்து வேண்டிய உப்பு போட்டு நன்கு வேகவிடவும்.

கசகசாவை நன்கு மசிய அரைத்துக் கொண்டு அல்லது பொடித்து தேங்காயின் முதல் பாலுடன் கலந்துகொள்ளவும்.

வாணலியில் கொதித்துக் கொண்டிருக்கும் கலவை நன்கு வெந்து வற்றியதும் முதல் பாலை அதில் சேர்த்து அடுப்பை அணைத்துவிட்டு கலந்துவிடவும். இதன்மீது கொஞ்சம் கறிவேப்பிலை, கொத்தமல்லியை பொடியாக நறுக்கித் தூவி மூடவும்.

வெறும் நெய் சாதத்திற்கு இதைத் தொட்டுக் கொண்டு சாப்பிடலாம். வெங்காயம், பூண்டு, தாமரைத் தண்டு எல்லாமே பிரசவித்த பெண்களுக்கு நல்லது. பிரசவித்தவர்கள் மட்டுமல்ல, அனைவருமே இதை உண்ணலாம். பூரி சப்பாத்தி போன்றவற்றிற்கும் தொட்டுக் கொள்ளலாம்.

✲ ✲ ✲

# 61) பிரண்டைத் தொகையல்

எங்கள் வீட்டில் யாருக்குப் பிரசவமானாலும் வாரத்திற்கு ஒருநாளோ இரண்டு நாளோ கண்டிப்பாக பிரண்டைத் தொகையல் செய்வாள் அம்மா. பிரண்டைக்கு மருத்துவ குணமுண்டு. சுண்ணாம்பு சத்து நிறைந்தது. மூட்டுவலி இருப்பவர்கள் அடிக்கடி சாப்பிட்டால் கண்டிப்பாக மூட்டுவலி குறையும் என்பார்கள். அந்தக்காலத்து மனிதர்கள் தொண்ணூறு வயதிலும் தரையில் உட்கார்ந்து சாப்பிட்டார்கள், கோவில்களுக்குச் சென்றால் குனிந்து நமஸ்கரித்து எழுந்திருப்பார்கள் என்றால் அவர்களது உணவு முறையும் அதற்கொரு காரணம் எனலாம். அரிசி அப்பளம் முதற்கொண்டு வடாம் வகைகளிலும் பிரண்டைச்சாறு சேர்த்துதான் உண்டாக்குவார்கள்.

## தேவையான பொருட்கள்:

பிரண்டைத் தண்டு – பொடியாக நறுக்கியது அரை கப்

உளுத்தம்பருப்பு – இரண்டு டேபிள் ஸ்பூன்

தனியா –இரண்டு டீஸ்பூன்

மிளகு – ஒரு ஸ்பூன்

சீரகம் – ஒரு ஸ்பூன்

காய்ந்த மிளகாய் – 2

இஞ்சி நறுக்கியது – ஒரு ஸ்பூன்

## செய்முறை:

ஒரு வாணலியில் சிறிது எண்ணெய் விட்டு, தனியா, மிளகு, உளுத்தம்பருப்பை முதலில் போட்டு அவை பாதி

வறுந்ததும் சீரகம், தேவையான உப்பு, கறிவேப்பிலை, கொஞ்சம் பெருங்காயம் சேர்த்து வறுத்து எடுத்து வைத்துக்கொள்ளவும். பிறகு வாணலியில் பிரண்டை, இஞ்சி இரண்டையும் தனியே சிறிது எண்ணெய் விட்டு நன்கு வதக்கவும்.

பத்திய சமையலில் புளி அதிகம் சேர்க்க மாட்டார்கள் என்பதால் புளிப்பு சுவைக்கு, சிறிது நறுக்கிய மாங்காய் சேர்த்து வதக்கியும் அரைக்கலாம். அல்லது கடைசியில் அரை மூடி எலுமிச்சை சாறு சேர்த்து கலந்து விடலாம். சாதாரண நாட்களில் இந்த தொகையல் அரைக்கும்போது, பொருட்களை வறுக்கும்போதே இரண்டு சுண்டைக்காய் புளியை கிள்ளிப்போட்டு வறுத்துக் கொள்ளலாம். உடனடியாக செலவழிந்துவிடும் இரண்டு பத்தை தேங்காய்கூட வைத்து அரைக்கலாம்.

மேற்படி வறுத்த, வதக்கிய எல்லாவற்றையும் மிக்சியில் போட்டு தண்ணீர் விடாமல் கெட்டியாக கொரகொரப்பாக அரைத்துக்கொள்ளவும். வெறும் சாதத்தில் நெய்விட்டு இதைக் கொஞ்சம் போட்டு பிசைந்து சாப்பிட்டால் சப்புக்கொட்டி சாப்பிடலாம்.

✲ ✲ ✲

# 62) கண்டந்திப்பிலி ரசம்

ஜலதோஷம், உடம்புவலி இவற்றிற்கெல்லாம் மிகவும் நல்லது இந்த ரசம்.

## தேவையான பொருட்கள்:

கண்டந்திப்பிலி - ஏழெட்டு குச்சிகள் (நாட்டு மருந்து கடைகளில் கிடைக்கும்.)

தனியா – ஒரு டேபிள் ஸ்பூன்

மிளகு – ஒரு ஸ்பூன்

சீரகம் – ஒரு ஸ்பூன்

துவரம்பருப்பு – இரண்டு டேபிள் ஸ்பூன்

தக்காளி – ஒன்று

புளி – நெல்லிக்காயளவு (கரைத்துக் கொள்ளவும்.

கறிவேப்பிலை – இரண்டு கொத்து

பெருங்காயம் – அரை ஸ்பூன்

வெல்லம் – சிறிய துண்டு

மஞ்சள் தூள் – அரை ஸ்பூன்

உப்பு – தேவையான அளவு

## செய்முறை:

ஒரு வாணலியில் கண்டந்திப்பிலி, துவரம்பருப்பு இரண்டையும் முதலில் போட்டு எண்ணெய்விடாது வறுத்து தனியே எடுத்துவைக்கவும்.

பிறகு அதே வாணலியில், மிளகு, சீரகம், கறிவேப்பிலை பெருங்காயம், ஆகியவற்றையும் வறுக்கவும். பிறகு எல்லாவற்றையும் சேர்த்து மிக்சியில் நைசாகப் பொடித்துக்கொள்ளவும்.

ஒரு பாத்திரத்தில் புளிக்கரைசலை ஊற்றி, உப்பு, மஞ்சள் தூள், நறுக்கிய தக்காளி, வெல்லம் எல்லாவற்றையும் சேர்த்து நன்கு கொதிக்கவிடவும். புளியின் பச்சை வாசனை நீங்கி, தக்காளியும் நன்கு வெந்தவுடன், தேவையான நீர் சேர்த்து கொதிக்கவிட்டு அதில் இந்த கண்டந்திப்பிலி பொடியை தேவையான அளவுக்கு போடவும். ருசி சரியாக இருந்தால் பொடி சேர்ப்பதை நிறுத்திவிடலாம். தேவையெனில் இன்னும் சிறிது சேர்க்கலாம்.. சோர்வான உடலுக்கு புத்துணர்ச்சியைத் தந்து சட்டென கலகலப்பாக்கிவிடும் இந்த ரசம்.

✵ ✵ ✵

# 63) அங்காயப் பொடி

அங்காயப்பொடி இல்லாத பிள்ளைபெத்தா உணவா? ஐந்து பொருட்களை கொண்டு செய்யப்படுவதால்தான் இதற்கு ஐங்காயப்பொடி. என்ற பெயர். அஜீரணத்தை நீக்கும் மிகச்சிறந்த மருந்து இது. வயிறு சம்பந்தமான எந்த பிரச்சனை என்றாலும், அமீபியாசிஸ் பிரச்சனைகளையும் தீர்க்கும் மருந்து இது. அனாவசியமாக ஆன்டிபயாடிக்ஸ் எல்லாம் அந்தக் காலத்தில் எடுத்துக் கொள்ளமாட்டார்கள். ஒரு பிடி சூடான சாதத்தில் கொஞ்சம் நெய் ஊற்றி, இந்தப் பொடியை ஒரு ஸ்பூனோ, இரண்டு ஸ்பூனோ போட்டு கலந்து சாப்பிடுவார்கள். இது கடைகளில் ரெடிமேடாகக் கிடைக்கும் என்றாலும் அது எந்த அளவுக்குத் தரமாக இருக்குமென்பது கேள்விக்குறி. இதை வீட்டிலேயே தயாரித்துக் கொள்வதுதான் நல்லது. அப்படி ஒன்றும் சிரமமான காரியமில்லை. பத்தே நிமிடத்தில் தயாரித்து விடலாம். அந்தக்காலத்தில் சமையலறை என்பது ஒரு சிறிய மருந்துக் கூடமாகவும் இருந்தது. மருத்துவ குணம் நிறைந்திருந்த பொருட்களை அவர்கள் வற்றலாக சேமித்து வைத்துக்கொண்டார்கள். எல்லோர் வீட்டிலும் மணத்தக்காளி, சுண்டைக்காய், நன்கு காய்ந்த வேப்பம்பூ என எல்லாம் இருக்கும். அவற்றைக்கொண்டு நிமிஷமாக இந்த அங்காயப்பொடியைத தயாரித்துக் கொள்வார்கள்.

## தேவையான பொருட்கள்:

நன்கு காய்ந்த வேப்பம்பூ – கால் கப்

சுண்டைக்காய் வற்றல் – கால் கப்

மணத்தக்காளி வற்றல் – கால் கப்

மிளகு – ஒரு டீஸ்பூன்

சீரகம் = ஒரு டீஸ்பூன் (சீரகம் வறுக்கும்போது வெடிபடும். உடனே எடுத்துவிடவும்)

கடலைப்பருப்பு அல்லது துவரம்பருப்பு – இரண்டு டேபிள் ஸ்பூன்

காய்ந்த மிளகாய் – ஒன்று அல்லது இரண்டு

கறிவேப்பிலை – இரண்டு கொத்து

பெருங்காயம் – சிறிது

உப்பு – தேவையான அளவு

## செய்முறை:

கறிவேப்பிலை உட்பட மேற்படி பொருட்களை எல்லாம் எண்ணெய் விடாமல் தனித்தனியே சிவக்க வறுத்துக்கொள்ளவும். பொன்னிறத்திற்கும் மேலேயே கூட வறுத்துக் கொள்ளலாம். உப்பையும் வறுத்துக் கொள்ளவும். சுண்டைக்காய், மணத்தக்காளி வற்றல்களில் ஏற்கனவே உப்பு இருக்கும் என்பதால் பார்த்து உப்பு போட்டுக்கொள்ளவும். வறுத்த பொருட்களை மிக்சியில் ஒன்றாகப் போட்டு பொடித்து வைத்துக்கொள்ளவும். ஐங்காயம் என்பது வேப்பம்பூ, சுண்டைக்காய், மணத்தக்காளி, வற்றல்கள், மிளகு சீரகம் மட்டுமே. இவற்றைத் தவிர, விருப்பமுள்ளவர்கள் சுவையைக் கூட்டுவதற்காக இதனுடன் இரண்டு டேபிள் ஸ்பூன் கடலைப்பருப்போ அல்லது துவரம்பருப்போ அவற்றோடு வறுத்து பொடிக்கலாம்.

✲ ✲ ✲

# 64) ஜீரணப்பொடி

இதுவும் ஜீரண சக்தியை அதிகரித்து வாதம் பித்தம், கபம் எல்லாவற்றையும் சமநிலையில் வைக்கக்கூடிய ஒரு சிறந்த பொடிதான். என் அத்தை அடிக்கடி செய்வாள் இதை. அவளிடம் கேட்டு நானும் செய்திருக்கிறேன்.

## தேவையான பொருட்கள்:

கருப்பு உளுத்து – அரை கப்

தனியா – அரை கப்

சீரகம் – அரை கப்

மிளகு – ஒரு டேபிள் ஸ்பூன்

காய்ந்த மிளகாய் – 2

உப்பு – தேவையான அளவு

கறிவேப்பிலை – இரண்டு கொத்து

## செய்முறை:

வாணலியை அடுப்பில் வைத்து மேற்படி பொருட்களை தனித்தனியாக சிவக்க வறுக்கவேண்டும். சீரகம் வறுபடும்போது வெடிக்கும். உடனே அதை எடுத்துவிடலாம். கருப்பு உளுந்து வறுபடும்போது நல்ல மணம்வரும். அதுதான் அதன் பக்குவம். உப்பையும்கூட வறுத்துக்கொள்ள வேண்டும்.

மேற்படி பொருட்களை மிக்சியில் போட்டு பொடித்துக்கொள்ள வேண்டியதுதான். இதை சூடான சாதத்தில் போட்டு நெய் ஊற்றி

பிசைந்தும் சாப்பிடலாம். ஒரு ஸ்பூன் பொடியில் நீர் ஊற்றி நன்கு கொதிக்கவிட்டு வடிகட்டி குடிக்கவும் செய்யலாம். உப்பு போடாமல் பொடித்து வைத்துக் கொண்டால் தேனில் குழைத்து சாப்பிடலாம்.

* ——— *

# 11

இதுவரை பிரசவமான பெண்களுக்கான பத்திய சமையல்கள் பற்றி பார்த்தோம். எந்தவொரு வீட்டிலும் ஒரு குழந்தை பிறந்ததும் அந்த வீட்டின் மூத்த பெண்டிருக்கு ஓயாத வேலைகள் இருந்து கொண்டேயிருக்கும். தாய் சேய் இருவரையும் அக்கறையுடன் பார்த்துக்கொள்ள வேண்டும். இதற்கென்றே அத்தை, மாமி, பாட்டி என்று உறவுக்காரர்கள் வந்து தங்கியிருந்து மாற்றி மாற்றி இருவரையும் கவனித்துக் கொள்வார்கள். குழந்தை பிறந்த பத்தாம் நாள் புண்யாவஜனம் செய்ய வேண்டும். குழந்தையைத் தொட்டிலிலிட்டு பெயரிட வேண்டும். குழந்தையைத் தொட்டிலில் இடும்போது கட்டாயம் செய்யவேண்டிய இரண்டு இனிப்புகள் உண்டு. ஒன்று காப்பரிசி. மற்றது தொட்டில் பயறு. இவை இரண்டும் தயாரிப்பது எப்படி என்று பார்ப்போம்.

✲ ✲ ✲

# 65) காப்பரிசி

பிறந்த குழந்தைக்கு பத்தாம் நாளன்று புண்யாவஜனம் செய்து தொட்டிலில் இடும்போது அதன் பிஞ்சுக் கைகள் மற்றும் கால்களுக்கு காப்பிடுவது வழக்கம். கைகளுக்கு தங்கக் காப்பும், வெள்ளிக் காப்பும், கால்களுக்கு வெள்ளிக்காப்பும் இடுவார்கள். தங்கள் வெள்ளி இவற்றோடு வேப்பங் குச்சியிலும் காப்பு செய்து போடுவார்கள். அப்படி காப்பு போடும்போது செய்வதுதான் காப்பரிசி. குழந்தைக்கு ஒரு வயதாகும்போது ஆயுஷ் ஹோமம் செய்து பின்னர் தாய்மாமன் மடியில் உட்காரவைத்து காது குத்துவார்கள். அப்போதும் காப்பரிசி செய்து வைப்பது வழக்கம்.

## தேவையான பொருட்கள்:

பச்சரிசி – ஒரு கோப்பை

வெல்லம் – முக்கால் கோப்பை

பொட்டுக் கடலை – அரை கோப்பை

தேங்காய் – பல்லு பல்லாக நறுக்கியது – இரண்டு டேபிள் ஸ்பூன்

ஏலக்காய் தூள் – ஒரு ஸ்பூன்

## செய்முறை:

அரிசியைக் கழுவி வடிகட்டி ஒரு சுத்தமான வெள்ளைத் துணியில் காயவைக்க வேண்டும். அரிசி அதிகம் ஊறக்கூடாது. ஈரம் நீங்கி நன்கு உலர்ந்த அரிசியை ஒரு வாணலியில் போட்டு அது சிவந்து பொரியும் வரை கைவிடாமல் வறுக்க வேண்டும்.

நன்கு சிவக்கும்போது அரை ஸ்பூன் நெய் சேர்த்து வறுத்து அடுப்பை அணைத்து அதை ஒரு தட்டில் மாற்றி விடவும்.

அதே வாணலியில் ஒரு ஸ்பூன் நெய் விட்டு தேங்காய் பற்களையும் பொன்னிறமாக வறுத்தெடுத்துக் கொள்ள வேண்டும்.

வெல்லத்தை கால் கப் நீர் விட்டு கரைத்து வடிகட்டி வாணலியில் விட்டு அடுப்பில் வைத்து முற்றிய பாகு வைத்துக்கொள்ளவும். பாகில் சிறிது எடுத்து நீரில் விட்டால் அது உருண்டு கெட்டியாகவேண்டும். அதுதான் சரியான பதம். இந்தப் பதம் வந்ததும் ஏலக்காய் பொடியை சேர்த்து பின்னர் அதில் வறுத்து வைத்திருக்கும் அரிசி, அதோடு பொட்டுக்கடலை, வறுத்த தேங்காய் எல்லாவற்றையும் சேர்த்து நன்கு கலந்து ஒரு இரண்டு நிமிடம் போல கிளறி விடவேண்டும். பின்னர் அடுப்பை அணைத்துவிட்டு சற்றுப் பொறுத்து கிளறி விட்டால் முற்றிய வெல்லப்பாகு அரிசியில் உறைந்து காப்பரிசி கையில் ஒட்டாமல் உதிர் உதிராகியிருக்கும். தாம்பூலத்துடன் இந்த காப்பரிசியும் சிறிய பாக்கெட்களாக செய்து வந்தவர்களுக்கு கொடுப்பது வழக்கம்.

✲ ✲ ✲

# 66) தொட்டில் பயறு

## தேவையான பொருட்கள்:

பச்சைப்பயறு – இரண்டு கப்

வெல்லம் – இரண்டரை கப் ( உங்களுக்கு இனிப்பு கூடுதலாக வேண்டுமென்றால் ஒரு கப்பிற்கு ஒன்றரை கப் என்ற கணக்கில்கூட வெல்லம் எடுத்துக் கொள்ளலாம்.

ஏலக்காய்த் பொடித்தது – ஒரு ஸ்பூன்

தேங்காய் துருவல் – ஒரு கப்

பல்லு பல்லாக நறுக்கிய தேங்காய் – ஒரு டேபிள் ஸ்பூன்

## செய்முறை:

பச்சைப் பயறை காலையிலேயே நன்கு வாசனை வரும்வரை ஒரு வாணலியில் வறுத்து அது மூழ்கும் அளவுக்கு தண்ணீர் ஊற்றி ஐந்து மணிநேரம் ஊறவைக்கவும்.

பிறகு ஊறிய பச்சைப்பயறை குக்கரில் போட்டு தேவையான நீர்விட்டு ஐந்தாறு விசில் வரும்வரை வேகவைக்க வேண்டும்.

பல்லுபல்லாக நறுக்கிய தேங்காயை ஒரு ஸ்பூன் நெய்யில் வறுத்துக் கொள்ளவும்.

வெல்லத்தைப் பொடி செய்து ஒரு கோப்பை நீர்விட்டு கரைத்து வடிகட்டி வாணலியில் விட்டு முற்றிய பாகு பதம் வரும்வரை கொதிக்கவிட வேண்டும். சிறிது பாகை தண்ணீரில் விட்டால் உருட்டி எடுக்கும்படி இருக்க வேண்டும். இந்த பதம் வந்தபிறகு

ஏலக்காய்ப் பொடியையும், வறுத்த தேங்காய்ப் பற்களையும் போட்டு அதோடு வேக வைத்த பச்சைப் பயறையும் நீரை வடித்து அதில் சேர்த்து நன்கு கிளறவும். கிளறும்போதே வறுத்த தேங்காய் சேர்த்து கிளறவும். வெல்லம், பயறு, தேங்காய் எல்லாம் நன்கு கலந்து கெட்டியானதும் அடுப்பை அணைத்து விடலாம். மிகச்சுவையான இனிப்பு சுண்டல் இது. பிறந்த குழந்தையைத் தொட்டிலில் இடும்போது இந்த தொட்டில் பயறையும் ஒரு கிண்ணத்தில் எடுத்து தொட்டிலின் அடியில் வைப்பது வழக்கம். பிறகு எல்லோருக்கும் இதை சாப்பிடக்கொடுப்பார்கள்.

இதேபோல காராமணியிலும் நவராத்திரி சமயங்களில் ஏதேனும் ஒருநாள் இனிப்பு சுண்டல் செய்யப்படுவதுண்டு. செய்முறை ஒன்றுதான்.

*** 

# 67) வெந்த வெளிச்செண்ணெய்

பாலக்காட்டைப் பொறுத்தவரை எந்தவொரு வீட்டிலாவது யாருக்கேனும் குழந்தை பிறந்திருந்தால் அவர்கள் சொல்லாவிட்டாலும், குழந்தை பிறந்த உடன் அவர்கள் வீட்டில் காய்ச்சப்படும் வெந்த வெளிச்செண்ணெயின் மணத்தை வைத்தே குழந்தை பிறந்திருக்கும் சேதியைத் தெரிந்து கொண்டுவிடலாம். அந்த அளவுக்கு அந்த வாசம் தெருக்கோடிவரை வீசும். பொதுவாக கேரளத்து பெண்களின் தலைமுடியின் கருமையும், வளர்ச்சியும், மென்மையும், அவர்களது மேனியின் மினுமினுப்பும் வேறு எவரிடத்தும் காணமுடியாது. அதற்குக் காரணம் அவர்கள் உள்ளுக்கும், புறத்திற்கும் உபயோகிப்பது வெளிச்செண்ணெய்தான். எல்லோரது வீட்டின் கொல்லைப்புறத்திலும் நிச்சயம் இரண்டு மூன்று தென்னை மரங்களாவது இருக்கும் என்பதால் தேங்காய்களுக்குப் பஞ்சமில்லை. வீட்டில் யாருக்குக் குழந்தை பிறந்தாலும் உடனே வீட்டுப் பெரியவர்கள் எண்ணெய் காய்ச்சுவதற்கு ஆயத்தமாவார்கள். வீட்டில் காய்ச்சும் வெளிச்செண்ணெயை வெந்த வெளிச்செண்ணெய் என்பார்கள். எவ்வித கலப்படமும் அற்ற சுத்தமான தேங்காய் எண்ணெய் இது. இதன் வாசம் ஊரையே கூட்டும். இதன் மருத்துவ குணங்கள் அபாரமானது. இனி இந்த வெந்த வெளிச்செண்ணெய் காய்ச்சுவதெப்படி, இதன் மருத்துவ குணங்கள் என்னென்ன என்பது பற்றி பார்ப்போம்.

## தேவையான பொருட்கள்:

முற்றிய தேங்காய் (பெரியது) – 5

## செய்முறை:

தேங்காய்களை உடைத்து துருவிக் கொள்ளவும். பிறகு மிக்சியில் இரண்டிரண்டு கப்பாகப் போட்டு ஒரு கரண்டி

வெதுவெதுப்பான சுடுநீர் விட்டு நன்கு அரைத்துப் பிழிந்து பால் எடுத்துக்கொள்ளவும். அதிகம் நீர் விட்டு அரைக்கக் கூடாது. அப்படி அரைத்து எடுத்தால் அது வற்றுவதற்கு அதிக நேரமெடுக்கும். முதல் பால் மட்டுமே இதற்குத் தேவை. எனவே முதல் முறையிலேயே முடிந்தவரை நன்கு அரைத்து ஒட்டப்பிழிந்து பால் எடுத்துக்கொள்ளவும். பிறகு எடுக்கும் இரண்டாம் பாலை சமையலில் வேறு எதற்காவது உபயோகித்துக் கொள்ளலாம். இப்படியே ஐந்து தேங்காயிலிருந்தும் எடுக்கும் முதல் பாலை ஒரு பெரிய வாணலியில் விட்டு கொதிக்கவிடவும். ஓரளவு கொதி வந்ததும் அடுப்பை சிம்மில் வைத்து கிளறிக்கொண்டே இருக்கவேண்டும். தேங்காய்ப்பால் வற்றி வற்றி பால்கோவா மாதிரி கெட்டியாக ஆகும். என்னடா இது என்று கவலைப்பட வேண்டாம். கைவிடாமல் கிளறிக்கொண்டே இருங்கள். அடுப்பு சிம்மில் இருந்தால் போதும். ஒரு கட்டத்தில் இந்த கெட்டியான கலவை மெல்ல நிறம் மாறிக்கொண்டு வரும். வாசனை ஊரைக்கூட்டும். பிறகு நன்கு சிவந்து வரும் இந்தக் கலவையின் ஓரங்களில் வெளிச்செண்ணெய் பிரிய ஆரம்பிக்கும். தொடர்ந்து கிளறவும். இந்தக் கலவை கரிந்து போவதற்கு முன்பு அடுப்பை அணைத்துவிடவும். இப்போது எண்ணெய் நன்கு வெளிப்பட்டிருக்கும். இதை ஒரு வடிகட்டியினால் ஒரு பாத்திரத்தில் வடித்து எடுத்து காற்று புகாத பாட்டிலில் ஊற்றி வைத்துக்கொள்ள வேண்டியதுதான். சிலர் எண்ணெய் வெளிப்பட ஆரம்பிக்கும்போது வாணலியில் ஒரு கால் ஸ்பூன் மஞ்சள் தூளும் சேர்ப்பார்கள். அந்த மஞ்சள் தூளின் நிறமும் எண்ணெயில் சேரும். மஞ்சள் தூள் சேர்ப்பதும் சேர்க்காததும் உங்கள் விருப்பம். தேங்காய்ப் பாலிலிருந்து நேரடியாக எண்ணெய் எடுக்கும்போது எண்ணெய் குறைவாகத்தான் கிடைக்கும். ஆனால் இது நிறைந்த மருத்துவ குணம் கொண்டது. தீரத்தீர அவ்வப்போது இதுபோல காய்ச்சி எண்ணெய் எடுத்துக் கொள்ளலாம். இதனுடைய வண்டல் மிகவும் ருசியாக இருக்கும். வெறும் வாயிலேயே சாப்பிடலாம். கறி, மற்றும் கூட்டு

வகைகளின் மீது தூவலாம். முகம் கை கால்களின் மீது தடவி மசாஜ் செய்தால் நல்ல ஸ்கிரப்பர் ஆகவும் இருக்கும். அதில் படிந்திருக்கும் எண்ணெய் தோலுக்கு மினுமினுப்பும் கொடுக்கும்.

இனி இந்த வெந்த வெளிச்செண்ணெயின் மருத்துவ குணங்களையும் குழந்தை வளர்ப்பில் இதன் பங்கையும் பற்றி பார்ப்போம்.

வளர்சிதை மாற்றத்திற்குப் பெரிதும் உதவும் ஒருவகை கொழுப்பு அமிலம் தாய்ப்பாலுக்கு அடுத்து தேங்காய் எண்ணெயில் மட்டுமே இருப்பதாக ஆய்வுகள் உறுதி செய்துள்ளன. தவிர சருமத்தைப் பாதுகாக்கும் ஆன்டி ஆக்சிடன்ட்கள் சுத்தமான வெளிச்செண்ணெயில் அதிக அளவில் உள்ளது. உடலின் உட்புறமும் வெளிப்புறமும் உள்ள மாசுகளை அகற்றுவதற்கு உதவுபவைதான் ஆன்டி ஆக்சிடென்ட்கள். கேரளப் பெண்களின் மேனி பளபளப்பிற்கான காரணம் இதுதான். தவிர இதற்கு வீக்கத்தைக் குறைக்கும் ஆற்றல் உள்ளது. தோலின் ஈரப்பதத்தைத் தக்கவைக்கிறது.

பிறந்த குழந்தைகளுக்கு தலையின் மேற்புறம் கிராடில்கேப் எனப்படும் ஒரு வித மஞ்சள்நிற படிமம் ஏற்படும். தவிர உடலிலும் சிவப்புநிறத் திட்டுகள் ஏற்படும். பழைய தோல் உரிந்து புதிய தோல் வளரும். கருப்பையில் பாதுகாப்பாக இருந்த குழந்தை வெளியுலக மாசுகளால் பாதிக்கப்படுவதால் பரு போன்று சிறிய அளவில் ஏற்படும். வணிக மயமாகிவிட்ட உலகில் குழந்தைகளைப் பாதுகாக்கும் என்பதாகக் கூறி பலவகை ரசாயனம் கலந்த கிரீம்கள் சந்தையில் இறக்கப்பட்டுள்ளது. அந்தக் காலத்தில் நம் முன்னோர்கள் இது போன்ற எந்த பேபி கிரீம்களையும், சோப்புகளையும், எண்ணெய்களையும் உபயோகித்ததில்லை. குழந்தைகளின் சருமத்தைப் பாதுகாப்பதற்காக வீட்டிலேயே வெளிச்செண்ணெய் தயாரிப்பார்கள். குளிப்பாட்டுவதற்கும்

பயத்த மாவு, கடலைமாவு போன்றவற்றைத்தான் உபயோகிப்பார்கள்.

குழந்தைகளின் தலையிலும் உடலிலும் தினமும் இந்த வெந்த வெளிச்செண்ணெய் தடவி மென்மையாக மசாஜ் செய்து, பயத்தமாவு தேய்த்து குளிப்பாட்டினால் மேற்படியான கிராடில்கேப், எக்சிமா, சிறிய பருக்கள், சிவப்பு திட்டுகள் எல்லாவற்றையும் குணப்படுத்திவிடும் இந்த வெளிச்செண்ணெய். டயப்பர் போடுவதால் குழந்தைகளின் தொடை இடுக்குகளில் ராஷஸ் ஏற்படும். அதற்கும் இந்த வெளிச்செண்ணெய் தடவினால் குணம் கிடைக்கும். தொப்புள் கொடி விழுந்த பிறகு தொப்புளைச் சுற்றி இந்த வெளிச்செண்ணெய் தடவி வைப்பார்கள். (ஆனால் இதன் வாசத்திற்கு எறும்பு அருகில் வந்து விடாமல் குழந்தையை பத்திரமாகப் பார்த்துக்கொள்ள வேண்டும்) குழந்தைகளின் உதடு வெடிப்பிற்கும் இது மிகச்சிறந்த மருந்து. உதட்டின்மீது இதைத் தடவலாம்.

முலைப்பால் குடிக்கும் குழந்தைகளின் வாயின் உட்புறம் வெள்ளை நிறத்தில் ஒரு திட்டு (திராஷஸ்) படிந்திருக்கும். இதனால் பால் குடிக்கமுடியாமல் குழந்தை அழும். அச்சமயத்தில் இந்த வெந்த வெளிச்செண்ணெயை தாய் தன் முலைக்காம்பில் தடவிக்கொண்டு குழந்தைக்குப் பால் கொடுக்கலாம். அல்லது ஒரு துளி எண்ணெயை குழந்தையின் வாயின் உட்புறம் அந்த வெள்ளைப் படிமத்தின் மீது தடவியும் விடலாம். குழந்தைக்கு பற்கள் முளைக்கும்போது அதன் ஈறுகளில் வலி ஏற்படக்கூடும். அச்சமயத்தில் ஒரு விரலால் இந்த வெந்த வெளிச்செண்ணெயைத் தொட்டு ஈறுகளின் மீது தடவி மென்மையாக மசாஜ் செய்து விடுவார்கள்.

தோல் சுருக்கத்தை நீக்கும் குணமுடையது இது. இப்படி பல்வேறு மருத்துவ குணங்கள் நிறைந்திருந்த காரணத்தினால்தான் கேரளத்து தாய்மார்கள் குழந்தை

பிறந்த கையோடு வீட்டில் வெளிச்செண்ணெய் காய்ச்சுவதை வழக்கமாகக் கொண்டிருக்கிறார்கள். வசம்பு மாதிரி இதையும் பிள்ளை வளர்ப்பான் என்று சொல்வதில் தவறில்லை. என் பெண்கள் பிறந்தபோது என் அம்மா வெந்த வெளிச்செண்ணெய் காய்ச்சினாள். என் பெண்களுக்குக் குழந்தைகள் பிறந்தபோது நானும் இந்த வழக்கத்தை விட்டுவிடாமல் வீட்டிலேயே தேங்காய்ப்பால் எடுத்து எண்ணெய் காய்ச்சினேன். இது இயற்கை நமக்களித்திருக்கும் அருமருந்து.

* ——— *

# 12

அடுத்து குழந்தைகளுக்கு ஆறாம் மாதம் செய்யும் அன்னப்பிராசனம் பற்றியும், மற்றும் குழந்தைக்குத் தேவையான சில உணவுவகைகளை வீட்டிலேயே எப்படி தயார் செய்து கொள்ளலாம் என்று பார்ப்போம்.

பிறந்த குழந்தைக்கு ஆறு அல்லது ஏழு மாதமாகும் போது முதன்முதலில் சாதம் கொடுக்க ஆரம்பிக்கும்போது குருவாயூர் அல்லது அம்பலப்புழை அல்லது வேறு ஏதேனும் கோவில்களில் வைத்து அன்னப்பிராசனம் செய்வது வழக்கம். சிலர் இதை வீட்டிலேயே ஒரு வைதீகரை அழைத்து பூஜை செய்து விமரிசையாகவும் செய்வார்கள். நெருங்கிய உறவினர்களை அழைத்து அவர்களுக்கும் விருந்தளிப்பார்கள். என் பெண்ணுக்கு நான் குருவாயூர் கோவிலில் அன்னப்பிராசனம் செய்தேன். அப்போதெல்லாம் கோவிலுக்குள்ளேயே கொடி மரத்திற்கு தென்புற பிரகாரத்திலேயே குழந்தைகளுக்கு சோறூட்டும் நிகழ்வு நடக்கும். இப்போது கோவிலுக்கு வெளியில் கோவிலைச் சார்ந்த இடத்தில் நடக்கிறது. சுத்தம் செய்யப்பட்ட பிரகாரத்தில் குழந்தைகளை மடியில் வைத்துக்கொண்டு அதன் அப்பாக்கள்

அமர்ந்திருப்பார்கள். அருகில் தாயாரும் சுற்றிலும் நெருங்கிய உறவுகளும் இருப்பார்கள். ஒவ்வொரு குழந்தையின் முன்பும் ஒரு சிறிய வாழையிலை வைக்கப்படும். அதில் சூடான அன்னம், பருப்பு, நெய், பால்பாயசம், வாழைப்பழத்துண்டு, பப்படம் ஆகியவை விளம்பப்படும். கோவில் பூஜாரி ஒருவர் முதலில் தீர்த்தம் கொடுத்து குழந்தைக்கு கொடுக்கச்சொல்லுவார். பிறகு தந்தையின் கையிலிருக்கும் தங்க மோதிரத்தை கழற்றி, அதனால் சிறிது பாயசம் எடுத்து குழந்தையின் வாயில் கொடுக்கச் சொல்லுவார். பாயசத்தை சப்புக்கொட்டி ருசிக்கும் குழந்தை. அடுத்ததாக துளி அன்னத்தில் பருப்பு நெய் கலந்து நன்கு பிசைந்து அதிலிருந்து ஒரு துளி எடுத்து குழந்தைக்கு தந்தை ஊட்டுவார். அவரைத் தொடர்ந்து தாயார், பிறகு நெருங்கிய பந்துக்களும் ஒவ்வொரு துளி அன்னம் எடுத்து குழந்தைக்கு ஊட்டுவார்கள். இலையில் வைக்கப்பட்ட பழத் தண்டையும் நசுக்கி பாயசத்தில் தொட்டு ஊட்ட குழந்தை மெல்ல சாப்பிடும்.

இனி குழந்தைகளின் வளர்ச்சிக்கும் ஆரோக்கியத்திற்கும் உகந்த சில உணவுகளைப் பற்றியும் கொஞ்சம் பார்த்துவிடுவோம். கேரளத்தில் ஆறு மதத்திற்குப் பிறகு குழந்தைகளுக்கு நேந்திரங்காயில் ஒரு பவுடர் செய்து கூழ் மாதிரி ஆக்கி கொடுப்பார்கள். இதை ஏத்தங்கா பொடி என்பார்கள். என் பெண்களுக்கு இந்த நேந்திரங்காய் பொடி கூழ்தான் செய்து கொடுத்தேன் நான். இது குழந்தைகளுக்கு நல்ல ஊட்டச்சத்தைக் கொடுக்கும் உணவாகும்.

✲ ✲ ✲

# 68) ஏத்தங்கா (நேந்திரங்காய்) பொடி

நன்கு முற்றிய ஐந்து நேந்திரங்காய்

கையில் சிறிது நல்லெண்ணெய் தடவிக்கொண்டு இதன் தோலை கத்தியால் கீறி உரித்தெடுத்துவிட்டு காயை சிப்ஸ் கட்டையில் தேய்த்து மெலிதாக சீவிக்கொள்ள வேண்டும். சீவிய துண்டுகளை ஒரு வெள்ளை வேட்டியில் வெய்யிலில் உலர்த்தி புழுதி ஏதும் படியாமலிருக்க அதன் மேலேயும் ஒரு மெல்லிய வேட்டியால் மூடி பறந்துவிடாமல் நாலாபக்கமும் ஏதேனும் பாரம் வைக்கவும். இந்த சீவல்கள் வெய்யிலில் நன்கு காய்ந்ததும் இதை எடுத்து மிக்சியில் அரைத்தால் பௌடராகி விடும். இதை சலித்து காற்று புகாத ஒரு பாட்டிலில் போட்டு ஃபிரிஜ்ஜில் வைத்தால் ஒரு வருடம் வரைகூட கெடாது. இதிலிருந்து இரண்டு ஸ்பூன் பவுடர் எடுத்து பசும்பாலில் கரைத்து அடுப்பில் வைத்து கூழ் மாதிரி செய்து கொடுக்கலாம். சர்க்கரை போடவேண்டாம். பாலில் இயற்கையாகவே சர்க்கரையிருக்கும். அதுவே போதும்.

தாய்ப்பால் என்பது ஒன்றிலிருந்து இரண்டு வயதுவரை கொடுத்தாலும் ஏழாம் மாதத்திலிருந்து குழந்தைக்கு காய்கறிகள், பழங்கள், சாதம், பருப்பு எல்லாமே மெல்ல மெல்ல பழக்க ஆரம்பிக்கலாம். முதலில் சாதமானாலும், காய்கறிகளானாலும் மிக்சியில் போட்டு அரைத்துக் கொடுப்பது நல்லது. காய்கறிகள் அனைத்திலும் இயற்கையாகவே சர்க்கரை மற்றும் உப்புச்சத்து இருப்பதால் குழந்தைகளுக்கு உப்பு, சர்க்கரை எதுவும் சேர்க்காமல் கொடுப்பதே நல்லது.

✲ ✲ ✲

# 69) 7 மாத குழந்தைக்கு கொடுக்க வேண்டிய உணவு

ஒரு சிறிய கரண்டி நன்கு குழைந்து வெந்த சாதம்

ஒரு டேபிள் ஸ்பூன் வேக வைத்த பாசிப்பருப்பு

அரை ஸ்பூன் உருக்கிய நெய்

வேக வைத்த கேரட் ஒரு துண்டு

வேக வைத்த உருளைக்கிழங்கு ஒரு துண்டு

இவை எல்லாவற்றையும் மிக்சியில் போட்டு ரெண்டு திருப்பு திருப்பினால் நன்கு மசிந்துவிடும். பிறகு ஒரு கிண்ணத்தில் எடுத்து குழந்தைக்கு சிறிது சிறிதாக ஊட்டுங்கள். குழந்தையின் வாயில் நிறைய அடைக்க வேண்டாம். கூடியவரை உங்கள கைகளை நன்கு சுத்தப்படுத்திக்கொண்டு உங்கள் விரல்களாலேயே சாதம் ஊட்டுங்கள். உங்கள் விரல்களின் மூலம் உங்கள் அன்பின் ருசியும் குழந்தையின் உணவில் சேரட்டும். உணவு சாப்பிட்டதும் குழந்தைக்கு சிறிது சீரகம் போட்டு காய்ச்சி ஆறவைத்த நீரைக் கொடுங்கள். சீரகம் ஜீரண சக்திக்கு உதவும். ஒரு புதிய காய் கொடுக்கும்போது நான்கு நாட்கள் கழித்து மற்றொரு காய் பழக்குங்கள். அதுவரை குழந்தைக்கு அந்தக் காய் எந்த ஒவ்வாமையும் ஏற்படுத்தவில்லை என்பதை உறுதிசெய்து கொள்ளலாம். இதேபோல ஒரு துண்டு பீட்ரூட்டையும் நன்கு வேக வைத்து அரைத்து கொடுக்கலாம்.

✲ ✲ ✲

# 70) குழந்தைகளுக்கு கீரை உணவு

ஒரு சிறிய கரண்டி நன்கு குழைந்து வெந்த சாதம்

ஒரு டீஸ்பூன் வேக வைத்த பாசிப்பருப்பு

அரை ஸ்பூன் உருக்கிய நெய்

சிறிய இலைகள் கொண்ட பொன்னாங்கண்ணி கீரை – ஒரு கைப்பிடி. இதன் இலைகளை மட்டும் எடுத்து நன்கு சுத்தம்செய்து ஒரு சிறிய வாணலியில் போட்டு ஒரு கை நீர் தெளித்து அதன் பசுமை மாறாமல் வேக வைக்கவும்.

சாதம், பருப்பு, கீரை எல்லாவற்றையும் மிக்சியில் போட்டு அரைத்தெடுத்து கிண்ணத்தில் வைத்து ஊட்டலாம். பொன்னாங்கண்ணி கீரை குழந்தையின் கண்களுக்கு ஒளிமிகுந்த பார்வையைக் கொடுக்கும். முளைக்கீரை, சிறுகீரை போன்றவற்றையும் கூட இதேபோல மாற்றி மாற்றி ஒரு கைப்பிடி வேக வைத்து அரைத்துக் கொடுக்கலாம்.

✲ ✲ ✲

# 71) குழந்தைகளுக்கு பச்சைக் காய்கறிகள்

பீன்ஸ், அவரைக்காய், போன்ற காய்கள் நார்ச்சத்து மிகுந்தவை என்பதால் இவைகளை வேக வைத்து அரைத்து வடிகட்டி சூப் மாதிரி செய்து கொண்டு அதை சாதத்தில் விட்டு கூடவே பருப்பு நெய் போன்றவற்றையும் சேர்த்து அரைத்துக் கொடுக்கலாம். முருங்கைக்காயை வேக வைத்து உள்ளிருக்கும் சதையை மட்டும் ஒரு ஸ்பூனால் சுரண்டி எடுத்து சாதத்துடன் சேர்த்து அரைத்துக் கொடுக்கலாம்.

ஒன்றிரண்டு மாதங்கள்வரை உணவை அரைத்துக் கொடுத்தாலும் போகப் போக உணவை அரைக்காமல், நன்கு கரண்டியால் மசித்துக் கொடுக்க ஆரம்பிப்பதே நல்லது. குழந்தை தானே எடுத்து உண்ண விரும்பினால் தடுக்க வேண்டாம். சுற்றிலும் இறைத்துக் கொண்டு சாப்பிட்டாலும் அது தானே சாப்பிடும்போது உணவின் மீது அதற்கு விருப்பம் ஏற்படும்.

✲ ✲ ✲

# 72) குழந்தைகளுக்கு தக்காளி

சிறியதாக ஒரு பெங்களூர் தக்காளியை (பெரியது என்றால் கால் தக்காளி போதும்) ஒரு டேபிள் ஸ்பூன் பாசி பருப்பு வேக வைக்கும்போதே முழுதாக வேக வைத்து எடுத்துக்கொள்ளவும். பிறகு தக்காளியின் தோலை நீக்கி விட்டு பருப்போடு சேர்த்து நன்கு மசித்துக் கொள்ளவும். பிறகு குழைந்த சாதத்தில் துளி உருக்கிய நெய் விட்டு இந்த பருப்பு தக்காளி கலவையை அதில் போட்டு நன்கு மசித்து ஊட்டலாம்.

குழந்தைக்கு ஒரு வயதாகும்போது சாதம் பிசையும்போது பருப்பு, காய்கறி சாதத்தில் கூடுதல் சுவைக்காக ஒரு சிட்டிகை மிளகு சீரகப் பொடியும் சேர்த்து பிசைந்து கொடுக்கலாம். உருளைக்கிழங்கை வேக வைத்து தோலுரித்து சிறு துண்டுகளாக நறுக்கி ஒரு சிறிய வாணலியில் ஒரு ஸ்பூன் நெய் விட்டு இந்த உருளைக்கிழங்கு துண்டுகளை அதில் போட்டு லேசாக வதக்கி அதை மசித்து வெறும் உருளைக் கிழங்கு கூட சமயத்தில் கொடுக்கலாம்.

கறிவேப்பிலைகளை குழந்தைக்கு அப்படியே கொடுக்கக்கூடாது. தொண்டையில் சிக்கும். அவற்றை வறுத்து நன்கு பௌடர் செய்து கொண்டு கால் ஸ்பூன் பொடியை வெந்த காய்களோடு சேர்த்து சாதத்தில் மசித்து கொடுத்தால் கறிவேப்பிலையின் சத்துக்களும் குழந்தைக்கு சேரும்.

✲ ✲ ✲

# 73) குழந்தைகளுக்கு பழங்கள்

ஆப்பிளை தோல் நீக்கி நான்கைந்து துண்டுகள் வேக வைத்து மசித்துக் கொடுக்கலாம். மலைப்பழம், பூவன் பழம் போன்றவற்றை ஏழெட்டு மாதத்திலிருந்தே நசுக்கி சிறிது சிறிதாகக் கொடுக்கலாம்.

நாட்டு மருந்து கடைகளில் கிடைக்கும் கொட்டை திராட்சை நான்கைந்தை சுடுநீரில் போட்டு ஊறவைத்து அதை கைகளால் நன்கு கசக்கி, வடிகட்டி அதன் சாறை மட்டும் குடிக்கத் தரலாம். இது குழந்தையின் மலச்சிக்கலைப் போக்கும்.

ஒரு வயதுக்குப் பிறகு சப்போட்டா, அவகேடோ, கிவி, போன்றவற்றைக் கொடுக்கலாம். ஆரஞ்சு பழத்தை உரித்து கொட்டை நார் போன்றவற்றை நீக்கி அதன் சதைப்பகுதியை மட்டும் கொடுத்து பழக்கலாம். அவகேடோ பழத்தில் ருசி எதுவும் இருக்காது இதை நன்கு மசித்து தாய்ப்பால் சிறிது எடுத்து அதனுடன் கலந்து கொடுக்கலாம்.

வளர வளர குழந்தைகளுக்கு வேக வைத்த காய்கறிகளை நேரடியாக சிறிதளவு கொடுக்கலாம்.. தானே பற்களால் உணவை அரைத்து உண்பதற்குப் பழக்க வேண்டும். குழந்தைகள் கொழு கொழுவென்று இருப்பதை விட ஆரோக்கியமாக இருப்பதுதான் மிக முக்கியம் என்பதை மறக்க வேண்டாம். எப்போதுமே ஜங்க் ஃபுட் எனப்படும் குப்பை உணவுகளையும், துரித உணவுகளைக் கொடுப்பதையும் தவிர்த்து விடுங்கள். என்ன இருந்தாலும் பாரம்பரிய உணவுகள்தான் எந்த வயதினருக்கும், எக்காலத்திலும் சிறந்தவை என்பதை நினைவில் கொள்ளுங்கள். நம் முன்னோர்கள் ஏற்படுத்தியிருக்கும் உணவு வகைகளைக் கொண்டே அவர்கள் எத்தகைய அறிவாளிகள் என்பது விளங்கும்.

* ——— *

# 13

# விரதங்களும் அவை சார்ந்த உணவுகளும்

## துவாதசி சமையல்

அந்தக்காலங்களில் ஒவ்வொரு ஏகாதசிக்கும் வீட்டில் பெரியவர்கள் விரதமிருப்பார்கள். மறுநாள் துவாதசி சமையல் மருத்துவ குணம் கொண்டதாகவே இருக்கும். அதிலும் வைகுண்ட ஏகாதசிக்கு விரதமிருப்பவர்கள், மறுநாள் சூர்யோதயத்திற்குள் துவாதசி பாரணை கொடுத்துவிட்டு விரதத்தை முடிக்கவேண்டும் என்பது நியதி. இதனால் என் அம்மா நான்கு மணிக்கெல்லாம் எழுந்து குளித்து துவாதசி சமையல் செய்ய ஆரம்பிப்பாள். விரதம் ஏதும் இல்லாவிட்டாலும் நாங்களும் சீக்கிரமே எழுந்து குளித்து சூர்யோதயத்திற்கு முன்பு சாப்பிட உட்கார்ந்து விடுவோம். காரணம் அம்மா சமைக்கும்போது காற்றோடு கலந்து வந்து நாசியைத் துளைக்கும் அந்த சுவையான துவாதசி சமையலின் அபார வாசனைதான். அது நம்மைத் தூங்கவிடாமல் கட்டியிழுக்கும்.

சமைத்து முடித்து, இருள் பிரிவதற்குள் அருகிலிருக்கும் மாதவர் கோவிலுக்குச் சென்று பாரணை கொடுத்து தீர்த்தமும், துளசியும் வாங்கி வருவாள் அம்மா. பிறகென்ன துவாதசி சமையலை எல்லோரும் ஒரு வெட்டு வெட்டுவோம்.

ஏகாதசி உபவாசம் இருக்கும்போது வாய் முதல் வயிறு வரை புண்ணாகும் என்பதால் மறுநாள் உபவாசம் முடிக்கும்போது உட்கொள்ளும் உணவுகள் அந்தப் புண்களை ஆற்றும் மருந்தாகவும், உடலுக்கு சக்தியளிப்பவையாகவும் இருக்கும்படியான உணவு வகைகளைத் தேர்ந்தெடுத்து வைத்திருக்கிறார்கள் நம் முன்னோர்கள். இந்த உணவின் மகிமையை இன்றைய தலைமுறை அறிந்து கொள்ளவேண்டும்.

✲ ✲ ✲

# 74) சுண்டைக்காய் வற்றல் குழம்பு

## தேவையானவை:

பச்சை சுண்டைக்காய் - 100 gm அல்லது சுண்டைக்காய் வற்றல் – 50 gm

புளி – சிறிய எலுமிச்சையளவு

பாசிப்பருப்பு – இரண்டு டேபிள் ஸ்பூன்

சாம்பார் பொடி – இரண்டு டீஸ்பூன்

மஞ்சள் தூள் – ஒரு ஸ்பூன்

உப்பு – தேவையான அளவு

பெருங்காயம் – கால் ஸ்பூன்

வெல்லம் – சிறிய கட்டி

தேங்காய் துருவியது – அரை கோப்பை

கறிவேப்பிலை – இரண்டு கொத்து

## தாளிக்க

நல்லெண்ணெய் – இரண்டு டேபிள் ஸ்பூன்

கடுகு – ஒரு ஸ்பூன்

வெந்தயம் – அரை ஸ்பூன்

காய்ந்த மிளகாய் – சிறியது இரண்டு

## செய்முறை:

பாசிப்பருப்பை தனியே வேகவைத்துக் கொள்ளவும். பாசிப்பருப்பு இல்லாமலும் இதைச்செய்யலாம். என் அம்மா

கொஞ்சம் பாசிப்பருப்பு வேக வைத்து சேர்ப்பாள் என்பதால் அதன்படி சொல்லியிருக்கிறேன்.

பச்சை சுண்டைக்காய் என்றால் நன்றாக சுத்தப்படுத்தி லேசாய் நசுக்கி நன்கு கழுவிப் பிழிந்து ஒரு தட்டில் எடுத்து வைத்துக் கொள்ளவும்.

ஒருவேளை நீங்கள் சுண்டை வற்றல் உபயோகித்தால், ஒரு வாணலியில் இரண்டு டேபிள் ஸ்பூன் நல்லெண்ணெய் ஊற்றி, கடுகு, வெந்தயம், மிளகாய், கறிவேப்பிலை ஒரு கொத்து இவற்றைத் தாளித்து அதிலேயே சுண்டை வற்றலை நன்கு வறுத்து, பின்னர் துருவிய தேங்காயும் சேர்த்து அது பொன்னிறமாகும் வரை வறுத்து இவற்றைத் தனியே எடுத்து வைத்துக்கொள்ள வேண்டும். பிறகு புளிக்கரைசலை வாணலியில் ஊற்றி, உப்பு, சாம்பார்பொடி, மஞ்சள் தூள், வெல்லம் இவற்றை சேர்த்து நன்கு கொதிக்கவிட்டு பிறகு பாசிப்பருப்பையும் மசித்து அதில் சேர்த்து, பெருங்காயமும் சேர்த்து நன்கு கொதிக்கவிட்டு, கடைசியாக வறுத்து வைத்திருக்கும் கலவையை அதில் கொட்டவேண்டியதுதான்.

பச்சை சுண்டை என்றால், முதலில் கடுகு, வெந்தயம், மிளகாய், கறிவேப்பிலை இவற்றைத் தாளித்துக்கொண்டு புளிக்கரைசலை அதில் ஊற்றி, மஞ்சள் தூள், சாம்பார் பொடி, வெல்லம், உப்பு எல்லாம் சேர்த்து நன்கு கொதிக்கவிட வேண்டும். புளியின் பச்சை வாசனை நீங்கி, சுண்டைக்காய் வெந்திருப்பதை உறுதி செய்து கொண்டு, பாசிப்பருப்பை மசித்து சேர்த்து மீண்டும் கொதிக்கவிட்டு கடைசியாக தேங்காய்த் துருவலையும், கறிவேப்பிலையையும், பெருங்காயத்தையும் தனியே பொன்னிறமாக வறுத்து குழம்பில் சேர்க்க வேண்டியதுதான். சுண்டைக்காய்க்கு பித்தத்தைக் குறைக்கும் மருத்துவ குணம் உள்ளது.

✲ ✲ ✲

# 75) அகத்திக்கீரை கறி

## தேவையானவை

அகத்திக்கீரை – ஒரு கட்டு

பாசிப்பருப்பு – ஒரு டேபிள் ஸ்பூன்

தேங்காய்த் துருவல் – ஒரு டேபிள் ஸ்பூன்

உப்பு – தேவையான அளவு

சர்க்கரை – கால் ஸ்பூன்

மஞ்சள் தூள் – கால் ஸ்பூன்

தாளிக்க, ஒரு டீஸ்பூன் வெளிச்செண்ணெய், ஒரு ஸ்பூன், கடுகு, ஒரு ஸ்பூன் உளுத்தம்பருப்பு, ஒரு வரமிளகாய்

## செய்முறை:

அகத்திக்கீரை இலைகளை உருவி நீரில் நன்கு சுத்தம் செய்து நீரை வடிகட்டி நன்கு பிழிந்து எடுத்துக்கொள்ளவும். ஒரு வாணலியில், கொஞ்சம் வெளிச்செண்ணெய் ஊற்றி, கடுகு, உளுந்தம்பருப்பு, மிளகாய், தாளித்து அதில் கால் ஸ்பூன் மஞ்சள் தூளும் சேர்த்து பிழிந்து வைத்திருக்கும் அகத்திக் கீரையை உதிர்த்து அதில் சேர்க்கவும். அரை ஸ்பூன் சர்க்கரையும் சேர்த்து மிதமான சூட்டில் மூடிவைக்கவும். வேண்டுமென்றால் ஒரு கை தண்ணீர் தெளிக்கலாம்.

பாசிப்பருப்பை அரைவேக்காடு வேக வைத்துக்கொள்ளவும்.

கீரை நன்கு வெந்து நீர் வற்றியதும், பாசிப்பருப்பையும் துருவிய தேங்காயையும் சேர்த்து நன்கு கிளறிவிட்டு அடுப்பை அணைத்து விடலாம். சுண்டைக் குழம்பிற்கு பெஸ்ட் காம்பினேஷன் இது.

✲ ✲ ✲

# 76) நெல்லிக்காய் பச்சடி

## தேவையானவை

நெல்லிக்காய் – இரண்டு அல்லது மூன்று

பச்சை மிளகாய் - 1

தேங்காய் துருவல் – ஒரு டேபிள் ஸ்பூன்

சீரகம் – ஒரு ஸ்பூன்

பெருங்காயம் – ஒரு சிட்டிகை

கடுகு – அரை ஸ்பூன்

காய்ந்த மிளகாய் – 1

கொத்தமல்லி,, கறிவேப்பிலை – சிறிது

## செய்முறை:

நெல்லிக்காயை வேகவைத்து கொட்டை நீக்கி சுளைகளை எடுத்துக் கொள்ளவும்

வெந்த நெல்லிக்காயோடு தேங்காய், சீரகம், பச்சை மிளகாய், கொஞ்சம் கறிவேப்பிலை இவற்றை சேர்த்து மிக்சியில் அரைத்துக் கொள்ளவும்

தாளிப்பு கரண்டியில், ஒரு ஸ்பூன் வெளிச்செண்ணெய் ஊற்றி, கடுகு, மிளகாய் இவற்றைத் தாளித்து சிறிது பெருங்காயமும் சேர்த்து அதில் போடவேண்டும். மேலே கொத்தமல்லியைப் பொடியாக நறுக்கி தூவி விடவும்.

இவை தவிர, கொஞ்சம் துவரம்பருப்பு வேக வைத்து கலத்து பருப்பு, ஒரு சிறிய கிண்ணத்தில் எடுத்து வைத்துக் கொள்ளவேண்டும்.

துவாதசியன்று இவற்றை சாப்பிட்டுப் பாருங்கள், விரதமிருந்த வயிற்றுக்கு இவையெல்லாம் அருமருந்தாக இருக்கும்.

✲ ✲ ✲

# திருவாதிரை

திருவாதிரை ஒரு வாய் களி என்பார்கள். அன்று ஒருவேளை களி மட்டும் உண்டு விரதமிருப்பவர் உண்டு. பொதுவாக இனிப்பான உணவுக்கு உப்பும் காரமுமாக எதையும் தொட்டு சாப்பிடமாட்டார்கள். ஆனால் திருவாதிரைக் களிக்கு பெஸ்ட் காம்பினேஷனாக ஒரு காய்கறிக்கூட்டு செய்யும் வழக்கமுண்டு.

அந்தக்காலத்தில் என் அம்மா குமுட்டி அடுப்பு மூட்டி, வெங்கலப் பானையில்தான் திருவாதிரைக் களி பண்ணுவாள். களியைக் கிளறி வெங்கலப் பானையை அடுப்பிலேற்றி மூடி வைத்துவிட்டு கபாலி கோவிலில் ஆருத்ரா தரிசனம் செய்துவிட்டு அவள் வீடு திரும்பும் போது களி பூ மாதிரி பொலபொலவென்று வெந்திருக்கும். அதன் வாசனை தெருமுனை வரை வீசும். இப்போதெல்லாம் களியைக் கிளறி குக்கரிலேயே வேக வைக்கும் வசதி இருக்கிறது.

கேரளத்தில் திருவாதிரையன்று பெண்கள் ஒரு குழுவாக நடுவே ஒரு பெரிய விளக்கேற்றி வைத்து அதைச் சுற்றி வந்து பாரம்பரிய நடனமாடுவார்கள். இந்த நடனத்திற்கும் திருவாதிரக்களி என்றே பெயர்.

இனி திருவாதிரைக் களியும், கூட்டும் எப்படி செய்வதெனப் பார்ப்போம்.

✲ ✲ ✲

# 77) திருவாதிரைக் களி

## தேவையான பொருட்கள்:

பச்சரிசி – ஒரு ஆழாக்கு

பொடித்த வெல்லம் – ஒன்றரை ஆழாக்கு

பாசிப்பருப்பு – ஒரு டேபிள் ஸ்பூன்

தேங்காய்த் துருவல் – அரை கோப்பை

ஏலக்காய்ப் பொடி – ஒரு ஸ்பூன்

உடைத்த முந்திரி – ஒரு டேபிள் ஸ்பூன்

நெய் ஒரு டேபிள் ஸ்பூன்

## செய்முறை:

அரிசி, பாசிப்பருப்பு இரண்டையும் தனித்தனியே சிவக்க வறுத்துக்கொள்ள வேண்டும். பிறகு இரண்டையும் சேர்த்து மிக்சியில் போட்டு ரவையாக உடைத்துக் கொள்ள வேண்டும். பாசிப்பருப்பு சேர்க்காமலும் களி செய்யலாம்.

வெல்லத்தை ஒரு டம்ளர் தண்ணீர்விட்டுக் கரைத்து வடிகட்டி எடுத்து மேலும் ஒன்றரை டம்ப்ளர் தண்ணீர் சேர்த்து நன்கு கொதிக்கவிடவேண்டும். அதாவது அரிசி எந்த அளவு எடுக்கிறோமோ அதற்கு இரண்டரை பங்கு வெல்லக் கரைசல் இருக்கவேண்டும். பச்சை வாசனை நீங்கி வெல்லம் நன்கு நுரைத்து கொதிக்கும்போது, ஏலக்காய், தேங்காய்த் துருவல், ஒரு ஸ்பூன் நெய் இவற்றை சேர்த்து அடுப்பை அணைத்துவிட்டு,

பொடித்து வைத்திருக்கும் அரிசி, பருப்பு ரவையை அதில் போட்டு கட்டித்தட்டாமல் கிளற வேண்டும். தேவையென்றால் கால் டம்ளர் வெந்நீர்கூட அரிசி வாகைப் பொறுத்து சேர்த்துக் கொள்ளலாம். பிறகு இந்தக் கலவையை நேரடியாகவும் குக்கரில் போட்டு அடுப்பை சிம்மில் வைத்து இரண்டு விசில் வரும் வரை வேகவிடலாம். அல்லது அடிபிடித்து விடும் என்ற பயமிருந்தால் இதை ஒரு பாத்திரத்தில் போட்டு மூடி குக்கரின் அடியில் நீர் ஊற்றி அதில் இந்த பாத்திரத்தை வைத்து தட்டு போட்டு மூடி இரண்டு விசில் விடும்வரை வேக விடலாம். ஓசை அடங்கியதும் பாத்திரத்தை எடுத்து திறந்து பார்த்தால் களி பொலபொலவென்று வெந்திருக்கும். பிறகு ஒரு டேபிள் ஸ்பூன் நெய்யில் உடைத்த முந்திரியை வறுத்து அதில் சேர்த்து நன்கு கிளறிவிடவும். குக்கரில் வைக்க வேண்டாம் என்றால் அடிகனமான வாணலியிலேயே அடுப்பை சிம்மில் வைத்து வேகவிடலாம். அவ்வப்போது திறந்து பார்த்து கிளறிவிட வேண்டும். நாம் கொஞ்சம் அசந்தால், களி அடிபிடிக்கும் அபாயம் உள்ளதால் குக்கரில் வேக விடுவதே பெஸ்ட்.

⁂

# 78) திருவாதிரைக் கூட்டு (தாளகம்)

இதை ஒவ்வொருவர் ஒவ்வொரு மாதிரி செய்வார்கள். தாளகம் என்றும் கூட்டு என்றும் இருவிதமாக செய்யலாம். என் அம்மா புளி சேர்த்து காரசாரமாக தாளகம் செய்வாள்.. என் மாமியார் கூட்டு மாதிரி செய்வார். நாம் இரண்டு விதத்தையும் இங்கு பார்ப்போம்.

இதை ஏழுகாய் கூட்டு என்பார்கள் பொதுவில். ஏழு, ஒன்பது பதினொன்று என்று காயின் எண்ணிக்கை ஒற்றைப்படையில் இருக்கவேண்டும். நாட்டு காய்களைத்தான் இதற்கு எடுத்துக் கொள்வார்கள். நான் நிறைய காய்கள் சேர்த்து செய்வேன்.

## முதலில் தாளகம்

## இதற்குத் தேவையான காய்கள்

அவரைக்காய் – 100 கிராம்

சேனை – 150 gm

மஞ்சள் பூசணி (மத்தன்) – சதுரமாக நறுக்கிய பத்து துண்டுகள்

வெள்ளை பூசணி – சதுரமாக நறுக்கிய பத்து துண்டுகள்

கத்திரிக்காய் – 2

பெங்களூர் கத்திரிக்காய் – பாதி போதும்

பீன்ஸ் – (ஒரு இன்ச் சைசில் நறுக்கியது) 50 gm

கேரட் – சிறியது ஒன்று (ஒரு இன்ச் அளவில் மெலிதாக நறுக்கிக் கொள்ள வேண்டும்)

வாழைக்காய் – ஒரு அரை வாழைக்காய் போதும் துண்டுகளாக் நறுக்கிக் கொள்ளவேண்டும்.

சேப்பங்கிழங்கு – 100 gm

சர்க்கரை வள்ளிக் கிழங்கு – சிறியதாக ஒன்று (துண்டுகளாக நறுக்கிக் கொள்ளவும்

கூர்க்கங்கிழங்கு – ஒரு ஏழெட்டு போதும் (கிடைக்கவில்லை என்றால் விட்டு விடலாம்)

காவத்தங்கிழங்கு – சிறியது 1

பச்சை மொச்சை – 100 gm

## மற்ற பொருட்கள்

புளி – சிறிய எலுமிச்சம்பழம் அளவு

## வறுப்பதற்கு:

காய்ந்த மிளகாய் – எட்டு

தனியா – ஒரு டேபிள் ஸ்பூன்

துவரம்பருப்பு – இரண்டு டீஸ்பூன்

கடலைப் பருப்பு – இரண்டு டீஸ்பூன்

உளுத்தம்பருப்பு – ஒரு ஸ்பூன்

மிளகு – கால் ஸ்பூன்

தேங்காய் துருவல் – மூன்று டேபிள் ஸ்பூன்

வெள்ளை எள் – ஒரு டீஸ்பூன்

## செய்முறை:

கிழங்கு வகைகளை தனியே குக்கரில் வேக வைத்து தோலுரித்து நறுக்கி வைத்துக்கொள்ளவும்

மற்ற காய்களை சற்று பெரிய துண்டுகளாகவே நறுக்கிக் கொள்ளவும்.

பிறகு அதே குக்கரைக் கழுவி அதில் சேனையை அடியில் போட்டு, அதன் மேல் வாழைக்காய், அதற்கும் மேலே மஞ்சள் பூசணி, வெள்ளைப் பூசணி, பிறகு கேரட் பூசணி, மொச்சை, பட்டாணி என அனைத்து காய்களையும் போட்டு மஞ்சள் தூள் மட்டும் சேர்த்து இரண்டு விசில்விட்டு வேக வைக்கவும். அடுப்பை அணைத்ததும் பிரஷரை உடனே ரிலீஸ் செய்து விடவும். இதனால் காய்கறிகள் உடையாது வேகும்.

வாணலியில் எள்ளை மட்டும் எண்ணெய் விடாமல் தனியே வறுத்து எடுத்துக் கொள்ளவும்.

பிறகு கொஞ்சம் வெளிச்செண்ணெய் விட்டு தனியா, துவரம்பருப்பு, கடலைப்பருப்பு, உளுத்தம்பருப்பு, காய்ந்த மிளகாய் (உங்களுக்கு வேண்டிய அளவு காரத்திற்கேற்ப மிளகாயை கூட்டவோ குறைத்துக் கொள்ளவோ செய்யலாம்) பெருங்காயம், கறிவேப்பிலை இவற்றை வறுத்து தனியே எடுத்து வைக்கவும். பிறகு அதே வாணலியில் தேங்காய்த் துருவலை சிவக்க வறுத்துக் கொள்ளவும்.

வறுத்து வைத்திருக்கும் எள் மற்றும் இதர பொருட்களை எல்லாம் மிக்சியில் ரவை பதத்தில் பொடித்துக் கொள்ள வேண்டும். கடைசியாக வறுத்த தேங்காய்த் துருவலையும் இதில் போட்டு இரண்டு மூன்று திருப்பு திருப்பி பொடித்துக் கொள்ளவும்.

வெந்த காய்களை ஒரு வாணலிக்கு மாற்றி, அதில் கரைத்து வைத்திருக்கும் புளிக்கரைசலை விட்டு உப்பு, வெல்லம் சிறிதளவு சேர்த்து பச்சை வாசனை போகும்வரை நன்கு கொதிக்கவிட வேண்டும். காய், புளி, உப்பு எல்லாம் சேர்ந்து நன்கு கொதித்ததும் அதில் நாம் களிக்காக வறுத்து வைத்திருப்போமே அரிசிப்பொடி அதை ஒரு ஸ்பூன் சேர்த்து நன்கு கலக்கவும். இது கொஞ்சம் கெட்டித் தன்மையைக் கொடுக்கும். கடைசியாக வறுத்துப் பொடித்து வைத்திருக்கும் பொடியை அதில் சேர்த்து நன்கு

கிளறிக்கொடுத்து மேலே இரண்டு டீஸ்பூன் வெளிச்செண்ணெய் விட்டு அடுப்பை அணைக்கவும். பிறகு தாளிப்பு கரண்டியில் கொஞ்சம் வெளிச்செண்ணெய் விட்டு ஒரு ஸ்பூன் கடுகு, காய்ந்த மிளகாய், கொஞ்சம் கறிவேப்பிலை போட்டு தாளித்து அதில் சேர்த்துவிடவும்.

இனிப்பான களிக்கு காரசாரமான இந்த தாளகத்தைத் தொட்டுக்கொண்டு சாப்பிட்டால் அன்று முழுக்க பசிக்காது. தோசை சப்பாத்திக்குகூட இந்த கூட்டைத் தொட்டு சாப்பிடலாம். சூடான சாதத்தில் உருக்கிய நெய் ஊற்றியும் இதைத் தொட்டுக்கொண்டு சாப்பிடலாம்.

✲ ✲ ✲

# 79) மற்றொருவகை திருவாதிரைக் கூட்டு

## தேவையானவை

காவத்தங் கிழங்கு - மீடியம் சைஸ் ஒன்று (பாலக் காட்டுக்காரர்கள் காவத்து என்று சொல்லப்படும் இக்கிழங்கு இல்லாமல் இந்தக் கூட்டு செய்ய மாட்டார்கள்)

எளவன் (வெள்ளைப் பூசணி) - ஒரு சிறிய பத்தை நறுக்கிக் கொள்ளவும்

மத்தன் (மஞ்சள் பூசணி) - ஒரு சிறிய பத்தை நறுக்கிக் கொள்ளவும்

அவரை

சேப்பங் கிழங்கு - நூறு கிராம்

கூர்க்கங்கிழங்கு - கொஞ்சம்

வாழைக்காய் - பாதி போதும்

கேரட் - சிறியது ஒன்று

பச்சை மொச்சை - 100 gm

தேங்காய் அரை மூடி துருவியது

பச்சை மிளகாய் - நான்கு

கடுகு - ஒரு ஸ்பூன்

காய்ந்த மிளகாய் - ஒன்று

கறிவேப்பிலை - ஒரு கொத்து

பெருங்காயம் - சிறிது

மஞ்சள் தூள் - அரை ஸ்பூன்

## செய்முறை:

என் மாமியார் இந்தக் கூட்டுக்கு புளி சேர்க்கமாட்டார்.

கிழங்குகளைத் தனியே வேக வைத்து தோல் உரித்து துண்டுகளாக்கிக் கொள்ளவும்.

மற்ற காய்களை சுத்தம் செய்து குக்கரில் கொஞ்சம் நீர் விட்டு மஞ்சள் தூள் சேர்த்து ஒரு விசில் வந்ததும் அடுப்பை அணைத்து ஸ்டீமை ரிலீஸ் செய்து விடவும்.

பிறகு கிழங்கு வகைகளையும் காயில் சேர்த்து உப்பு சேர்த்து நன்கு கொதிக்க விடவும். கொதிக்கும் போதே களிக்காக பொடித்து வைத்திருக்கும் வறுத்த அரிசிப் பொடியிலிருந்து ஒரு டீஸ்பூன் எடுத்து கூட்டில் சேர்த்து கிளறி விடவும்.

மிக்சியில், தேங்காய், பச்சை மிளகாய், கறிவேப்பிலை இவற்றை கொஞ்சம் கொரகொரப்பாக அரைத்து கூட்டில் சேர்த்து கொதிக்க விட்டு மேலே இரண்டு ஸ்பூன் வெளிச்செண்ணெய் சேர்க்கவும்.

தாளிப்பு கரண்டியில் வெளிச்செண்ணெய் விட்டு, ஒரு ஸ்பூன் கடுகு, அரை ஸ்பூன் சீரகம், மிளகாய், பெருங்காயம், கறிவேப்பிலை போட்டு தாளித்து அதன்மீது ஊற்ற வேண்டியதுதான். கமகம திருவாதிரைக் கூட்டு ரெடி

✲ ✲ ✲

# 80) திருவாதிரைப் புழுக்கு

(திருக்கார்த்திகை விரதமிருப்பவரும் அரிசிக் கஞ்சியோடு இந்த புழுக்கு செய்து உண்ணலாம்.)

கிழங்கு வகைகளைப் புழுக்கிச் (வேகவைத்து) செய்வதால் இந்தப் பெயர். கேரளத்தில் பல்வேறு இடங்களிலும் வாழும் பல அந்தணர்கள் வீடுகளிலும், மலையாளிகளின் வீட்டிலும் திருவாதிரையன்று இந்தப் புழுக்கும் செய்யப்படும்.

## தேவையான பொருட்கள்:

### காய்கறிகள்:

சேனை – 100 gm

மரவள்ளிக் கிழங்கு – தோல் எடுத்து நறுக்கிய துண்டுகள் ஒரு கோப்பை

சேப்பங்கிழங்கு – 100 gm

கூர்க்கங்கிழங்கு – 100 gm

நேந்திரங்காய் – 1 (வாழைக்காயும் சேர்க்கலாம்)

காவத்தங்கிழங்கு – மீடியம் சைஸ் 1

சர்க்கரைவள்ளிக் கிழங்கு – சிறியது 1

வெள்ளைக் காராமணி – 100 gm

உப்பு – தேவையான அளவு

தேங்காய் – அரைமூடி துருவியது

பச்சை மிளகாய் – 2

சீரகம் – ஒரு ஸ்பூன்

கறிவேப்பிலை – ஒரு கொத்து

## செய்முறை:

காராமணியை இரண்டு மணிநேரம் ஊறவைத்துக் கொள்ளவும். பிறகு அதை குக்கரில் போட்டு நீரூற்றி இரண்டு சவுண்டு விட்டு வேகவிடவும்..

கிழங்கு வகைகளின் தோலை சீவி துண்டுகளாக நறுக்கி நன்கு கழுவிக்கொள்ளவும். பிறகு குக்கரில் நீரூற்றி நறுக்கிய கிழங்குகளை அதில் போட்டு போதிய நீர்விட்டு இரண்டு சவுண்டுவிட்டு வேகவைக்கவும்.

தேங்காய், பச்சை மிளகாய், கறிவேப்பிலை, சீரகம் இவற்றை தண்ணீர் விடாமல் சதைத்துக் கொள்ளவும். அல்லது ஒரு கை தண்ணீர் தெளித்து கெட்டியாக சற்று கொரகொரப்பாக அரைத்துக்கொள்ளவும்.

ஒரு வாணலியில் வெந்த காராமணி, கிழங்கு வகைகள் எல்லாவற்றையும் ஒன்று சேர்த்து தேவையான உப்பு சேர்த்து கொஞ்சம் நீர் சேர்த்து நன்கு கிளறிக்கொடுத்து இரண்டு நிமிடம் மூடிவைக்கவும். உப்பு எல்லாவற்றிலும் ஒருபோல பிடிக்குமாறு கிளறவும். பிறகு சதைத்து வைத்திருக்கும் தேங்காய் விழுதை அதில் சேர்த்து ஒரு கை தண்ணீர் தெளித்து மீண்டும் இரண்டு நிமிடம் மூடிவைக்கவும். தேங்காயின் பச்சை வாசனை போகட்டும். பிறகு திறந்து இன்னொருமுறை கிளறிவிடவும். எல்லாம் ஒன்றுசேர்ந்து ஒரு பளபளப்பு தெரியும். இப்போது ஒரு டேபிள் ஸ்பூன் வெளிச்செண்ணெயும், கறிவேப்பிலையும் சேர்த்தால் திருவாதிரைப் புழுக்கு ரெடி.

பொதுவாக காய்களை சாதத்திற்கு தொட்டு சாப்பிடுவார்கள். ஆனால் இந்தப் புழுக்கிற்கு தொட்டுக்கொள்ள ஒரு சம்மந்தி அரைக்கப்படும் அங்கு. சம்மந்தி என்றால் சட்னி. எனக்குத் தெரிந்து காய்ந்த மிளகாயை கேஸ் அடுப்பில் ஒரு இடுக்கியால் பிடித்து நேரடியாக மூன்று அல்லது நான்கு காய்ந்த மிளகாய்களை சுட்டு எடுத்துக்கொண்டு அதோடு ஒரு தக்காளி, சுண்டைக்காயளவு

புளி, உப்பு சேர்த்து ஒரு துவையல் அரைத்து அதைத்தொட்டுக் கொண்டு இந்த புழுக்கிய கிழங்கை சாப்பிட்டுவிட்டு சூடாக ஒரு தேநீர் குடித்துப் பாருங்கள். சும்மா ஜிவ்வென்றிருக்கும். விரத நாள் அல்லாத சாதாரண நாட்களில் இந்த சம்மந்திக்கு சின்ன வெங்காயம் கூட சேர்த்து செய்யலாம்.

✲ ✲ ✲

# 81) திருக்கார்த்திகை அடை

கார்த்திகையன்று இரவு எல்லோர் வீட்டிலும் அடை நிச்சயம் செய்யப்படும். எனக்கு எங்கள் வீட்டு அடையைவிட என் மாமாவின் மனைவி, என் மாமி செய்யும் அடைதான் மிகவும் பிடிக்கும். அடை சாப்பிடுவதற்கு மாமாவின் வீட்டுக்கு ஆஜராகி விடுவேன். அப்படியென்ன சிறப்பு அதில் என்று கேட்பீர்கள். கறுப்பு உளுந்துதான் அதன் சிறப்பு. அதன் செய்முறை பார்ப்போம்.

## தேவையான பொருட்கள்:

கறுப்பு உளுந்து – அரை கப்

துவரம் பருப்பு – அரை கப்

கடலைப்பருப்பு – அரை கப்

பாசிப்பருப்பு – கால் கப்

பச்சரிசி – அரை கப்

புழுங்கலரிசி – அரை கப்

கறிவேப்பிலை – இரண்டு அல்லது மூன்று கொத்து

துருவிய தேங்காய் – அரை கப்

இஞ்சி – ஒரு சிறிய துண்டு

காய்ந்த மிளகாய் – 4

மிளகு – அரை ஸ்பூன்

பெருங்காயம் – அரை ஸ்பூன்

உப்பு தேவையான அளவு

## செய்முறை:

கருப்பு உளுந்தைக் கழுவி தனியாக இரண்டு அல்லது மூன்று மணிநேரம் ஊறவிடவும். பாசிப்பருப்பையும் தனியே கழுவி ஊறவிடவும். அரிசி, மற்ற பருப்புகளைக் கழுவி ஒன்றாய் சேர்த்து மூன்று மணிநேரம் ஊறவிடலாம்.

பிறகு எல்லாவற்றையும் ஒன்றாய் சேர்த்து மிக்சியிலிட்டு, கறிவேப்பிலை, இஞ்சி, பெருங்காயம், காய்ந்த மிளகாய், மிளகு என அனைத்தையும் சேர்த்து கொஞ்சமாக நீர்விட்டு கொரகொரப்பாக அரைத்து எடுத்துக்கொள்ளவும். ஊறிய பாசிப்பருப்பை அப்படியே அதில் சேர்த்து அதோடு துருவிய தேங்காயும் சேர்த்து நன்கு கலந்துவிடவும். மாவு கெட்டியாக இருக்கவேண்டும். இதை தோசைக்கல்லில் தட்டவேண்டும். நிறைய வெளிச்செண்ணெய் அல்லது நல்லெண்ணெய் ஊற்றி இரண்டு பக்கமும் வேகவிட்டு எடுத்தால் மொறுமொறுப்பாக இருக்கும். உங்களுக்கு தட்டுவது கஷ்டமாக இருக்கும் என்றால் கொஞ்சம் நீர் சேர்த்து கரைத்து தோசை மாதிரியும் வார்த்துக் கொள்ளலாம். மிகுந்த சுவையும் மணமும் உடையது இது. கருப்பு உளுந்திற்கென்று நிறைய மருத்துவ குணமுள்ளது. புரதச்சத்து நிறைந்த அடை இது.

✯ ✯ ✯

# தீபாவளி

அந்தக்கால தீபாவளி ஆனந்தமானது. உறவுகள் கூட்டுக் குடும்பமாகவோ, அல்லது அருகருகேயோ இருந்த காலம். இரவு இரண்டு மணிக்கே எழுந்து பெரிய விறகடுப்பை மூட்டி, மிகப்பெரிய தவலையை அதிலேற்றி அது நிறைய வெந்நீர் போடுவாள் அம்மா. இரண்டரை மணிக்கே அத்தை ஒரு ஊசிப்பட்டாசைக் கொளுத்திப்போட்டு எங்களை எழுப்பிவிடுவாள். குழந்தைகளாகிய எங்களுக்கெல்லாம் வரிசையாக காய்ச்சிய நல்லெண்ணெய்யை தலையில் வைத்து சூடுபறக்கத் தேய்த்து, உடம்பெல்லாம் எண்ணெயால் உருவி விடுவாள் அத்தை. சுவாமிக்கு விளக்கேற்றி ஒரு பெரிய தாம்பாளத்தில் புதுத்துணிகள், இனிப்புகள், பட்சணங்கள், கொஞ்சம் பட்டாசு எல்லாம் வைக்கப்பட்டிருக்கும். அவரவர் வெடிக்கவேண்டிய பட்டாசுகளைப் பங்கீடு செய்து தனித்தனி பையில் வைத்திருப்பார் அப்பா. வருடத்திற்கு ஒருமுறையோ இருமுறையோதான் புதுத்துணிகள் எடுக்கப்படும் என்பதால் தீபாவளியன்று புத்தாடை அணிவதில் அத்தனை சந்தோஷமேற்படும். வெளிச்சம் பரவி விட்டால் தீபாவளியின் நேரம் குறைந்துகொண்டே வந்து அந்தநாள் சீக்கிரமே முடிந்து விடுமே என்ற கவலைவேறு வரும். ராக்கெட் விடவும், ரயில்வெடி விடவும், விஷ்ணுசக்கரம் விடவும் அண்ணா உதவி செய்வார். என்ன இருந்தாலும் பண்டைய கால தீபாவளிபோல் வராதுதான். தீபாவளிக்கு எத்தனையோ பட்சணங்களும் இனிப்பும் செய்தாலும் உக்காரை செய்யாமல் தீபாவளி நிறைவடையாது. உக்காரை எப்படி செய்வதென்று பார்ப்போம்.

✲ ✲ ✲

# 82) உக்காரை

## தேவையான பொருட்கள்:

கடலைப்பருப்பு – ஒரு கோப்பை

வெல்லம் – ஒரு கோப்பை

ஏலக்காய் பொடி – ஒரு ஸ்பூன்

முந்திரி - உடைத்தது ஒரு டேபிள் ஸ்பூன்

நெய் – கால் கப்

## செய்முறை:

வாணலியை அடுப்பில் வைத்து கடலைப்பருப்பை மணம் வரும்வரை ஐந்தாறு நிமிடம் வறுக்கவும். பிறகு இரண்டு கப் தண்ணீர்விட்டு குக்கரில் இரண்டு அல்லது மூன்று விசில்விட்டு வேகவிடவும். அதிகம் குழையக் கூடாது கிள்ளிப் பார்த்தால் கிள்ளும் படியாக இருக்க வேண்டும். பிறகு அதனை ஒரு வடிகட்டியில் வடிகட்டவும். கொஞ்சம்கூட நீர் இருக்கக்கூடாது. வேண்டுமென்றால் ஒரு டிஷ்யு பேப்பரில் கொட்டி வைத்தால் ஈரத்தை உறுஞ்சிவிடும், பிறகு இதைக் கொஞ்சம் கொஞ்சமாக மிக்சியில் போட்டு கோதுமை ரவைபோல கொரகொரப்பாக உடைத்துக்கொள்ள வேண்டும். ஒவராக அரைக்கக்கூடாது. உதிர் உதிராக இருக்கவேண்டும்.

வெல்லத்தை ஒரு கிளாஸ் நீர்விட்டு கரைத்து வடிகட்டி முற்றின பாகு வைக்கவேண்டும். துளி பாகை தண்ணீரில் ஊற்றினால் அது திரண்டு வரவேண்டும். பிறகு பொடித்து வைத்திருக்கும் கடலைப்பருப்பை பாகில் கொட்டி, அடுப்பை சிம்மில் வைத்து

கைவிடாமல் அவ்வப்போது இரண்டு டீஸ்பூன் நெய் விட்டு நன்கு கிளறிக்கொண்டே இருக்கவேண்டும். ஓரளவுக்கு இறுகியதும் ஏலக்காய்த் தூளை சேர்த்து அடுப்பை அணைத்து இறக்கி வைத்து மீண்டும் கைவிடாமல் உக்காரையை தேய்த்து தேய்த்து ஒரு இருபது நிமிடம் கிளறிக்கொண்டே இருந்தால் உக்காரை ஆற ஆற உதிர் உதிராகத் தொடங்கும். பிறகு முந்திரியை நெய்யில் வறுத்து அதில் சேர்க்க வேண்டியதுதான். பார்ப்பதற்கு வெல்லப் புட்டு மாதிரியிருக்கும்.

✯ ✯ ✯

# காரடையான் நோம்படை

“உருகாத வெண்ணையும் ஓரடையும் வைத்தேன், ஒருநாளும் என் கணவன் என்னை விட்டுப் பிரியாத வரம்வேண்டும்” என்று வேண்டியவாறு விரதமிருப்பதுதான் கராடையான் நோன்பின் சிறப்பு. எமனிடமிருந்து தன் கணவனை மீட்டு வந்த சாவித்திரி இந்த நோன்பிருந்தாள் என்கிறது புராணங்கள். வெல்ல அடை, உப்பு அடை என்று இரண்டுவிதமான அடைகளைச் செய்து நெய்வேத்தியம் செய்வது வழக்கம். நானும் எத்தனையோ பேர் வீட்டில் இந்த அடைகளை சுவைத்துப் பார்த்திருக்கிறேன். ஆனால் என் அம்மா செய்யும் அடைகளின் சுவைக்கு ஈடாக நான் எங்கேயும் சுவைத்ததில்லை. அம்மா சொல்லிக் கொடுத்தபடிதான் நானும் செய்வது வழக்கம். அதனால் நான் செய்யும் வெல்ல நோன்படைக்கும் ஒரு ரசிகர் கூட்டமுண்டு. அதன் ஸ்பெஷாலிட்டி என்னவென்றால் அதில் சக்கைப்பழம் சேர்ப்பதுதான். இனி அதை எப்படி செய்வதென்று பார்ப்போம்.

✲ ✲ ✲

# 83) வெல்ல நோன்படை:

## இதற்கு வேண்டிய பொருட்கள்

அரிசி – இரண்டு டம்ளர் (அரிசியைக் களைந்து உலர்த்தி மெஷினில் கொடுத்து நைசாக அரைத்து வைத்துக்கொள்ளவும். அல்லது கொழுக்கட்டை மாவு என்று கடைகளில் உலர்ந்த அரிசிமாவே கிடைக்கும். அதையும் வாங்கி செய்யலாம்.

வெல்லம் – ஒரு டம்ளர் அரிசி மாவுக்கு இரண்டு டம்ளர் பொடித்த வெல்லம்

வெள்ளைக் காராமணி – 100 gm

சக்கைப்பழம் (பலாப்பழம்) 10 சுளைகள் (பொடியாக நறுக்கி வைத்துக்கொள்ளவும்)

ஏலக்காய் - ஒரு ஸ்பூன் பொடித்தது

நெய் – ஒரு டீஸ்பூன்

## செய்முறை:

அரிசிமாவை வாணலியில் வறுத்துக்கொள்ளவும். மாவு பளபளவென்று ஒட்டாமல் மாறும்போது அடுப்பை அணைத்துவிடலாம். அதில் ஒரு சிட்டிகை எடுத்து கோலம் போல போட்டால் நன்கு கோடு விழும். அதுதான் மாவு வறுபடவேண்டிய பதம்

ஒரு பங்கு மாவுக்கு ஒரு பங்கு வெல்லம் அதான் கணக்கு. வெல்லத்தை ஒரு டம்ளர் தண்ணீர்விட்டு கரைத்து வடிகட்டி எடுத்துக்கொண்டு அதோடு மேலும் ஒன்றரை கப் தண்ணீர் சேர்த்து தயாராக வைத்துக்கொள்ள வேண்டும். (ஒரு பங்கு

அரிசி மாவுக்கு இரண்டே கால் பங்கு வெல்ல கரைசல் என்பது கணக்கு)

வெள்ளைக் காராமணியை வாசனை வரும்வரை வாணலியில் சிவக்க வறுத்து அதில் நீர் விட்டு குக்கரில் வைத்து வேக வைத்துக்கொள்ளவும்.

வாணலியில் ஒரு ஸ்பூன் நெய் விட்டு அதில் நறுக்கி வைத்திருக்கும் பலாப்பழ துண்டுகளைப் போட்டு வதக்கிக் கொள்ளவும். பலாப்பழ வாசம் மூக்கைத் துளைக்கும். பிறகு அதில் வெல்லக் கரைசலை விட்டு நன்கு கொதிக்கவிடவும். வெல்லக் கரைசல் கொதித்ததும் அடுப்பை சிம்மில் வைத்து, அதில் ஏலப்பொடி, வேக வைத்த காராமணி இவற்றை சேர்த்து அதில் வறுத்து வைத்திருக்கும் அரிசிமாவைப் போட்டு கிளறி அது ஒன்றோடொன்று சேர்ந்து இறுகியதும் உடனே. அடுப்பை அணைத்துவிடவும். அல்லது மாவைப் போட்டதுமே அடுப்பை அணைத்து விட்டும் மாவை நன்கு கிளறிக் கொடுக்கலாம்.

இட்லி தட்டில் கொஞ்சம் உருகிய நெய் தடவி இந்த வெல்ல அடை மாவை சிறு உருண்டை எடுத்து மெலிதாக இட்லித் தட்டிலேயே சிறிய அடைகளாகத் தட்டி நடுவில் ஒரு துளையிட்டு ஆவியில் வைக்கவேண்டும். உள்ளங்கையில் மெலிதாக தட்டியும்கூட இட்லித்தட்டில் வைக்கலாம். உங்களுக்கு எது சுலாபமோ அப்படி செய்து கொள்ளுங்கள். சிலபேர் இந்த அடையை உடைந்துவிடக் கூடாதென்று மொத்தையாக தட்டுவார்கள். ஆனால் மெலிதாகத்தான் தட்டவேண்டும் அதேநேரம் அதை எடுக்கும்போது உடையவும் கூடாதென்பாள் என் அம்மா.

பத்து அல்லது பன்னிரண்டு நிமிடம் கழித்து திறந்து பார்த்தால் அடை பளபளவென்று வெந்திருக்கும். இந்த அடையை சற்று ஆறியதும் மெதுவாக ஒரு கைக்கரண்டியால் எடுத்து கட்டை விரலாலும் ஆட்காட்டி விரலாலும் சேர்த்து பிடித்து மெல்ல

ஆட்டிப் பார்த்தால் அது உடையாமல் ஆடவேண்டும் என்பாள் என் அம்மா. அதுதான் சரியான பதம். நெய்வேத்தியம் செய்தபிறகு நல்ல ஊத்துக்குளி வெண்ணெய்யை உருட்டி ஒருபக்கமாக வைத்துக் கொண்டு சாப்பிட்டுப் பாருங்கள். உங்கள் சொத்தையே இந்த அடைக்கு எழுதி வைக்கத்தோன்றும்.

✮ ✮ ✮

# 84) உப்பு நோன்படை

## தேவையானவை

வறுத்த அரிசிமாவு – இரண்டு டம்ளர்

வெள்ளைக் காராமணி – 100 gm (வறுத்து வேக வைத்துக்கொள்ள வேண்டும்)

தேங்காய் – பல்லு பல்லாக நறுக்கியது இரண்டு டேபிள் ஸ்பூன் (அல்லது துருவியும் சேர்க்கலாம்)

காய்ந்த மிளகாய் – 3

கடுகு – ஒரு ஸ்பூன்

உப்பு – தேவையான அளவு

பெருங்காயம் – சிறிது

கறிவேப்பிலை – ஒரு கொத்து

## செய்முறை:

வாணலியில் வெளிச்செண்ணெய் இரண்டு டீஸ்பூன் விட்டு சூடானதும் கடுகு போட்டு அது பொரிந்ததும் காய்ந்த மிளகாயை கிள்ளிப்போட்டு அது சிவக்கும்போது பெருங்காயமும், கறிவேப்பிலையும் சேர்த்து அதில் வேக வைத்திருக்கும் காராமணியையும், நறுக்கி வைத்த அல்லது துருவி வைத்த தேங்காயையும் சேர்த்து ஒரு பங்கு மாவுக்கு இரண்டேகால் பங்கு என்ற அளவில் தண்ணீர் சேர்த்து, அது நன்கு கொதித்து வரும்போது ஒரு ஸ்பூன் மாவை சிறிது தண்ணீரில் கரைத்து அதில் சேர்த்து கிளறிவிட்டு பிறகு அடுப்பை சிம்மில் மாற்றி, வறுத்து வைத்திருக்கும் அரிசி மாவை

அதில் சேர்த்து அடுப்பை நிறுத்திவிட்டு நன்கு கிளறவும். இதனால் மாவு கட்டிதட்டாமலிருக்கும். மாவு உருண்டு திரண்டு கெட்டியாகும்வரை கிளறவும்.

பிறகு இட்லித்தட்டில் வெளிச்செண்ணெய் தடவி இதை உருட்டி மெலிதான அடையாகத் தட்டி நடுவில் துளையிட்டு ஆவியில் வேக வைக்கவேண்டும். உப்படையோ, வெல்ல அடையோ எதுவாக இருந்தாலும் இதற்கு தொட்டு சாப்பிட பெஸ்ட் காம்பினேஷன் உருகாத ஒரிஜினல் ஊத்துக்குளி வெண்ணெய்தான்.

இந்த நோன்பு முடியும்வரை நோன்பிருக்கும் பெண்கள் சாப்பிடமாட்டார்கள். திருமணமாகாத பெண்களும் இந்த நோன்பிருந்து நல்ல கணவன் கிடைக்க வேண்டுமென்ற வேண்டுதலோடு நோன்புச் சரடு கட்டிக்கொள்வது வழக்கம். இந்த ஒரு நோன்பின் போதுதான் கணவனுக்கு முன்பு மனைவி நோன்படை உண்ணுவது வழக்கம். கழுத்தில் சரடு கட்டிக்கொண்ட உடன் தன் முன்னாலிருக்கும் இலையில் உள்ள அடைகளை நெய்வேத்தியம் செய்து சாப்பிடவேண்டும் என்பதால் அப்படியொரு வழக்கம்

✵ ✵ ✵

# விரதமிருப்பவர்கள் உண்ணும் சிறப்பு உணவு வகைகள்

ஏகாதசி விரதமாகட்டும், சிவராத்திரி விரதமாகட்டும், சஷ்டி, சதுர்த்தி என்று எந்த விரதமாக இருந்தாலும் விரதமிருப்பவர்கள் தனக்கென்று செய்து சாப்பிடும் ஒன்றிரண்டு ஐட்டங்கள் என்னவென்றால் பாசிப்பருப்பு பாயசம், கோதுமைக் கஞ்சி, நேந்திரம்பழ நொறுக்கு, சர்க்கரைவள்ளிக் கிழங்கு நொறுக்கு, இவைதான். அந்தக் காலங்களில் எனக்கெல்லாம் விரத நாட்கள் வந்தால் குஷியாகிவிடும். நான் விரதமிருக்கா விட்டாலும் பெரியவர்கள் அன்று செய்யும் மேற்படியானவை எல்லாவற்றையும் ருசிக்க அது ஒரு சந்தர்ப்பம். காலையோ மாலையோ ஏதேனும் ஒருநேரம்தான் இதை செய்து சிறிதளவு சாப்பிடுவார்கள். வயிறுமுட்ட உண்பதற்கு பெயர் விரதமல்ல அல்லவா?

✵ ✵ ✵

## 85) பாசிப்பருப்பு பாயசம்

### தேவையானவை

பாசிப்பருப்பு – ஒரு கோப்பை

வெல்லம் – பொடித்தது ஒரு கோப்பை

ஏலக்காய் தூள் – கால் ஸ்பூன்

முந்திரி, திராட்சை – ஒரு டேபிள் ஸ்பூன்

நெய் – ஒரு டீஸ்பூன்

தேங்காய்ப்பால் – முக்கால் கப்.

## செய்முறை:

ஒரு வாணலியை அடுப்பிலேற்றி பாசிப்பருப்பை சிவக்க வறுத்து ஒரு பாத்திரத்திற்கு மாற்றி அது முங்கும் அளவுக்கு நீர் ஊற்றி குக்கரில் வைத்து மூன்று சவுண்டு விட்டு வேகவிடவும்.

வெல்லத்தில் அரை கிளாஸ் நீர்விட்டு கரைத்து வடிகட்டி ஒரு வாணலியில் ஊற்றி கொதிக்கவிடவும். வெள்ளம் நன்கு கொதித்து நுரைத்து வரும்போது பாசிப்பருப்பை மசித்து அதில் போட்டு நன்கு கிளறிவிடவும். தேவையென்றால் சிறிது நீர் சேர்த்து கொதிக்கவிடவும். பருப்பும் வெல்லமும் நன்கு கலந்து கொதிக்கும்போது ஏலக்காய் தூள் சேர்த்து தேங்காய்ப்பாலையும் சேர்த்து அடுப்பை அணைத்துவிடவும். சிறிய வாணலி ஒன்றில் நெய் விட்டு முந்திரி திராட்சை இரண்டையும் வறுத்து பாயசத்தில் சேர்க்கவும். விரத நாட்களுக்கேற்ற பாயசம் இது. இதேபோல கோதுமை ரவையிலும் பாயசம் செய்யலாம்.

✲ ✲ ✲

# 86) கோதுமை ரவை சாதம்

மலையாள மாசமான விருச்சிக மாதத்தில் வரும் ஏகாதசி மிகவும் சிறப்பு வாய்ந்தது. விருச்சிக ஏகாதசி என்றும், கைசிக ஏகாதசி என்றும் இதனைக் கூறினாலும் குருவாயூர் ஏகாதசி என்றுதான் இது கேரளத்தில் கூறப்படுகிறது. குருவாயூரப்பனின் அவதாரம் என்று சொல்லப்படும் குருவாயூர் கேசவன் முப்பதாண்டுகளுக்கு முன்பு ஒரு குருவாயூர் ஏகாதசியன்றுதான் அன்ன ஆகாரம் எடுக்காமல் கடைசியாக தன் தும்பிக்கையால் நீரை அள்ளி தன் தலையில் சொரிந்து கொண்டு, கோவில் இருக்கும் திசையை நோக்கி தனது தும்பிக்கையைத் தூக்கி வணங்கியபடி கீழே விழுந்து தன் இறுதி மூச்சை நிறுத்திக்கொண்டது. அதனால் குருவாயூர் ஏகாதசியன்று கேசவனின் நினைவு நாளும்கூட என்பதால் அதற்கும் சிறப்பு பூஜைகள் செய்யப்படும். தவிர பகவத்கீதை பிறந்த தினமும் அன்றுதான் என்பது கூடுதல் சிறப்பு. இத்தகைய பல்வேறு சிறப்புமிக்க குருவாயூர் ஏகாதசியன்று குருவாயூரே திருவிழாக் கோலம் பூண்டிருக்கும். லட்சக்கணக்கான பக்தர்களால் கோவில் நிரம்பி வழியும். அன்று மட்டும் நாள் முழுவதும் நடை அடைக்கப்படாது. விடிய விடிய குருவாயூரப்பனை தரிசிக்கலாம். அன்று விரதமிருப்பவர்களுக்கு உப்பில்லாத, கோதுமைக் கஞ்சி, கோதுமை பாயசம், கோதுமை சாதம், பழம் ஆகியவை வழங்கப்படும். வெறும் கோதுமை சாதத்தில் பழம் பிசைந்து உண்பார்கள் விரதமிருப்பவர்கள். விரதம் இல்லாதவர்க்கும்கூட ஊட்டுப்புறையில் அன்று அன்று கோதுமை சாதம்தான் பரிமாறப்படும். அதோடு கூட்டு, கறி, சாம்பார் ஆகியவையும் பரிமாறப்படும்.

குருவாயூருக்கு செல்ல முடியாதவர்களும்கூட குருவாயூர் ஏகாதசியன்று தாங்கள் இருக்கும் இடத்திலேயே விரதம் அனுஷ்டிக்கையில், மேற்படியானவற்றைதான் சாப்பிடுவார்கள்.

✲ ✲ ✲

# கோதுமை ரவை சாதம்

**செய்முறை:.**

கோதுமை ரவையை சுத்தம் செய்து ஒன்றுக்கு இரண்டு என்ற கணக்கில் நீர் விட்டு குக்கரில் வேகவிடவும். விரத நாளில் உப்பு சேர்க்க விரும்பாதவர் இது போல கோதுமை ரவை சாதம் செய்து அதில் பாலும் சர்க்கரையும் சேர்த்து சாப்பிடலாம்.

✲ ✲ ✲

# 87) நேந்திரம்பழ நொறுக்கு

## தேவையானவை

நன்கு கனிந்த நேந்திரம் பழம் – 2 அல்லது மூன்று

வெல்லம் – ஒரு கோப்பை

ஏலக்காய் தூள் – கால் ஸ்பூன்

## செய்முறை:

நேந்திரம் பழத்தை தோலோடு மூன்று துண்டுகளாக நறுக்கி குக்கரில் நீர்விட்டு ஒரு குக்கர் தட்டில் பழத்துண்டுகளை வைத்து ஒரு சவுண்டு விட்டு வேகவிடவும்.

வெல்லத்தை அரை கப் நீர் விட்டு கரைத்து வடிகட்டி ஒரு வாணலியில் ஊற்றி கொதிக்கவிடவும். அது நன்கு குறுகி நுரைத்து வரும்போது ஏலக்காய் தூள் சேர்த்து, வேக வைத்த பழங்களைத் தோல் உரித்து வெல்லத்தில் சேர்த்து நன்கு கிளறிவிடவும். வெல்லத்தின் நீர் முழுவதும் வற்றி, பழமும் வெல்லமும் ஒன்றோடொன்று நன்கு கலந்ததும் அடுப்பை அணைத்துவிடலாம். மிகச்சுவையான பழ நொறுக்கு இது. சர்க்கரை நோயாளிகள் ஆசைக்கு ஒரு சிறிய துண்டு சாப்பிட்டு ஆசையை அடக்கிக் கொள்வது நல்லது.

✲ ✲ ✲

# 88) சர்க்கரை வள்ளிக்கிழங்கு நொறுக்கு

நேந்திரம் பழம் எப்படி செய்தீர்களோ அதே செய்முறையில்தான் இதையும் செய்ய வேண்டும்.

* ——— *

# 14

# சிற்றுண்டி வகைகள்

இட்லி தோசை எல்லோரும் செய்வதுதான். அதைத் தவிர பல ஸ்பெஷல் டிபன் வகையறாக்களும் உண்டு. அவற்றைப்பற்றி பார்ப்போம்

என் அம்மா அடிக்கடி செய்யும் ஒரு டிபன் வெறுமரிசி தோசை. அத்தனை சுவையாக இருக்கும் இது.

## 89) வெறுமரிசி தோசை

### தேவையான பொருட்கள்:

சாப்பாட்டு புழுங்கலரிசி – மூன்று கோப்பை

உப்பு வேண்டிய அளவு

கறிவேப்பிலை – இரண்டு கொத்து

தேங்காய் – அரை மூடி துருவியது -

முருங்கை இலை உருவி சுத்தம் செய்தது – நான்கு கைப்பிடி அளவு (முருங்கை இலை சேர்க்காமலும் இந்த தோசை செய்யலாம். முருங்கை இலை நல்ல வாசனையும் சுவையும் கொடுக்கும், உடலுக்கும் நல்லது என்பதால் அதைச் சேர்ப்பது வழக்கம்)

வெளிச்செண்ணெய் – 50 gm

## செய்முறை:

புழுங்கலரிசியைக் களைந்து நீர் விட்டு நான்கைந்து மணிநேரம் ஊறவிடவும். பிறகு மிக்சியில் போட்டு கொஞ்சம் கறிவேப்பிலை உப்பு, சிறிது பெருங்காயம் சேர்த்து நைசாக அரைத்துக்கொள்ளவும். கடைசியாக தேங்காய்த் துருவலும் சேர்த்து அரைக்கலாம். விருப்பமுள்ளவர்கள் இரண்டு பச்சைமிளகாயும்கூட சேர்த்து அரைக்கலாம். தோசைமாவு பதத்திற்கு இருக்கவேண்டும். ரொம்ப கெட்டியாக இருந்தால் அதற்கேற்ப தண்ணீர் சேர்த்து கரைத்துக் கொள்ளவும்.

பிறகு சூடான தோசைக்கல்லில் மெலிசாக வார்த்து சுற்றிலும் வெளிசெண்ணெய் இரண்டு ஸ்பூன் விட்டு தோசையின் மீது முருங்கை இலைகளை ஒரு கை எடுத்து பரவலாக வைத்து தோசைக் கரண்டியால் அழுத்திவிடவும். அடிப்புறம் வெந்ததும் இதைத் திருப்பிப்போடவும். முருங்கை இலைகள் சீக்கிரமே வதங்கி சிவந்துவிடும். தோசை முறுகலாகிச் சிவந்ததும் எடுத்துவிடலாம். மாவு ஒரே வேளையில் தீர்ந்துவிடும் என்று நினைத்தால் முருங்கை இலைகளை மாவிலேயே போட்டு நன்கு கலந்துவிட்டும் தோசை வார்க்கலாம். அல்லது கொஞ்சம் மாவைத் தனியே எடுத்து அதில் மட்டும் முருங்கை இல்லை கலந்தும் வார்க்கலாம். உங்கள் விருப்பம்.

முருங்கை இலை இல்லாமலும் இந்த தோசை சுவையாக இருக்கும். இந்த தோசையை அப்படியே ஒரு ஸ்பூன் நெய் மட்டும் தொட்டுக்கொண்டு சாப்பிடலாம். தக்காளித் சட்னி அல்லது தொக்கு செய்து தொட்டு சாப்பிடலாம். எப்படி சாப்பிட்டாலும் இது சுவைக்கும்.

✲ ✲ ✲

# 90) உப்புமா கொழக்கட்டை

இதையும் இரண்டு விதமாகச் செய்யலாம். அந்தக் காலத்தில் சிவப்பு புழுங்கலரிசியை கழுவிக் களைந்து மூன்று மணிநேரம் ஊறவைத்து கல்லுரலில் அரைத்து செய்வார்கள். அதன் வாசனையும் ருசியும் அபாரமாக இருக்கும். அதை முதலில் பார்ப்போம்.

## தேவையானவை

சிவப்பு புழுங்கலரிசி – இரண்டு டம்ப்ளர் (கழுவி நீர்விட்டு மூன்று மணிநேரம் ஊறவைக்கவும்

தேங்காய் – ஒரு மூடி துருவியது

காய்ந்த மிளகாய் – 3

பச்சை மிளகாய் – 1

கறிவேப்பிலை – ஒரு கொத்து

கடுகு – ஒரு ஸ்பூன்

உளுத்தம்பருப்பு – ஒரு ஸ்பூன்

கடலைப்பருப்பு - ஒரு டீஸ்பூன்

பெருங்காயம் – சிறிது

## செய்முறை:

ஊற வைத்திருக்கும் அரிசியை மிக்சி அல்லது கல்லுரலில் போட்டு ஊறியநீரையே சிறிது சிறிதாக சேர்த்து ரவை பதத்திற்கு நீர்க்க அரைத்துக் கொள்ளவேண்டும். ரொம்ப நைசாக அரைக்கவேண்டாம். அரைத்ததை கரண்டியால் எடுத்து ஊற்றலாம் போலிருக்க வேண்டும்.

அடுப்பில் வாணலி வைத்து ஒரு டேபிள் ஸ்பூன் வெளிச்செண்ணெய் ஊற்றி கடுகு, உளுத்தம்பருப்பு, கடலைப்பருப்பு போட்டு சிவந்ததும், காய்ந்த மிளகாய் கிள்ளிப்போட்டு நறுக்கி வைத்திருக்கும் பச்சை மிளகாய், மற்றும், கறிவேப்பிலை, பெருங்காயம் இவற்றையும் சேர்த்து வதங்கியதும், அரைத்து வைத்திருக்கும் அரிசியை அதில் ஊற்றி, உப்பு சேர்த்து, அடுப்பை சற்று பெரிதாக்கி, கைவிடாமல் கிளறினால் அரைத்த மாவு உப்புமா பதத்திற்கு உருண்டு திரண்டு கெட்டியாகும். இப்போது தேங்காய்த் துருவலையும் சேர்த்து நன்கு கிளறி அடுப்பை அணைத்துவிடலாம்.

கொஞ்சம் ஆறிய பின்னர் இந்த உப்புமாவை உருட்டிப்பிடித்து இட்லித்தட்டில் வைத்து ஆவியில் வேகவைக்கவேண்டும். கிளறும்போதே பாதி வெந்திருக்கும் என்பதால் ஆவியில் மீதிப்பாதியும் நன்கு வெந்துவிடும். தேங்காய் சட்டினியோடு சாப்பிடலாம் இதை. அவ்வளவு மணமாக இருக்கும். என் அத்தை அந்தக் காலத்தில் கல்லுரலில் அரைத்து வெங்கலப்பானையில் வைத்து கிளறி செய்த உப்புமா கொழக்கட்டையின் ருசி இன்னமும் என் நாவிலிருக்கிறது.

✯ ✯ ✯

# 91) உப்புமா கொழுக்கட்டை - மற்றொரு செய்முறை:

## தேவையானவை:

பச்சரிசி – ஒரு டம்ளர் (கழுவி உலர்த்தி வைத்துக்கொள்ளவும்).

துவரம்பருப்பு – ஒரு டேபிள் ஸ்பூன்

மிளகு – ஒரு ஸ்பூன்

சீரகம் – அரை ஸ்பூன்

பெருங்காயம் – சிறிது

தேங்காய் – அரை மூடி துருவியது

காய்ந்த மிளகாய் – சிறியது 2

கடுகு – ஒரு ஸ்பூன்

கடலைப் பருப்பு – ஒரு டீஸ்பூன்

உளுத்தம்பருப்பு – ஒரு ஸ்பூன்

கறிவேப்பிலை – ஒரு கொத்து

## செய்முறை:

அரிசி, துவரம்பருப்பு, மிளகு சீரகம் இவற்றை ரவை பதத்திற்கு மிக்சியில் பொடித்துக்கொள்ளவும்.

வாணலியில் ஒரு டேபிள் ஸ்பூன் வெளிச்செண்ணெய் ஊற்றி, கடுகு, கடலைப்பருப்பு, உளுத்தம்பருப்பு இவற்றைத் தாளித்து, அதோடு இரண்டு காய்ந்த மிளகயைக் கிள்ளிப்போட்டு, கறிவேப்பிலையும் பெருங்காயமும், உப்பும் சேர்த்து ஒன்றுக்கு

இரண்டு என்ற கணக்கில் நீர்விட்டு நன்கு கொதிக்கவிடவும். பின்னர் முதலில் தேங்காய்த் துருவலை சேர்த்து, பிறகு பொடித்து வைத்திருக்கும் அரிசி ரவையை அதில் கொட்டி உப்புமா கிண்டுவதுபோல கெட்டியாகும்வரை கிண்டவும். பிறகு அடுப்பை அணைத்து விடலாம். கொஞ்சம் ஆறியதும் கையால் உருட்டிப்பிடித்து இட்லித்தட்டில் வைத்து ஆவியில் வேகவிடவும்

✲ ✲ ✲

# 92) அரிசிமாவு கொழக்கட்டை

இதுவும் சுவையாக இருக்கும் கடைகளில் கிடைக்கும் அரிசி மாவிலும் இதைச் செய்யலாம்.

## தேவையான பொருட்கள்:

அரிசி மாவு – ஒரு கோப்பை

தேங்காய் துருவல் – அரை கோப்பை

தாளிக்க

கடுகு – ஒரு ஸ்பூன்

உளுத்தம்பருப்பு – ஒரு ஸ்பூன்

கடலைப்பருப்பு – ஒரு ஸ்பூன்

காய்ந்த மிளகாய் – 2

பெருங்காயம் – சிறிது

கறிவேப்பிலை – சிறிது

## செய்முறை:

அரிசிமாவை வாணலியில் போட்டு அது பழுப்பு நிறமாகும் வரை நன்கு வறுக்கவேண்டும். பிறகு அதை ஒரு தட்டில் கொட்டி வைத்துவிட்டு அதே வாணலியில் ஒரு டேபிள் ஸ்பூன் வெளிச்செண்ணெய் ஊற்றி சூடானதும் கடுகு, உளுத்தம்பருப்பு, கடலைப்பருப்பு பெருங்காயம் கறிவேப்பிலை இவற்றைத் தாளித்து, தேவையான உப்பும் சேர்த்து ஒன்றுக்கு இரண்டென்ற கணக்கில் அதில் தண்ணீர்விட்டு நன்கு கொதி வந்ததும் அடுப்பை சிறிதாக்கி

வறுத்து வைத்திருக்கும் அரிசி மாவை அதில் சேர்த்து நன்கு கிளற வேண்டும். அடுப்பை அணைத்து விடலாம். இந்த மாவுக் கலவை கொஞ்சம் ஆறியதும், உருண்டை பிடித்து ஆவியில் வைக்க வேண்டும். விருப்பப்படுபவர்கள் மாவில் ஒரு ஸ்பூன் நெய் சேர்த்தும் உருண்டை படிக்கலாம்.

✲ ✲ ✲

# 93) புளிப்பொங்கல்

மழைக்காலங்களில் பிற்பகல் நேரம் உண்பதற்கு மிகச்சிறந்த சிற்றுண்டி இது. அக்காலத்தில் டிபன் வகைகள் செய்வதற்காகவே என் அம்மா ஒரு டப்பாவில் நொய்யரிசி வைத்திருப்பாள். இப்போதெல்லாம் கடைகளில் அரிசிக் குருணை என்றே கிடைக்கிறது. சற்று பெரிய குருனையாகப் பார்த்து வாங்கிக் கொள்ளவேண்டும்.

## தேவையான பொருட்கள்:

நொய்யரிசி அல்லது அரிசிக் குருணை - ஒரு டம்ப்ளர்

புளி – நெல்லிக்காய் அளவு

காய்ந்த மிளகாய் – 3

கடுகு – ஒரு ஸ்பூன்

உளுத்தம்பருப்பு – ஒரு ஸ்பூன்

கடலைப்பருப்பு - ஒரு ஸ்பூன்

வறுத்து உடைத்த வேர்க்கடலை – ஒரு டேபிள் ஸ்பூன்

நல்லெண்ணெய் – இரண்டு டேபிள் ஸ்பூன்

கறிவேப்பிலை – ஒரு கொத்து

மஞ்சள் தூள் – அரை ஸ்பூன்

உப்பு – தேவவையான அளவு

வெல்லம் – சிறிய கட்டி

பெருங்காயம் – அரை ஸ்பூன் அல்லது கட்டி என்றால் சுண்டைக்காய் அளவு

## செய்முறை:

புளியைக் கரைத்துக் கொள்ளவும். ஒரு பங்கு அரிசிக் குருணைக்கு இரண்டரை பங்கு என்ற அளவில் புளிக்கரைசல் இருக்கவேண்டும்.

வாணலியில் நல்லெண்ணெய் ஊற்றி, கடுகு, உளுத்தம்பருப்பு, கடலைப்பருப்பு, பெருங்காயம், கறிவேப்பிலை சேர்த்து காய்ந்த மிளகாயைக் கிள்ளிப் போட்டு தாளிக்க வேண்டும். எல்லாம் சிவந்ததும், கடைசியாக வறுத்து பாதியாக உடைத்த வேர்க்கடலைகளையும் அதில் சேர்த்து பின்னர் புளிக்கரைசலை ஊற்றி, உப்பு, வெல்லம் சிறிது சேர்த்து நன்கு கொதிக்கவிட வேண்டும். புளிக்கரைசல் நன்கு தளைத்ததும், ஒரு கையால் கிளறியபடியே மறுகையால் அரிசிக் குருணையை அதில் சிறிது சிறிதாக சேர்த்து கட்டிதட்டாமல் கிளற வேண்டும். பிறகு அடுப்பை அணைத்துவிடவும். இப்போது இதை வேக வைக்க இரண்டு வழி இருக்கிறது. வாணலியிலேயே மூடிவைத்தும் ஒரு இருபது இருபத்தைந்து நிமிடம் வேகவிடலாம். அவ்வப்போது திறந்து தண்ணீரின் அளவைப் பார்த்துக்கொண்டு தேவையென்றால் சிறிது வெந்நீர் சேர்த்துக் கொள்ளலாம். அல்லது இந்தக் கலவையை அப்படியே ஒரு பாத்திரத்திற்கு மாற்றி குக்கரின் அடியில் நீர் விட்டு இந்த பாத்திரத்தை அதில் வைத்து தட்டால் மூடி மூன்று விசில் விடலாம். உங்கள் விருப்பம். பிறகு திறந்து பார்த்தால் சுவையான புளிப்பொங்கலின் மணத்தில் நாவில் ஜலம் ஊறும். புளிப்பு, உறைப்பு, உப்பு, அவற்றின் சுவையைத் தூக்கிக் கொடுக்கும் துளி வெல்லத்தின் இனிப்பு என சுடச்சுட இதை சாப்பிட்டு சூடான தேநீரையும் குடித்தால்.... ஆஹா ...!

என் அம்மாவும் அத்தையும் இந்த புளிப்பொங்கலை வெங்கலப் பானையில்தான் செய்வார்கள். அப்போது பானையின்

அடிப்புறம் கொஞ்சம் அடை மாதிரி முறுகலாக பொங்கல் ஒட்டிக்கொண்டிருக்கும். அதைச் சுரண்டித் தின்பதற்கு ஒரு போட்டியே நடக்கும். என்ன சொல்லுங்கள் வெங்கலப்பானை சமையலுக்கென்று ஒரு தனி மணமுண்டுதான். ஊறவைத்த கெட்டி அவலிலும்கூட இதே மாதிரி செய்யலாம்.

* * *

# 94) கோதுமை ரவை தோசை

இன்சுலின் குறைபாடுள்ளவர்களுக்கு இது நல்லது. நிறைய நார்ச்சத்து கிடைக்கும்.

## தேவையானவை

சம்பா கோதுமை ரவை – அரை கிலோ (கடைகளில் கிடைக்கும்)

இஞ்சி – ஒரு சிறிய துண்டு

பச்சை மிளகாய் – 3 (காய்ந்த மிளகாயும் போடலாம்)

கறிவேப்பிலை – இரண்டு கொத்து

பெருங்காயம் – சிறிது

## செய்முறை:

கோதுமை ரவையை ஐந்தே நிமிடம் அது முங்குமளவுக்கு தண்ணீரில் ஊறவிடவும். ஐந்து நிமிடம் என்றால் ஐந்தே நிமிடம்தான். அதிகம் ஊறினால் அப்பறம் அரைக்கும்போது சக்கை சக்கையாய் வரும். வார்ப்பதற்கு கஷ்டமாக இருக்கும்.

ஐந்து நிமிடம் கழித்து ரவையை வடிகட்டியில் வடித்தெடுத்து மிக்சியில் போட்டு ஊறிய நீரையே வேண்டிய அளவுக்கு சேர்த்து அதில், மிளகாய், உப்பு, பெருங்காயம், கறிவேப்பிலை, இஞ்சி அனைத்தையும் சேர்த்து அரைத்துக் கொள்ளவும். இரண்டே நிமிடத்தில் இது அரைந்துவிடும். அதிக நேரமெல்லாம் அரைக்கத் தேவையில்லை. பிறகு ஒரு பாத்திரத்திற்கு மாற்றவும், தோசைமாவு பதத்தில் இந்த மாவு இருக்கவேண்டும். பிறகு தோசைக்கல்லை அடுப்பில் போட்டு மெலிதான தோசைகளாக

வார்க்க வேண்டியதுதான். பட்டு பட்டாக வரும் இந்த தோசை. மிருதுவாக இருக்கும். நெய் தொட்டு சாப்பிடலாம். தக்காளி சட்னி, சாம்பார், மிளகாய்ப்பொடி என எதை வேண்டுமானாலும் உங்கள் விருப்பப்படி தொட்டு சாப்பிடலாம்.

✲ ✲ ✲

# 95) கோதுமை ரவை பொங்கல்

அரிசிப் பொங்கல் அலுத்துப்போகையில் கோதுமை ரவை பொங்கல் செய்து சாப்பிடலாம்.

## தேவையானவை

கோதுமை ரவை – 1 கோப்பை

பயத்தம் பருப்பு – 1 கோப்பை

மிளகு – ஒரு ஸ்பூன் (ஒன்றும் பாதியுமாகப் பொடித்து வைத்துக் கொள்ளவும்)

சீரகம் – ஒரு ஸ்பூன்

இஞ்சி – ஒரு சிறிய துண்டு பொடியாக நறுக்கியது

கறிவேப்பிலை – ஒரு கொத்து

பெருங்காயத்தூள் – சிறிது

முந்திரி பருப்பு – உடைத்தது இரண்டு டேபிள் ஸ்பூன்

நெய் – இரண்டு டேபிள் ஸ்பூன்

## செய்முறை:

கோதுமை ரவை, மற்றும் பாசிப்பருப்பை ஒரு வாணலியில் தனித்தனியே லேசான வாசனை வரும்வரை வறுத்துக்கொள்ளவும். சிவக்க வறுக்க வேண்டுமென்பதில்லை. பிறகு இரண்டையும் ஒரு பாத்திரத்தில் போட்டு ஒன்றுக்கு மூன்று என்ற கணக்கில் நீர் விட்டு குக்கரில் மூன்றோ நான்கோ விசில்விட்டு வேக வைத்துக்கொள்ளவும்.

வாணலியில் நெய் ஊற்றி, அது சுட்டதும், மிளகு, சீரகம், இஞ்சி கறிவேப்பிலை போட்டு தாளித்து அதனோடு பெருங்காயமும் சேர்க்கவும். பிறகு குக்கரில் வெந்த கோதுமை ரவைக் கலவையை எடுத்து வாணலியில் போட்டு உப்பு பிடிக்குமாறு நன்கு கலந்துவிடவும். தேவையானால் மேலும் இரண்டு ஸ்பூன் நெய் சேர்த்தும் கிளறலாம். முந்திரியை ஒரு ஸ்பூன் நெய்யில் தனியே சிவக்க வறுத்து கடைசியாகப் பொங்கலில் சேர்க்கவும். சுவையான கோதுமை ரவை பொங்கல் உங்களை சாப்பிட அழைக்கும்.

# 96) மோர்க்களி

மோர்க்கூழ் என்றும் சொல்வார்கள் இதை. என் அத்தை மோர்க்களி செய்தால் எட்டூருக்கு மணக்கும். அவள் செய்யும்போது நான் அருகிலிருந்து ஆர்வமாகப் பார்ப்பேன். விரும்பி சாப்பிடுவேன். குமுட்டி அடுப்பில், இரும்பு வாணலியில்தான் செய்வாள். கிளறுவது கூட இரும்பு தோசைத் திருப்பியில்தான் என்பதால் வாசனை தூக்கலாக இருக்கும். அதுவும் அந்த அடி முறுகல் இருக்கிறதே அதன் சுவை... அபாரமாயிருக்கும்.

## தேவையானவை:

ஒரு கப் அரிசி மாவு

புளித்த தயிர் – ஒரு கப்

மோர் மிளகாய் – நான்கு (இல்லையென்றால் காய்ந்த மிளகாய் உபயோகிக்கலாம்)

## தாளிக்க

நல்லெண்ணெய் – நான்கு டேபிள் ஸ்பூன் (இதற்கு எண்ணெய் கொஞ்சம் கூடுதலாக வேண்டும்)

கடுகு – ஒரு ஸ்பூன்

உடைத்த உளுந்து – ஒரு ஸ்பூன்

பெருங்காயம் – சிறிது

கறிவேப்பிலை – சிறிது

## செய்முறை:

தயிரை ஒரு பெரிய பாத்திரத்தில் விட்டு கொஞ்சம் நீர் சேர்த்து கடைந்து கொண்டு அதில் அரிசிமாவைப் போட்டு கட்டியின்றி நன்கு கரைத்துக் கொள்ள வேண்டும். பிறகு மூன்று கப் தண்ணீர் அதில் சேர்த்து நீர்க்க கரைத்துக் கொள்ளவேண்டும். மோர் மிளகாயிலேயே உப்பு இருக்கும் என்பதால் உப்பு பார்த்து போட்டுக் கொள்ளவும்.

இரும்புக் கடாய் இருந்தால் அதை அடுப்பில் வைத்து அதில் நல்லெண்ணெய் ஊற்றி, கடுகு, உளுந்து, பெருங்காயம் தாளித்து கடைசியாக மோர் மிளகாய்களைக் கிள்ளிப்போட்டு, கறிவேப்பிலையும் சேர்த்து மிளகாய் முறுகலாக சிவந்ததும், கரைத்து வைத்திருக்கும் அரிசி மோரை அதில் ஊற்றி கைவிடாமல் கிளறவேண்டும். தண்ணீர் தேவையென்றால் அவ்வப்போது சேர்க்கவேண்டும். உப்பை சரிபார்த்துக் கொள்ளவும். அரிசிமாவு பளபளவென்று வெந்து உருண்டு ஒட்டாமல் வரும்வரை கிளறிக் கொண்டிருக்க வேண்டும். எண்ணெய் கொஞ்சம் பிரிந்து மாவின் மீது பளபளக்கும் நிலையில் அடுப்பை அணைத்து விடலாம். இதில் மாவுச்சத்து அதிகம் என்பதால் சர்க்கரை நோயாளிகள் பார்த்துதான் சாப்பிடவேண்டும்.

✵ ✵ ✵

# 97) பாசிப்பருப்பு தோசை

இதைச்செய்வது மிகவும் சுலபம். இரவு உணவுக்கு அரைமணி முன்னால் பாசிப்பருப்பை ஊறவைத்தால் போதும். அரைத்து விடலாம்.

## தேவையானவை:

பாசிப்பருப்பு – ஒரு டம்ப்ளர்

பச்சை மிளகாய் – 1

மிளகு – கால் ஸ்பூன்

சீரகம் – அரை ஸ்பூன்

கறிவேப்பிலை – ஒரு கொத்து

உப்பு – தேவையான அளவு

பெருங்காயம் சிறிது

## செய்முறை:

பாசிப்பருப்பை அரைமணி ஊறவைத்து மிக்சியில் போட்டு மேற்கூறிய மற்ற பொருட்களையும் அதில் சேர்த்து தண்ணீர் விட்டு நைசாக அரைத்தெடுத்துக் கொள்ளவும். தோசைமாவு பதத்தில் இருக்கவேண்டும். தோசைக்கல்லில் இதை மெலிதாக வார்த்தால் பட்டு பட்டாக வரும். தக்காளி சட்னியுடன் சாப்பிடலாம். இது சர்க்கரை நோயாளிகளுக்கு நல்லது. இதையே பச்சைப்பயறில் செய்தால் பெசரட் என்பார்கள். ஆனால் பாசிப்பருப்பின் சுவை வேறு.

✲ ✲ ✲

# 98) குழல் புட்டு

வட இந்தியர்களின் விருப்ப உணவு சப்பாத்தி என்பதுபோல கேரளத்தில் அநேகமாக அனைவரும் விரும்பும் காலை உணவு என்னவென்றால் புட்டும் கடலையும்தான். அனைத்து டீக்கடை மற்றும் உணவகங்களில் கூட ஒரு கண்ணாடிப் பெட்டிக்குள் குழல் புட்டு செய்து அடுக்கி வைத்திருப்பார்கள். சீப்பு சீப்பாக நேந்திரம்பழமும் தொங்க விடப்பட்டிருக்கும். பச்சைப்பயறையோ, கொண்டைக் கடலையோ புழுக்கி வைத்திருப்பார்கள். வருகிறவர்கள் எல்லாம் புட்டு வாங்குவார்கள். சிலர் அதில் நேந்திரம்பழத்தை உரித்து பிசைந்து ஆனந்தமாக உண்ணுவார்கள். மற்றும் சிலர், கொண்டைக்கடலை கறியோ அல்லது பச்சைபயறு சுண்டலையோ வாங்கி தொட்டு சாப்பிடுவார்கள்.

கேரளத்தில் பெரும்பாலான வீடுகளில் புட்டு செய்வதற்கான அரிசிப் பொடியைத் தாங்களே வீட்டில் தயாரித்துக் கொள்வார்கள். அதேநேரம் ரெடிமேட் புட்டுப்பொடியும் பல்வேறு பிராண்டுகளில் கடைகளில் கிடைக்கிறது. பாரம்பரியமான புட்டு என்றால் அது அரிசிப்புட்டுதான். ஆனால் இப்போது ராகி, கோதுமை, சோளம் என்று எல்லாவிதமான புட்டு மாவும் கடைகளில் கிடைக்கிறது. அரிசி புட்டு என்பது மாவுச்சத்து நிறைந்தது. சர்க்கரை நோயாளிகள் கொஞ்சம் யோசித்துதான் சாப்பிடவேண்டும். அவர்கள் ராகி, சோளம், சம்பா கோதுமை, சிகப்பரிசி போன்ற வகைகளை முயற்சி செய்யலாம்.

முதலில் புட்டுக்கான அரிசிப்பொடியை எப்படி தயார் செய்வதெனப் பார்ப்போம். அரைகிலோ பச்சரிசியை கழுவிக் களைந்து ஒருமணிநேரம் ஊறவிடவேண்டும். பிறகு ஒரு சல்லடையில் நீர் முழுவதையும் வடிகட்டி ஒரு மெல்லிய காட்டன் துணியில் உலர்த்திய பிறகு மிக்சியில் ரவை மாதிரி பொடிக்க வேண்டும். நைசாக அரைக்கக்கூடாது. ரவை

பதம்தான் வேண்டும். மாவு மெஷினில் கொடுத்தும் உடைத்துக் கொள்ளலாம். அதில் திரியோ கட்டியோ இல்லாத அளவுக்கு ரவை ஜல்லடையில் சலித்துக்கொள்ள வேண்டும். பிறகு இதை வாணலியில் வறுத்துக் கொள்ளவேண்டும். ரொம்பவும் சிவக்க வறுக்க வேண்டுமென்பதில்லை. ஈரம் போக கொஞ்சம் வாசனை வந்த பிறகு அடுப்பை நிறுத்திவிடலாம்.

எதற்கு இத்தனை கஷ்டப்பட வேண்டும் என்று நினைப்பவர்கள் ரெடிமேட் புட்டுப்பொடியை கடைகளிலிருந்து உங்கள் தேவைக்கேற்ப வாங்கிக் கொள்ளுங்கள். இனி இதை எப்படி செய்வதெனப் பார்ப்போம்.

## தேவையானவை

அரிசி புட்டுப்பொடி - 250 gm.

உப்பு – அரை ஸ்பூன்

தேங்காய் - 1 துருவியது

மிதமான சூடுள்ள வெந்நீர் – ஒரு கிளாஸ்

## செய்முறை:

ஒரு பேசினில் புட்டுப்பொடியைப் போட்டு அரை ஸ்பூன் உப்பையும் சேர்த்து நன்கு கலந்துவிடவும். பிறகு வெதவெதவென்றிருக்கும் நீரை கொஞ்சம் கொஞ்சம் கொஞ்சமாய் மாவில் சேர்த்து விரல்களால் நன்கு உதிர்த்து உதிர்த்து மாவையும் நீரையும் கலக்க வேண்டும். புட்டுக்கான மாவு தயாரிப்பதுகூட ஒரு அனுபவக்கலைதான். அதிக நீர் சேர்த்துவிடக்கூடாது. குறைவாக இருந்தாலும் புட்டு சரியாக வராது. எனவே சிறிது சிறிதாக நீரைத் தெளித்து தெளித்து கலக்கவேண்டும். மாவு ஈரப்பத்தில் உதிரியாக இருக்க வேண்டும். ஒரு கை மாவை எடுத்து அழுத்திப் பிடித்தால் உருண்டை பிடிக்கும்படியாகவும்,

உதிர்த்தால் உதிரும்படியாகவும் இருக்கவேண்டும். இதுதான் சரியான பக்குவம். ஒருவேளை நீர் சேர்த்து கலந்தபிறகும் அதில் கட்டிகள் தென்பட்டால் மாவை மிக்சியில் போட்டு அரை நிமிடம் ஓடவிடுங்கள். கட்டிகள் இல்லாமல் உதிர்ந்துவிடும். இந்த புட்டு மாவிலேயே இரண்டு கைப்பிடி தேங்காய்த் துருவலை சேர்த்து கையால் நன்கு கலந்து கொள்ளலாம். தேங்காய்த் துருவல் அடைஅடையாக இல்லாமல் சிறிய அளவில் பூமாதிரி இருக்குமாறு துருவிக் கொள்ளவேண்டும். இந்தப் பக்குவம் வந்த பிறகு புட்டுக் குழலை எடுத்துக்கொள்ளுங்கள்.

கடைகளில் புட்டுக் குடம் என்றே விற்பார்கள். சிலவகை புட்டுக் குழாய்கள் குக்கரில் வெயிட் போடும் இடத்திலேயே பொருத்துவது போலும் கிடைக்கும். புட்டுக் குடமோ அல்லது குக்கரோ அடியில் தண்ணீர் விட்டு அடுப்பில் வைத்து கொதிக்கவிடவும். அது கொதிப்பதற்குள், புட்டுக் குழலின் அடியில் ஒரு சிறிய சிப்பல் தட்டு இருக்கிறதா என்று உறுதி செய்துகொண்டு முதலில் தேங்காயை இரண்டு டீஸ்பூன் போட்டபிறகு புட்டு மாவை நான்கு டீஸ்பூன் போடவேண்டும். ஒருக்காலும் அடைத்து அழுத்தி போடக்கூடாது. புட்டு மாவு லேயருக்கு மேலே மீண்டும் தேங்காய்த் துருவல் இரண்டு ஸ்பூன்,. மீண்டும் புட்டு மாவு. இப்படி போட்டு கடைசியாக மீண்டும் தேங்காய்த் துருவல் இரண்டு ஸ்பூன் வைத்து நிரப்பி மூடியால் மூடி புட்டுக் குழலின் மீதோ அல்லது குக்கரின் ஸ்டீமர் மீதோ பொருத்தி வைக்க வேண்டும். சிறிதுநேரத்தில் குழலின் மூடி வழியே ஸ்டீம் வருவதைக் காணலாம். சரியாகப் பத்து நிமிடம் ஆவியில் வைத்தால் போதும். பிறகு குழலின் மூடியைத் திறந்து ஒரு மெல்லிய கத்தியால் குத்திப் பாருங்கள். கத்தியில் மாவு ஒட்டவில்லை என்றால் வெந்திருக்கிறது என்று அர்த்தம். இப்போது குழலை எடுத்து ஒரு பெரிய தட்டில் குழலை படுக்கை வாட்டில் பிடித்துக் கொண்டு ஒரு கம்பியால், அல்லது கரண்டிக் காம்பால் பின்புறமாக மெல்ல சிப்பல் தட்டைத் தள்ளிக்கொண்டே குழலை பின்புறமாக நகர்த்த குழாய் புட்டு

அழகாக சிலிண்டர் வடிவில் ஆவிபறக்க தட்டில் வெளியேறி வந்திருக்கும்.

புட்டு ரெடி. இதற்கு சைட் டிஷ் வேண்டாமா? புட்டுக்கு பெஸ்ட் காம்பினேஷன் கடலைதான். அதை எப்படி செய்வதென்று பார்ப்போம்.

✲ ✲ ✲

# 99) கடலைகறி

## தேவையான பொருட்கள்:

சிறிய சைஸில் உள்ள கொண்டைக்கடலை – 100 gm (முதல் நாள் இரவே ஊறவைக்கவும்)

பெரிய வெங்காயம் – 2 பொடியாக நறுக்கியது.

தக்காளி – மீடியம் சைஸ் 2 அரிந்து வைத்துக்கொள்ளவும்.

புளி – சுண்டைக்காயளவு

காய்ந்த மிளகாய் - 4-

தனியா – ஒரு டேபிள் ஸ்பூன்

கறிவேப்பிலை – ஒரு கொத்து

தேங்காய் – ஒரு அரை கப்

கடுகு – ஒரு ஸ்பூன்

சீரகம் – அரை ஸ்பூன்

## செய்முறை:

குக்கரில் ஊறவைத்த கடலையை வேக வைக்கவும்.

வாணலியில் சிறிது வெளிச்செண்ணெய் ஊற்றி தனியா, மிளகாய், அதோடு சுண்டைக்காயளவு புளி, சிறிது பெருங்காயம், இவற்றை சிவக்க வறுத்துக் கொண்டு கடைசியில் தேங்காய்த் துருவலையும், கறிவேப்பிலையையும் அதில் போட்டு லேசாக பிரட்டிக் கொள்ளவும்.

வாணலியில் தக்காளியை சிறிது எண்ணெய் ஊற்றி வதக்கிக்கொண்டு தனியே எடுத்து வைக்கவும்.

அதே வாணலியில் சிறிது வெளிச்செண்ணெய் விட்டு கடுகு, ஒரு மிளகாய், சீரகம் தாளித்து நறுக்கி வைத்திருக்கும் வெங்காயத்தை சேர்த்து வதக்கிக் கொள்ளவும். பிறகு வதங்கிய வெங்காயத்தில் சிறிதளவு வெங்காயத்தை மட்டும் வதக்கி வைத்திருக்கும் தக்காளியோடு வைக்கவும். இதேபோல் வேக வைத்த கடலையிலும் ஒரு டேபிள் ஸ்பூன் கடலையை தக்காளியுடன் எடுத்து வைக்கவும்.

பிறகு வாணலியில் உள்ள வெங்காயத்தில் வேக வைத்த கடலையை சேர்த்து மஞ்சள் தூள், உப்பு சேர்த்து சிறிது நீர் விட்டு கொதிக்கவிடவும். கடலையில் உப்பு பிடிக்கும்வரை கொதிக்கட்டும்.

மிக்சியில் வறுத்து வைத்திருக்கும் பொருட்களோடு, வதக்கிய தக்காளி, வதக்கி எடுத்து வைத்த வெங்காயம், சிறிது வேக வைத்த கொண்டைக்கடலை இவற்றை எல்லாம் போட்டு கொஞ்சம் நீர்விட்டு நன்கு அரைத்துக் கொள்ளவும்.

அரைத்து வைத்திருக்கும் விழுதை அடுப்பில் கொதித்துக் கொண்டிருக்கும் கொண்டைக் கடலையில் விட்டு கிளறி கொஞ்சம்கூடத் தண்ணீர் சேர்த்து நன்கு கொதிக்கவிடவும். கடைசியாக கொஞ்சம் வெளிச்செண்ணெய் மேலே ஊற்றி கறிவேப்பிலையும் கிள்ளிப்போட்டு கலந்து அடுப்பை அணைத்துவிடவும். இது ரொம்ப கெட்டியாகவும் இல்லாத, ரொம்ப தண்ணியாகவும் இல்லாமல் சற்று கிரேவியாக இருந்தால் புட்டுக்கு தொட்டு சாப்பிட சுவையாக இருக்கும். இதனுடன் பப்படமும் பொரித்து தொட்டு சாப்பிடலாம்.

✲ ✲ ✲

# 100) கூழ் தோசை

சொல்லப்போனால் இது மங்களூர் பக்க சிற்றுண்டி. அதனால் அதை ஒட்டியிருக்கும் கேரளப் பகுதிக்குள்ளும் இது புகுந்திருக்க வேண்டும். இப்போது பாலக்காட்டிலும் இது சர்வசாதாரணமாகி விட்டது என்பதால் இதையும் இங்கு எழுதுகிறேன்.

## தேவையான பொருட்கள்:

பச்சரிசி – இரண்டு கோப்பை (கழுவி ஐந்து மணி நேரம் ஊறவைக்கவும்

தேங்காய் – அரை மூடி துருவியது

உப்பு – தேவையான அளவு

கடுகு – ஒரு ஸ்பூன்

சீரகம் – அரை ஸ்பூன்

பச்சை மிளகாய் – 2 (பொடியாக அரிந்தது)

கறிவேப்பிலை – சிறிது (கிள்ளி வைத்துக்கொள்ளவும்)

## செய்முறை:

ஊறிய பச்சரிசி மற்றும் தேங்காய்த் துருவலை மிக்சியில் போட்டு உப்பு சேர்த்து நைசாக தோசைமாவு பதத்திற்கு அரைத்துக் கொள்ளவும். மிக்சி ஜாரைக் கொஞ்சம் தண்ணீர் விட்டு அலம்பி அந்த தண்ணீரை ஒரு பாத்திரத்தில் எடுத்துக்கொண்டு, அதோடு அரைத்து வைத்த மாவிலிருந்து கால்பகுதி மாவை எடுத்து சேர்த்து இரண்டு மூன்று டம்ளர் தண்ணீரும் சேர்த்து

அடுப்பில் வைத்து கூழ் போல கிளறவும். அது வெந்து கூழ் போலாகும். சற்று நீர்க்கவே இருக்கவேண்டும் இந்த கூழ். இது ஆறிய பிறகு அரைத்து வைத்திருக்கும் மாவில்விட்டு நன்கு கலந்துவிட வேண்டும். பிறகு தாளிப்பு கரண்டியில் சிறிது எண்ணெய் ஊற்றி, கடுகு, பச்சை மிளகாய், கறிவேப்பிலை, சீரகம், கொஞ்சம் பெருங்காயம் எல்லாவற்றையும் தாளித்து மாவில் சேர்த்து நன்கு கலக்கவும். ரவா தோசைக்கு எவ்வளவு நீர்க்க கரைப்போமோ அவ்வளவு நீர்க்க இருக்கவேண்டும். உப்பு சரிபார்த்துக் கொள்ளவும்.

தோசைக்கல்லை சூடாக்கி ரவா தோசை வார்ப்பது போல வார்க்க வேண்டியதுதான். பஞ்சு மாதிரியிருக்கும் இந்த தோசை. தக்காளி சட்னி இதற்குத் தோதாக இருக்கும்.

✱ ✱ ✱

# 101) வெல்ல தோசை

என் அத்தை அடிக்கடி செய்யும் சிற்றுண்டி இது. அத்தனை வாசனையாகவும் சுவையாகவும் இருக்கும்.

## தேவையான பொருட்கள்:

கோதுமை மாவு – ஒரு கோப்பை

அரிசிமாவு – கால் கோப்பை

வெல்லம் – முக்கால் கோப்பை

வாழைப்பழம் – 1 (கதலி, பூவன், நேந்திரம் என்று எது வேண்டுமானாலும் போடலாம். நன்கு கனிந்த வாழையாக இருக்கவேண்டும்.

தேங்காய் துருவல் – அரை கோப்பை (துருவல் நன்கு பூவாக இருக்க வேண்டும்)

ஏலக்காய் பொடி – ஒரு ஸ்பூன்

உப்பு – ஒரு சிட்டிகை

## செய்முறை:

வெல்லத்தை ஒருமணிநேரம் முன்பே இரண்டு கோப்பை தண்ணீர் ஊற்றி வைத்து நன்கு கரைந்தபின் வடிகட்டி எடுத்துக்கொள்ளவும்.

பழத்தை உரித்து நறுக்கி கொஞ்சம் வெல்லக் கரைசல் விட்டு மிக்சியில் ஒரு அடி அடித்துக்கொள்ளவும்.

கோதுமை மாவு அரிசிமாவு இரண்டையும் ஒரு பாத்திரத்தில் போட்டு ஒரு சிட்டிகை உப்பும் சேர்த்து வெல்லக்கரைசலை அதில் ஊற்றி. அதோடு அரைத்து வைத்திருக்கும் பழக்கூழையும் அதில் சேர்த்து, கடைசியாக துருவிய தேங்காயும், ஏலக்காய் பொடியும் சேர்த்து நன்கு கலந்து மேலும் கொஞ்சம் தண்ணீர் தேவையென்றால் சேர்த்து தோசைமாவு பதத்திற்கு கரைத்துக்கொள்ளவும்.

தோசைக்கல்லை அடுப்பில் போட்டு சூடானதும் கரண்டியால் இந்த மாவை ஊற்றி மெலிதாக வார்க்கவும். உருக்கிய நெய் ஊற்றி இந்த தோசை வார்த்தால் சுவையும் மணமும் கூடும். வெண்ணெய் தொட்டு சாப்பிடலாம். சர்க்கரை நோயாளிகள் ஆசைக்கு ஒன்று சாப்பிடலாம். அதுகூட உங்கள் இரத்தத்தில் சர்க்கரை அளவு கட்டுப்பாட்டில் இருந்தால்தான். இல்லையென்றால் தவிர்த்துவிடுங்கள்.

* ——— *

# 15

இனி தேநீர், மற்றும் காபி நேர தீனிகள் (இனிப்பு மற்றும் காரம்) பற்றி பார்ப்போம்.

## 102) நேந்திரம்பழ பஜ்ஜி

வாழைக்காய், உருளைக்கிழங்கு வெங்காயம் எல்லாவற்றிலும் பஜ்ஜி போட்டிருப்பீர்கள். அதேபோல்தான் நேந்திரம்பழத்தை நீளமாகவோ, வட்டத் துண்டுகளாகவோ நறுக்கிக்கொண்டு பஜ்ஜி மாவில் முக்கியெடுத்துப் போடலாம். வெளியே காரம், உள்ளே பழத்தின் இனிப்பு என்று இதன் சுவை அபாரமாக இருக்கும். கடலைமாவில் பஜ்ஜி போடுவது அனைவரும் அறிந்த ஒன்றுதான். நான் இங்கு சொல்லப் போவது வேறொரு வகை. கேரளத்தில் பழம்பொரி என்று இதனைச் சொல்வார்கள். பழம் பொரியை இருவிதமாக செய்யலாம்.

✲ ✲ ✲

# 103) பழம்பொரி (முதல்வகை)

## தேவையான பொருட்கள்:

நேந்திரம் பழம் - 1

மைதாமாவு – அரை கோப்பை

சர்க்கரை – இரண்டு ஸ்பூன்

மஞ்சள் தூ;ள் – கால் ஸ்பூன்

பொரிப்பதற்கு எண்ணெய்

## செய்முறை:

பழத்தை தோல் நீக்கி பாதியாக வெட்டி, வெட்டிய இரு பாதியை நீளவாக்கில் துண்டுகளாக நறுக்கிக்கொள்ளவும்.

மைதாமாவில் ஒரு சிட்டிகை உப்பும், மஞ்சள் தூளும், சர்க்கரையும் சேர்த்து சிறிது நீர் விட்டு பேஸ்ட் மாதிரி குழைத்துக்கொள்ளவும்.

அடுப்பை பற்றவைத்து வாணலியில் எண்ணெய் ஊற்றி சுட்டதும் நறுக்கிய பழத்துண்டுகளை இந்தக் கலவையில் தோய்த்து எண்ணெயில் போட்டு பொரித்தெடுக்க வேண்டியதுதான். இதை சூடாக சாப்பிடவேண்டும்.

✲ ✲ ✲

# 104) இன்னொருவகை பழம்பொரி

## இதற்குத் தேவையான பொருட்கள்:

நேந்திரம் பழம் - இரண்டு

தேங்காய் துருவல் – அரை கப்

சர்க்கரை – ஒரு டேபிள் ஸ்பூன்

மைதா - கால் கப்

உப்பு – ஒரு சிட்டிகை

காய்ந்த திராட்சை – ஒரு டீஸ்பூன்

நான்காக உடைத்த முந்திரி – ஒரு டீஸ்பூன்

ஏலக்காய்த் தூள் – ஒரு சிட்டிகை

நெய் – இரண்டு டேபிள் ஸ்பூன்

## செய்முறை:

தேங்காய்த் துருவலில் திராட்சை முந்திரி, சர்க்கரை, ஏலக்காய்த்தூள் எல்லாவற்றையும் கலந்து வைக்கவும்.

நேந்திரம்பழத்தின் தோலை நீக்கி பழத்தை நடுப்பகுதியில் மட்டும் மேலிருந்து கீழாக கீறிவிடவும். கீறிய பகுதியை சற்றே விரித்து உள்ளே கருப்பான விதைப்பகுதி இருந்தால் நீக்கி விட்டு, தேங்காய்க் கலவையை பழத்திற்குள் அடைத்து வைக்கவும்.

மைதாமாவில் ஒரு சிட்டிகை உப்பு சேர்த்து கொஞ்சம் நீர் விட்டு பேஸ்ட் மாதிரி குழைக்கவும்.

இந்த பேஸ்ட்டை தேங்காய் துருவல் அடைத்த பழத்தின் பகுதியின் மேலே மூடுவது போலத் தடவி விடவும். பழத்தின் இதர பகுதிகளிலும் தடவி விடவும். ஒரு நான் ஸ்டிக் பேனில் கொஞ்சம் நெய் ஊற்றி இந்த மைதா தடவிய பழத்தை அதில் வைத்து அவ்வப்போது திருப்பிவிட்டு நெய்யில் பொன்னிறமாகும் வரை வதக்கி எடுக்கவும். பொரித்த பழத்தை இரண்டாக வெட்டி விருந்தினருக்குக் கொடுக்கலாம். குழந்தைகளுக்கும் இப்படி செய்து கொடுக்கலாம்.

✲ ✲ ✲

# 105) தேங்காய் பூரண சுகியன்

## தேவையான பொருட்கள்:’

பச்சரிசி – கால் கோப்பை

உளுந்து – ஒரு கோப்பை

(இரண்டையும் ஒரு மணிநேரம் ஊறவைத்து அதிக நீர்விடாமல் கொஞ்சமாய் நீர்விட்டு அரை ஸ்பூன் உப்பு சேர்த்து போண்டா மாவு போல அரைத்தெடுத்துக் கொள்ளவும்)

தேங்காய் துருவல் அரை கப்

கடலைப்பருப்பு அரை கப்

வெல்லம் – முக்கால் கப்

ஏலக்காய் தூள் – அரை ஸ்பூன்

பொரிப்பதற்கு எண்ணெய்

## செய்முறை:

கடலைப்பருப்பை குக்கரில் வேகவிட்டு மசித்துக்கொள்ளவும்.

வெல்லத்தைப பொடிசெய்து கால் டம்ளர் நீரில் கரைத்து வடிகட்டி எடுத்துக் கொள்ளவும்.

அடுப்பில் வாணலியை வைத்து அதில் வெல்லக் கரைசலை ஊற்றி கொதிக்க விட்டு நன்கு நுரைத்து வரும்போது அதில் தேங்காயைப் போட்டு கிளறவும். தேங்காய் நன்கு பாகில் வதங்கி வரும்போது ஏலப்பொடியும், மசித்து வைத்த கடலைப்பருப்பையும் சேர்த்து ஒரு ஸ்பூன் நெய்விட்டு நன்கு கிளறவும். அது கெட்டியாகும்வரை கைவிடாமல் கிளறி அடுப்பை

அணைக்கவும். இதை சிறுசிறு உருண்டைகளாகப் பிடித்து ஒரு தட்டில் வைத்துக்கொள்ளவும்.

அடுப்பை பற்றவைத்து ஒரு வாணலியில் எண்ணெய் ஊற்றி அடுப்பில் வைக்கவும். எண்ணெய் நன்கு சுட்டதும். பூரண உருண்டைகளை, அரைத்து வைத்திருக்கும் உளுந்து மாவில் முக்கி மாவுடன் சேர்த்து உருண்டையாக எடுத்து எண்ணெயில் போட்டு எல்லா பக்கமும் பொன்னிறமாகும் வரை திருப்பிவிட்டு பொரித்தெடுக்கவும்.

✲ ✲ ✲

# 106) நேந்திரன் பழ சுகியன்

மேற்படி அரைத்த உளுந்து மாவில் நேந்திரம் பழங்களையும் தோல் உரித்து வட்ட வட்டமாக சற்று தடியாக நறுக்கி மாவில் முக்கி உருண்டையாக எண்ணெயில் போட்டு பொரித்தெடுத்தால் சுவையான பழ சுகியனும் தயார்.

✲ ✲ ✲

# 107) நேந்திரம்பழ கொழுக்கட்டை

## தேவையான பொருட்கள்:

கனிந்த நேந்திரம்பழம் – 2

கொழுக்கட்டை மாவு – இரண்டு கோப்பை

வெல்லம் – ஒன்றரை கோப்பை

உப்பு – ஒரு சிட்டிகை

ஏலக்காய்த் தூள் – ஒரு ஸ்பூன்

துருவிய தேங்காய் – அரை கப்.

## செய்முறை:

வெல்லத்தை இரண்டு கோப்பை நீர் விட்டு கரைத்து வடிகட்டிக் கொள்ளவும்.

நேந்திரம் பழங்களைத் தோலுரித்து சிறு துண்டுகளாக நறுக்கவும்.

ஒரு வாணலியில் சிறிது நெய் ஊற்றி பழத்துண்டுகளை வதக்கி, வதங்கிய பழங்களை மசித்துக் கொள்ளவும். பழங்களை இரண்டாக நறுக்கி ஆவியில் வேக வைத்தும் மசித்துக்கொள்ளலாம்.

வாணலியில் வெல்லக் கரைசலை ஊற்றி ஒரு சிட்டிகை உப்பு சேர்த்து கொதிக்கவிடவும். கரைசல் கொதித்ததும் அதில் மசித்து வைத்திருக்கும் பழத்தையும் துருவிய தேங்காயும் ஏலக்காய்த் தூளும் சேர்த்து நன்கு கலக்கவும். பிறகு அரிசிமாவை மெதுவாக, கொதிக்கும் வெல்ல கரைசலில் சேர்க்கவும். அடுப்பை

அணைத்துவிட்டு அதை கொழுக்கட்டை மாவு கிண்டுவதுபோல கெட்டியாகக் கிண்டவும்.

மேற்படி கொழுக்கட்டை மாவை பிடிகொழுக்கட்டை போலப் பிடித்து இட்லி தட்டில் வைத்து ஆவியில் வேகவிடவும். நேந்திரம்பழ வாசனையுடன் இந்த இனிப்பு கொழுக்கட்டை நிச்சயம் அனைவருக்கும் பிடிக்கும். சக்கைப்பழம் கொண்டும் இதேபோல செய்யலாம்.

✲ ✲ ✲

# 108) சக்கைப்பழ பால் கொழக்கட்டை

## தேவையான பொருட்கள்:

சக்கைப்பழம் – பத்து (கொட்டை நீக்கிக்கொள்ளவும்.

வறுத்த அரிசி மாவு – ஒன்றரை கோப்பை

தேங்காய் முதல் பால் – ஒரு கோப்பை

இரண்டாம் பால் – ஒரு கோப்பை

மூன்றாம் பால் – ஒரு கோப்பை

ஏலக்காய் தூள் – அரை ஸ்பூன்

வெல்லம் – கால் கப் (சர்க்கரையும் உபயோகிக்கலாம். சர்க்கரை என்றால் இரண்டு டேபிள் ஸ்பூன்

## செய்முறை:

பலாப்பழங்களை சிறுதுண்டுகளாக நறுக்கி வாணலியில் ஒரு ஸ்பூன் நெய் விட்டு நன்கு வதக்கவும். வதக்கிய பழங்களை மிக்சி ஜாரில் போட்டு அரைத்து எடுத்துக் கொள்ளவும்.

ஒரு பேசினில்

வறுத்த அரிசிமாவைப் போட்டு அதில் அரைத்து வைத்திருக்கும் பலாப்பழத்தில் பாதியளவு சேர்த்து, ஏலக்காய் தூளும் போட்டு கெட்டியாக பிசைந்து கொள்ளவும். பழத்தில் இருக்கும் நீரே போதும். தேவை என்றால் ஒரு கை தெளித்து பிசையலாம். அரிசி மாவு கூடுதலாக தேவை என்றாலும் சேர்த்து கெட்டியாகப் பிசைந்து கொள்ளவும். பிறகு இந்த மாவை சிறிய உருண்டைகளாக உருட்டி ஒரு தட்டில் வைத்துக்கொள்ளவும்.

அடுப்பில் ஒரு அடிகனமான பாத்திரம் அல்லது வாணலி வைத்து மூன்றாம் அல்லது இரண்டாம் பாலை ஊற்றி நன்கு கொதிக்கவிடவும். அது நன்கு கொதித்ததும் அதில் மீதமிருக்கும் பலாப்பழ கலவையை சேர்த்து நன்கு கலந்துவிடவும். வெல்லத்தையும் பொடி செய்து அதில் சேர்த்து கொதிக்கவிடவும். (வெல்லத்தை நீரில் கரைத்து வடிகட்டி நன்கு கொதிக்க விட்டும் தேங்காய்ப்பால் கொதிக்கும்போது சேர்க்கலாம்). தேங்காய்ப்பால் வெல்லக்கலவை நன்கு கொதிக்கும்போது உருட்டி வைத்திருக்கும் உருண்டைகளை ஒவ்வொன்றாக அதில் போடவேண்டும். அந்த சூட்டிலேயே உருண்டைகள் வெந்து மிதந்து வரும். எல்லா உருண்டைகளும் நன்கு வெந்ததும் முதல் பாலையும் சேர்த்து அடுப்பை அணைத்து விடலாம். மேலே ஒன்றிரண்டு இழை குங்குமப்பூவும் சேர்த்தால் வாசனை ஆளைத்தூக்கும்.

✲ ✲ ✲

# 109) சக்கை கும்பிளப்பம்

ஆவியில் வெந்து எடுக்கக் கூடிய ஒரு சுவையான பண்டம் இது. பாலக்காட்டைச் சேர்ந்த என் அலுவலகத் தோழி ஒருவர் மூலம்தான் இதன் சுவையை அறிந்து அவரிடம் செய்முறை கேட்டுத் தெரிந்துகொண்டேன். பாலக்காட்டில் இதை மூடல் கொழக்கட்டை அல்லது கும்பிளப்பம் என்பார்கள். தெரளியப்பம் என்றும் இதற்கொரு பெயருண்டு. பச்சையாக இருக்கும் பிரிஞ்சியிலைதான் தெரளி இலை. இதற்கென்று ஒரு தனிப்பட்ட வாசமிருக்கும். இனி இதை எப்படி செய்வதென்றும் பார்ப்போம். சக்கைப்பழம், நேந்திரம்பழம் என்று எதில் வேண்டுமானாலும் இதைச்செய்யலாம். உங்கள் விருப்பம் அது. தெரளி இலை இல்லாவிட்டாலோ அல்லது அதன் வாசம் பிடிக்காவிட்டாலோ வாழையிலையிலும் செய்யலாம்.

## தேவையான பொருட்கள்:

நன்கு கனிந்த சக்கைப்பழம். – 15

வெல்லம் - ஒரு கோப்பை

வெள்ளை புட்டுப்பொடி – இரண்டு கோப்பை (இரண்டு கோப்பை அரிசியைக் களைந்து உலர்த்தி மிக்சியில் புட்டுப்பொடி போல பொடித்து வாணலியில் ஐந்தாறு நிமிடம் வறுத்தும் இரண்டு கோப்பை அரிசி மாவு தயாரித்துக் கொள்ளலாம்.

தேங்காய் துருவியது – ஒரு கோப்பை

ஏலக்காய் பொடி – ஒரு ஸ்பூன்

சீரகப்பொடி – ஒரு ஸ்பூன்

தெரளி இலை அல்லது கையளவு நறுக்கிய வாழையிலை அல்லது அரச இலை – 15

## செய்முறை:

பத்து சக்கைப்பழங்களை மிக்சியில் போட்டு அரைத்துக்கொள்ளவும். மீதமிருக்கும் ஐந்து சக்கைப் பழங்களை பொடியாக நறுக்கி வைத்துக் கொள்ளவும்.

வெல்லத்தை முக்கால் கோப்பை நீர் விட்டு கரைத்து வடிகட்டி வாணலியில் ஊற்றி கொதிக்கவிட்டு வெல்லப்பாகு தயாரித்துக்கொள்ளவும். வெல்லப்பாகில் ஏலக்காய்ப் பொடி சேர்த்து இறக்கி வைக்கவும். இப்போது ஒரு பேசினில் முதலில் அரிசிப்பொடியைப் போட்டு அதில் அரைத்து வைத்திருக்கும் சக்கைப்பழம், நறுக்கி வைத்திருக்கும் சக்கை, தேங்காய்த் துருவல் சீரகப்பொடி இவற்றைப்போட்டு கடைசியாக வெல்லப்பாகையும் அதில் ஊற்றி எல்லாவற்றையும் நன்கு பிசைந்து கொள்ளவும். தேவையென்றால் கொஞ்சம் நீர் சேர்த்தும் முறுக்குமாவு பிசைவது போல பிசைந்து கொள்ளவேண்டும்.

பிறகு தெரளி இல்லை வைத்திருப்பவர்கள் அதை பொட்டலம் மாதிரி மடித்து இந்த மாவை அதனுள் உருட்டி வைத்து இலையின் காம்பை அதனுள் செருகிவிட்டு பிரியாதவாறு வைக்கவும். இந்த இலை கிடைக்காதவர்கள் வாழையிலையில் இதை உருட்டி வைத்து அதை இரண்டாய் மடித்து மீத மூன்று பக்கத்தையும் மடித்து குப்புறக் கவிழ்த்து வைக்கவும். இப்படி எல்லாவற்றையும் இலையில் உருட்டி வைத்ததும் இலைகளை இட்லித்தட்டில் அடுக்கி வைத்து ஒரு அரைமணி நேரம் இட்லிப்பானையில் வேகவிடவும். பிறகு திறந்தால் கமகமவென மூடல் அப்பம் ரெடி.

தெரளி இலைக்கென்று ஒரு மணம் இருப்பதால் அந்த இலையில் வைத்து வேக வைக்கப்படும் அப்பத்தில் அந்த இலையின் மணமும் இறங்கி சுவையைக் கூட்டும் என்பதால்தான் தெரளி இலையில் வைப்பார்கள். ஆனால் எந்த இலையில் செய்தாலும் அதன் சுவை நன்றாகவே இருக்கும்.

கேரளத்தில் ஆற்றுகால் பகவதி கோவிலில் பொங்கால் வைக்கும் வைபவம் விமரிசையாக ஆண்டுதோறும் நடக்கும். லட்சக்கணக்கான பெண்கள் இதில் கலந்து கொண்டு கோவிலைச்சுற்றி இடம்பிடித்து பொங்கால் வைப்பார்கள். அப்போது இந்த தெரளி அப்பமும் செய்வார்கள்,

***

# 110) அம்மிணி கொழக்கட்டை

பொதுவாக விநாயகர் சதுர்த்தி அன்று உப்பு, கார கொழுக்கட்டைகள் செய்தது போக மீதமிருக்கும் வெள்ளை மாவில், உப்பு காரம் எல்லாம் சேர்த்து செய்வதுதான் இந்த அம்மிணி கொழுக்கட்டை. இதை எப்படி செய்வதென்று பார்ப்போம்.

## தேவையான பொருட்கள்:

அரிசி மாவு (கொழக்கட்டை மாவு) – இரண்டு கோப்பை

தேங்காய் துருவல் – ஒரு கோப்பை

மிளகாய்த் தூள் – உங்களுக்கு தேவையான காரத்திற்கேற்ப, ஒரு டீஸ்பூன் அல்லது இரண்டு டீஸ்பூன்

பெருங்காயம் – சிறிது

உப்பு – தேவையான அளவு

கடுகு – ஒரு ஸ்பூன்

வெளிச்செண்ணெய் – ஒரு டேபிள் ஸ்பூன்

கறிவேப்பிலை – ஒரு கொத்து

## செய்முறை:

வாணலியை அடுப்பில் வைத்து ஒரு டேபிள் ஸ்பூன் வெளிச்செண்ணெய் விட்டு அது சுட்டதும், கடுகு போட்டு வெடித்ததும், பெருங்காயத் தூளும், கறிவேப்பிலையும் சேர்த்து, ஒரு கப் மாவிற்கு இராண்டு கப் தண்ணீர் என்ற அளவில்

அதில் நீர் ஊற்றி கொதிக்க விடவும். ஒரு ஸ்பூன் மாவை சிறிது தண்ணீரில் கரைத்து அதில் ஊற்றவும். இப்படி செய்தால் கொழக்கட்டை மாவு கட்டிதட்டாமல் வரும். தண்ணீர் கொதித்ததும் அதில் மிளகாய்த்தூள், உப்பு, தேங்காய்த் துருவல் அல்லது தேங்காய் பொடியாக நறுக்கியது, அரிசிமாவு எல்லாவற்றையும் சேர்த்து, அடுப்பை அணைத்துவிட்டு நன்றாக கிளறவும். இப்போது கொழக்கட்டை மாவு ரெடி. கைகளில் கொஞ்சம் வெளிச்செண்ணெய் தடவிக்கொண்டு இந்த மாவை சீடைபோல உருட்டி இட்லித்தட்டில் வைத்து ஆவியில் பத்து நிமிடம் வேகவைத்து எடுத்தால் அம்மிணி கொழக்கட்டை ரெடி. தேநீர் சமயத்தில்கூட இதை சாப்பிட்டு சூடான தேநீர் அருந்தலாம்.

மிளகாய்த் தூளுக்கு பதிலாக நான்கைந்து பச்சை மிளகாய்களை அரைத்து விட்டும் இதே கொழக்கட்டையை செய்யலாம்.

✵ ✵ ✵

# 111) பொள்ள வடை

இதுவும் ஒருவகை தேநீர் நேர நொறுக்குத் தீனிதான்.

## தேவையான பொருட்கள்:

அரிசி மாவு – நாலு கப்

கடலைப்பருப்பு – அரை கப்

துவரம்பருப்பு – அரை கப்

தேங்காய்த் துருவல் – ஒரு கப்

மிளகாய்த் தூள் – ஒரு ஸ்பூன்

காய்ந்த மிளகாய் - 3

உப்பு – தேவையான அளவு

பெருங்காயம் சிறிது

பொரிப்பதற்கு வெளிச்செண்ணெய் – தேவையான அளவு

## செய்முறை:

கடலைப்பருப்பு, துவாரம்பருப்பு இரண்டையும் ஒருமணிநேரம் ஊறவைத்து, மிக்சியில் போட்டு, அதோடு, காய்ந்த மிளகாய், கொஞ்சம் கறிவேப்பிலை சேர்த்து கொஞ்சமாக நீர்விட்டு ஓரளவுக்கு கெட்டியாக அரைத்துக்கொள்ளவும்.

அரைத்த மாவை ஒரு பாத்திரத்தில் எடுத்துக்கொண்டு அதில் அரிசிமாவு, தேங்காய்த் துருவல், மிளகாய்த்தூள், வேண்டிய உப்பு, கறிவேப்பிலை இவற்றையும் சேர்த்து சப்பாத்தி மாவுபோல கெட்டியாகப் பிசைந்து கொள்ளவும். தேவையென்றால் ஒரு

கை நீர் தெளித்தும் பிசையலாம். அடுப்பில் ஒரு வாணலியை வைத்து அதில் பொரிப்பதற்குத் தேவையான வெளிச்செண்ணெய் ஊற்றவும். எண்ணெய் சுட்டதும் அதிலிருந்து ஒரு அரைக்கரண்டி எண்ணெய் எடுத்து பிசைந்து வைத்திருக்கும் மாவில் சேர்த்து மீண்டும் பிசையவும்.

ஒரு வாழையிலையில் சிறிது எண்ணெய் தடவி இந்த மாவை சிறு உருண்டை எடுத்து மெலிதாக தட்டை மாதிரி தட்டியெடுத்து எண்ணெயில் போட்டு பொரிக்கவும். பப்படம் மாதிரி இருபுறமும் உப்பி பொரியும் இந்த பொள்ள வடை. கையால் தட்ட வரவில்லையென்றால் இலையில் மாவை வைத்து மற்றொரு எண்ணெய் தடவிய இலையை அதன் மீது வைத்து ஒரு டபராவால் அழுத்தினால் மெலிதாக தட்டைபோல ஆகும். பிறகு இதையெடுத்து எண்ணெயில் போட்டால் பூரி மாதிரி இருபுறமும் உப்பியபடி பொரியும்.

✵✵✵

# 112) பிரெட் போண்டா

சாதாரண போண்டா அலுத்துப்போனவர்கள் இதைச்செய்து சுவைக்கலாம்.

## தேவையான பொருட்கள்:

வெள்ளை சாண்ட்விட்ச் பிரட் அல்லது கோதுமை பிரட் – 6 ஸ்லைஸ்

உருளைக்கிழங்கு – கால் கிலோ (இரண்டாக நறுக்கி குக்கரில் வேக வைத்து தோலுரித்து நறுக்கிக்கொள்ளவும்)

பெரிய வெங்காயம் – 2 (பொடியாக அரிந்து கொள்ளவும்.

பச்சை மிளகாய் – 3 பொடியாக நறுக்கிக்கொள்ளவும்.

கடுகு – ஒரு ஸ்பூன்

மஞ்சள் தூள் – அரை ஸ்பூன்

உளுத்தம் பருப்பு – ஒரு ஸ்பூன்

கறிவேப்பிலை – ஒரு கொத்து

உப்பு – தேவையான அளவு

பொரிப்பதற்கு எண்ணெய் – தேவையான அளவு

## செய்முறை:

அடுப்பில் வாணலி வைத்து சிறிது எண்ணெய் ஊற்றி கடுகு, உளுந்து, பச்சைமிளகாய் நறுக்கியது, கறிவேப்பிலை எல்லாவற்றையும் போட்டு தாளித்து அதோடு அரை ஸ்பூன் மஞ்சள் தூளும் சேர்க்கவும். பிறகு நறுக்கிய வெங்காயத்தை

சேர்த்து வதக்கி அது ஓரளவுக்கு வதங்கியதும், உருளைக்கிழங்கு, உப்பு இவற்றை சேர்த்து உருளைக்கிழங்கை லேசாக உடைத்து மசிக்கவும். பிறகு இவற்றையெல்லாம் சேர்த்து கெட்டியாகக் கிண்டி இறக்கி வைத்துக்கொண்டு, பொரிப்பதற்கு தேவையான எண்ணெய்யை ஒரு வாணலியில் ஊற்றி அடுப்பில் வைக்கவும். அது சுடுவதற்குள் பிரட் ஸ்லைஸ்களை அதன் நான்கு ஓரங்களையும் மட்டும் கத்தியால் நறுக்கி எடுத்துவிட்டு, பேசினில் கொஞ்சம் நீர் வைத்து பிரெட்டை அதில் முக்கியெடுத்து இரண்டு உள்ளங்கைகளுக்கும் இடையில் வைத்து நீரை அழுத்தி வெளியேற்றினால் ரொட்டி இப்போது தளர்வாகும். உருளைக்கிழங்கு மசாலாவை ஒரு எலுமிச்சையளவுக்கு எடுத்து உருட்டி பிரட்டின் நடுவில் வைத்து பிரட்டால் மூடி அதனை ஒரு கொழக்கட்டை மாதிரி உருண்டையாக்கி ஒரு தட்டில் வைக்கவும். இப்படியே எல்லா ரொட்டித் துண்டுகளையும் செய்தபிறகு அவற்றை எண்ணெயில் போட்டு பொன்னிறமாக பொரித்து எடுக்கவும்.

✲✲✲

# 113) பிரெட் மில்க் டோஸ்ட்

## தேவையானவை

6 ஸ்லைஸ் பிரெட்

பால் – முக்கால் கப்

சர்க்கரை – இரண்டு டீஸ்பூன் (பாலோடு சேர்த்து கலந்து கொள்ளவும்) இன்னும் சற்று இனிப்பு வேண்டுமென்றால் மூன்று ஸ்பூன் கூடப்போடலாம்.

மஞ்சள் தூள் – சிறிது

நெய் – இரண்டு டேபிள் ஸ்பூன் (அல்லது வெண்ணெய்)

## செய்முறை:

அடுப்பை பற்றவைத்து நான்ஸ்டிக் பேனை வைக்கவும். ஒரு பேசினில் சர்க்கரை கலந்த பாலை ஊற்றி அதில் மஞ்சள் தூளையும் சேர்த்து கலக்கவும். ரொட்டித் துண்டுகளை இருபக்கமும் அதில் முக்கி சட்டென்று எடுத்து சூடான பேனில் வைத்து நெய்யோ, வெண்ணெயோ அதன் மீது வைத்து கருகிவிடாமல் லேசான பொன்னிறம் வரும்வரை இருபுறமும் திருப்பிவிட்டு எடுக்கவும். மிகச்சுவையாக இருக்கும் இது. குழந்தைகள் விரும்பி சாப்பிடுவார்கள். பாலில் பிரெட்டை அதிகம் ஊறவிடாமல் செய்தால்தான் இது சரியாக வரும். ரொம்ப ஊறினால் கூழ் மாதிரி ஆகிவிடும். கவனமாகச் செய்யவும். தேங்காய்ப்பாலில் சர்க்கரை கலந்தும் இதே மாதிரி செய்யலாம்.

* ——— *

# 16

**நா**ன் ஆரம்பத்தில் கூறியிருந்தது உங்களுக்கு நினைவிருக்கலாம். உடுப்பியிலிருந்து கேரளத்திற்கு இடம்பெயர்ந்த அந்தணர்கள் எம்பிராந்திரிகள் என்றழைக்கப்படுகிறார்கள். இவர்களும் கோவிலில் பூஜை செய்பவர்கள்தான். தங்கள் பெயரோடு போத்தி அல்லது நம்பூதிரி என்ற துணைப்பெயரை சேர்த்துக்கொண்டிருப்பார்கள். எம்பிராந்திரிகளின் சில சமையல் ஐட்டங்களையும் நாம் இங்கு பார்ப்போம்.

உடுப்பி பக்கமிருந்து வந்ததால் இவர்களது சாம்பாரில் கொஞ்சம் உடுப்பி வாசமும் அடிக்கும். இதன் செய்முறை பற்றி முதலில் பார்ப்போம்

✲ ✲ ✲

# 114) எம்பிராந்திரி சாம்பார்

## தேவையான பொருட்கள்:

காய்கறிகள் (இந்த சாம்பாரில் நிறைய காய்கள் சேர்ப்பார்கள்)

சாம்பார் வெங்காயம் – 100 gm

கேரட் – சிறியது – 1

மத்தன் (மஞ்சள் பூசணி) – சிறிதாக நறுக்கிய ஐந்தாறு துண்டுகள்

குடமிளகாய் – சிறியது ஒன்று

பீன்ஸ் – ஐந்தாறு (காய்கறிகள் அனைத்தையும் கழுவி துண்டுகளாக நறுக்கிக் கொள்ளவும்)

தேங்காய் – அரை மூடி துருவியது

துவரம் பருப்பு – 150 gm

புளி – சிறிய எலுமிச்சையளவு

காய்ந்த மிளகாய் – 6

பச்சை மிளகாய் - 1

தனியா – இரண்டு டேபிள் ஸ்பூன்

கடலைப்பருப்பு – இரண்டு டேபிள் ஸ்பூன்

உளுத்தம்பருப்பு – ஒரு டீஸ்பூன்

வெந்தயம் – அரை ஸ்பூன்

கறிவேப்பிலை – இரண்டு கொத்து

பொடித்த வெல்லம் – ஒரு டீஸ்பூன்

மஞ்சள்தூள் – அரை ஸ்பூன்

பெருங்காயத்தூள் – அரை ஸ்பூன்

## செய்முறை:

துவரம்பருப்பை கழுவி நீர்விட்டு குக்கரில் குழைய வேகவைத்துக் கொள்ளவும்

புளியை ஓட்டக் கரைத்துக்கொள்ளவும்.

வாணலியில் சிறிது சமையல் எண்ணெய் விட்டு மிளகாய், தனியா உளுத்தம் பருப்பு, கடலைப்பருப்பு, வெந்தயம், கறிவேப்பிலை அனைத்தையும் வறுத்துக்கொள்ளவும்.

வாணலியில் சிறிது வெளிச்செண்ணெய் விட்டு மிளகாய், தனியா, உளுத்தம் பருப்பு, கடலைப் பருப்பு, வெந்தயம், கறிவேப்பிலை என அனைத்தையும் வாசனை வரும்வரை சிவக்க வறுத்துக் கொள்ளவும். கடைசியாக தேங்காய்த் துருவலும் சேர்த்து லேசாக வறுத்துக்கொண்டு அனைத்தையும் மிக்சியில் போட்டு அரைத்துக்கொள்ளவும்.

வாணலியை அடுப்பில் வைத்து, சிறிது வெளிச்செண்ணெய் விட்டு, முதலில் உரித்து வைத்திருக்கும் சாம்பார் வெங்காயத்தை போட்டு சிவக்க வதக்கிக் கொண்டு பிறகு நறுக்கிய மற்ற காய்களையும் போட்டு வதக்கிக்கொண்டு, பிறகு புளிக்கரைசலை ஊற்றி, மஞ்சள் தூள், உப்பு, வெல்லம் சேர்த்து காய்கள் நன்கு வெந்து, புளியின் பச்சைவாசனை போகும்வரை கொதிக்கவிடவும். பிறகு அரைத்து வைத்திருக்கும் கலவையை அதில் சேர்த்து நன்கு கலக்கவும். பிறகு ஒரு சிறிய வாணலியில், வெளிச்செண்ணெய் விட்டு, கடுகு, மிளகாய், வெந்தயம், கறிவேப்பிலை, பெருங்காயத்தூள் சிறிது போட்டு தாளித்து சாம்பாரில் கொட்டி மூடிவிடலாம். சாதாரண சாம்பார்தான் என்றாலும் இதில் வெல்லத்தின் இனிப்பு சற்றே தூக்கலாக இருக்கும். இனிப்பு வேண்டாமென்பவர்கள் வெல்லத்தின் அளவைக் குறைத்துக்கொள்ளவும், அல்லது தவிர்த்துவிடவும்.

✲ ✲ ✲

# 115) எம்பிராந்திரி சம்மந்தி

சம்மந்தி என்றால் தொகையல்தான்.

## தேவையான பொருட்கள்:

தேங்காய் – துருவியது ஒரு கோப்பை

பச்சை மிளகாய் – 3

புளி – நெல்லிக்காயளவு

கறிவேப்பிலை – சிறிது

உப்பு – தேவையான அளவு

கடுகு – ஒரு ஸ்பூன்

உளுத்தம்பருப்பு – ஒரு ஸ்பூன்

பெருங்காயத்தூள் சிறிது

## செய்முறை:

மிக்சியில் தேங்காய், புளி, பச்சை மிளகாய், கறிவேப்பிலை, உப்பு, பெருங்காயம் எல்லாவற்றையும் போட்டு ஒருகை நீர் மட்டும் தெளித்து அம்மியில் ஒன்றும்பாதியுமாக கொத்து கொத்தாக இருக்கும்படி கெட்டியாக அரைத்து எடுப்பதுதான் இந்தத் தொகையலின் சிறப்பு. அரைத்த விழுதில், கடுகு உளுத்தம் பருப்பு தாளித்து சேர்க்கவும்.

அடுத்து சாறு வகை ஒன்றைப்பார்ப்போம். சாறு என்றால் வேறொன்றுமில்லை. ரசம்தான்.

✲ ✲ ✲

# 116) பொரி சாறு

உடுப்பி பக்கங்களில் ரசத்தை சாறு என்பார்கள். இந்த ரசம் மருத்துவ குணம் கொண்டது.

## தேவையான பொருட்கள்:

புளி – நெல்லிக்காயளவு

கண்டந்திப்பிலி - சிறிது

சீரகம் – ஒரு ஸ்பூன்

உப்பு – தேவையான அளவு

மஞ்சள் தூள் – அரை ஸ்பூன்

பெருங்காயத்தூள் – சிறிது

வெல்லம் – சிறிது

தாளிக்க, கடுகு – ஒரு ஸ்பூன்

மிளகாய் – 1

சீரகம் – அரை ஸ்பூன்

பெருங்காயம் – சிறிது

கொத்தமல்லி, கறிவேப்பிலை – சிறிது

## செய்முறை:

புளியைக் கரைத்துக் கொள்ளவும். கண்டதிப்பிலி, மற்றும் சீரகத்தை வாணலியில் வறுத்து பொடித்துக்கொள்ளவும். வாணலியில் ஒரு ஸ்பூன் நெய் ஊற்றி, கடுகு மிளகாய், சீரகம் தாளித்து புளிக்கரைசலை அதில் ஊற்றி, மஞ்சள் தூள்,

உப்பு, சிறிது வெல்லம் சேர்த்து நன்கு கொதிக்கவிடவும், புளியின் பச்சைவாசனை போனதும் பொடித்துவைத்த திப்பிலி, சீரகப்பொடியை சேர்த்து கொத்தமல்லி கறிவேப்பிலையும் கிள்ளிப்போட்டு மூடிவைக்க வேண்டியதுதான்.

✲ ✲ ✲

# 117) பிசிபேளா பாத்

இதுவும் உடுப்பி பக்கத்து ஸ்பெஷல்தான். நான் செய்யும் பிசிபேளா பாத்திற்கும் ஒரு ரசிகர் கூட்டம் உண்டு.

## தேவையானவை:

சாதத்திற்கு நல்ல சீரகச் சம்பா அரிசி இரண்டு ஆழாக்கு. சாதாரண பச்சரிசியும் எடுத்துக்கொள்ளலாம்.

துவரம்பருப்பு – ஒரு ஆழாக்கு

புளி – ஒரு பெரிய எலுமிச்சையளவு.

மஞ்சள்தூள் – ஒரு ஸ்பூன்

வெல்லம் – சிறிது

வறுப்பதற்கு:

வரமிளகாய் – எட்டு

பச்சைமிளகாய் – 2

தனியா – இரண்டு டேபிள் ஸ்பூன்

கடலைப்பருப்பு – இரண்டு டேபிள் ஸ்பூன்

வெந்தயம் – ஒரு ஸ்பூன்

கறிவேப்பிலை – நான்கு கொத்து

தேங்காய் துருவல் – ஒன்றரை கோப்பை (கொப்பரைத் தேங்காய் இருந்தாலும் ஓகே)

கசகசா – ஒரு டேபிள் ஸ்பூன்

பட்டை – ஒரு இன்ச் நீளத்தில் இரண்டு

கிராம்பு – ஒன்று அல்லது இரண்டு

ஏலக்காய் – 1

முந்திரிப்பருப்பு – உடைத்தது ஒரு டேபிள் ஸ்பூன் உங்கள் விருப்பப்படி கூடவும் போட்டுக்கொள்ளலாம்

நெய் – 100 gm

காய்கள்:

சாம்பார் வெங்காயம் – 150 gm

குடமிளகாய் சிறியது – ஒன்று

பீன்ஸ் – ஏழெட்டு ஒரு இன்ச் நீளத் துண்டுகளாக்கிக் கொள்ளவும்

கேரட் – ஒன்று இதையும் நீளவாக்கில் துண்டுகளாக்கிக் கொள்ளவும்

உரித்த பச்சைப் பட்டாணி – ஒரு சிறிய கப்

## செய்முறை:

குக்கரில், அரிசி, துவரம் பருப்பு இவற்றை அலம்பி வேண்டிய நீர் விட்டு தனித்தனி தட்டுகளில் வைத்து ஐந்தாறு விசில்விட்டு வேகவிடவும்.

புளியை நன்கு கரைத்துக்கொள்ளவும்.

வாணலியை அடுப்பில் வைத்து சிறிது வெளிச்செண்ணெய் விட்டு முதலில் காய்ந்த மிளகாய், தனியா, கடலைப்பருப்பு, வெந்தயம், கறிவேப்பிலை இரண்டு கொத்து, இவற்றை நன்கு சிவக்க வறுத்துக்கொள்ளவும். கடைசியாக பச்சைமிளகாய் இரண்டும் சேர்த்து வதக்கி இவற்றை தனியே ஒரு தட்டில் எடுத்து வைத்துக் கொள்ளவும்.

அதே வாணலியில், கசகசாவை சிவக்க வறுத்து தனியே எடுத்து வைக்கவும்.

அதே வாணலியில் வெளிச்செண்ணெய் விட்டு பட்டை, லவங்கம், ஏலக்காய் இவற்றை வறுத்து, அதிலேயே துருவிய தேங்காயை சேர்த்து சிவக்க வறுத்துக்கொள்ளவும். கொப்பரையென்றால் கொப்பரைத் துண்டுகளை முதலில் மிக்சியில் பொடித்துக்கொண்டு வறுக்கவும்.

வாணலியை அடுப்பில் வைத்து நான்கு டீஸ்பூன் வெளிச்செண்ணெய் விட்டு மிளகாய் கடுகு, வெந்தயம், கறிவேப்பிலை தாளித்து அதில் முதலில் உரித்து வைத்த சாம்பார் வெங்காயங்களைப் போட்டு பொன்னிறமாகும்வரை வதக்கிய பிறகு நறுக்கி வைத்திருக்கும் மற்ற காய்களையும் போட்டு லேசாக வதக்கிவிட்டு கரைத்து வைத்திருக்கும் புளியை வடிகட்டி அதில் சேர்க்கவும், வேண்டிய, உப்பு, மஞ்சள் தூள், வெள்ளம், பாதியாக அரிந்த ஒரு பச்சைமிளகாய் இவற்றை சேர்த்து காய்கள் வெந்து பச்சைவாசனை போகும்வரை நன்கு கொதிக்கவிடவும்.

மிக்சியில் முதலில் வறுத்து வைத்திருக்கும் மிளகாய், தனியா, கடலைப்பருப்பு, வெந்தயம் கறிவேப்பிலையை நன்கு பொடித்து தனியே எடுத்து வாசனை போகாமல் மூடிவைத்துக் கொள்ளவும்.

சிறிய மிக்சி ஜாரில், கசகசாவை நன்கு பொடித்துக் கொண்டு அதிலேயே வறுத்த பட்டை, லவங்கம், ஏலக்காய், தேங்காய் இவற்றையும் நன்கு பொடித்து வாசனை போகாமல் மூடிவைக்கவும்.

அடுப்பில் குழம்பு நன்கு கொதித்து காய்கள் வெந்திருப்பதை உறுதி செய்து கொண்டு முதலில் துவரம்பருப்பை நன்கு கடைந்து அதில் சேர்த்து கிளறவும்.

பிறகு முதலில் பொடித்த மிளகாய் தனியா கலவையை அதில் சேர்த்து நன்கு கிளறவும். தேவையென்றால் அருகிலேயே ஒரு பாத்திரத்தில் வெந்நீர் வைத்து குழம்பில் சேர்த்துக்கொள்ளுங்கள். உப்பு, புளிப்பு, காரம் எல்லாம் சரியாக இருக்கிறதா என்று பார்த்து எது தேவையோ அதையும் சேர்த்து நன்கு கிளறி கொதிக்கவிடவும். பிறகு அடுப்பை அணைத்துவிட்டு கடைசியாகப்

பொடித்து வைத்திருக்கும் பட்டை, கசகசா தேங்காய்ப் பொடியைப் போட்டு நன்கு கலந்து மேலே நான்கைந்து ஸ்பூன் நெய் சேர்த்து மூடிவைக்கவும். வாசனை எட்டூருக்கு மணக்கும்

இனி குக்கரில் வைத்திருக்கும் சாதத்தை ஒரு பெரிய பாத்திரத்தில் போட்டு நன்கு மசித்து சிறிது சிறிதாக குழம்பை ஊற்றி நன்கு கலந்து கரண்டியால் மசித்துக் கலந்து குழைவாகக் கிளறவும். நடுநடுவே உருக்கிய நெய்யும் சேர்த்துக் கொள்ளவேண்டும். பிசையப் பிசைய சாதம் குழம்பை உறிஞ்சிக் கொள்ளும். கிட்டத்தட்ட எல்லா குழம்பையுமே ஊற்றிப் பிசையும்படியாகும். அல்லது சுவை சரியாக இருந்தால் குழம்பு ஊற்றிப் பிசைவதை நிறுத்தி விடுங்கள். சாதமும் குழம்பும், சேர்ந்து தளர்வாக இருக்கவேண்டும். மேலும் குழம்பு தேவையென்றால் குழம்பு சேர்க்கலாம். அல்லது சிறிது வெந்நீரும் சேர்க்கலாம். பிசைந்த சாதத்தை சிறிது ருசித்துப்பாருங்கள். சரியான ருசியில் இருந்தால் மேலே ஐந்தாறு டீஸ்பூன் நெய்விட்டு மூடிவைத்துவிடலாம்.

இதற்குத் தொட்டுக்கொள்ள, பப்படம், வடகம், உருளைக்கிழங்கு காரக்கறி, அல்லது பொடிமாஸ் இதெல்லாம் சூப்பராக இருக்கும். பிசிபேளாவை சுடச்சுட சாப்பிடும்போதும் மேலே இரண்டு ஸ்பூன் உருக்கிய நெய்யை ஊற்றி சாப்பிட வேண்டும். ஆறிப்போனாலும் அவ்வப்போது குக்கரில் பாத்திரத்தை வைத்து சூடுசெய்தும் சாப்பிடலாம்.

அடுத்து பிரத்யேக சுவையுடன் கூடிய கோவில் பிரசாதங்கள் எப்படி செய்வது, அந்தக் கோவிலின் விசேஷங்கள் என்ன என்பது பற்றியெல்லாம் பார்ப்போம்.

✲ ✲ ✲

# 17

## கோவில் பிரசாதங்கள்

**கோ**வில் பிரசாதங்களுக்கென்று ஒரு பிரத்யேக சுவையுண்டு. அதற்குக் காரணம் ஆச்சார அனுஷ்டானங்களுடன் அவை செய்யப்படுகின்றன என்பதோடு அவை ஆகம முறைப்படி தெய்வங்களுக்கு நிவேதனம் செய்யப்படுகின்றன. தெய்வங்களால் ஏற்றுக்கொள்ளப்பட்ட அந்த பிரசாதங்கள் உண்ணுகிறவருக்கு மருந்தாவதோடு அதற்குப் பலமடங்கு சுவையும் கூடுகிறது. பிரசாதங்கள் தொண்டையோடு என்பார்கள். அதாவது மருந்தை எப்படி மிகச்சிறிய அளவு சாப்பிடுகிறோமோ அதுபோல பிரசாதங்களையும் குறைவாக உண்பது நல்லது. ஏனெனில் அவையும் மருந்துபோல வீரியம் மிக்கதாக இருக்கக்கூடும் என்பதால்தான் பெரியவர்கள் அப்படி சொல்லி வைத்தார்களோ என்னவோ. இனி புகழ்பெற்ற சில கேரள கோவில் பிரசாதங்கள் செய்வது பற்றி பார்ப்போம்.

* * *

# அம்பலப்புழ பால் பாயசம்

பொதுவாகக் கேரள கோவில்கள் என்றாலே பாயசங்களும் அப்பமும்தான் நினைவுக்கு வரும். அதிலும் பால்பாயசம் என்றால் முதலில் நினைவுக்கு வருவது அம்பலப்புழைதான். குழந்தைகளைக்கூட அம்பலப்புழை பால்பாயசமே என்று கொஞ்சுவதுண்டு. அத்தனை மகத்தானது அந்தக் கோவிலில் செய்யப்படும் பால்பாயசம். அந்தக் கோவில் பல உன்னதங்களைத் தன்னுள் கொண்டிருக்கிறது.

ஒருகாலத்தில் செம்பகச்சேரி என்றழைக்கப்பட்ட இடம் அது. செம்பகச்சேரி ராஜா தேவநாராயணன் என்பவன்தான் இந்தக் கோவிலைக் கட்டியது. கிருஷ்ணன் இங்கு பார்த்தசாரதியாக இருக்கிறான். ஏன் இங்கு மட்டும் பால்பாயசத்திற்கு அவ்வளவு விசேஷம்? நிச்சயம் இருக்கிறது. இந்த பால்பாயசம் குறித்து இருவேறு பழங்கதைகள் உலவுகிறது. இரண்டையுமே பார்ப்போம்.

செம்பகச்சேரி ராஜாவுக்கு சதுரங்கம் ஆடுவதில் பெரும் விருப்பமிருந்தது. சதுரங்கத்தில் தன்னை வெல்பவருக்கு பெரும் பரிசுகள் அளிப்பதாக சவால் விட்டழைப்பார். ஒருமுறை சாது ஒருவர் ராஜாவோடு சதுரங்கம் ஆடுவதற்கு விரும்பி வந்தார். ராஜா உற்சாகமாக அவரை வரவேற்று இப்போட்டியில் என்னை நீங்கள் ஜெயித்தால் உங்களுக்கென்ன பரிசு வேண்டும்? என்று கேட்கிறான். சாது தனக்கு நெல்மணிகள் போதுமென்கிறார். வெறும் நெல்மணிகளா என்று ராஜா அலட்சியமாகக் கேட்க, சாது ராஜாவிடம், சதுரங்கக் கட்டத்தின் முதல் கட்டத்தில் ஒரு நெல்மணியும், அடுத்த கட்டத்தில் அதன் இருமடங்கும், அதற்கடுத்ததில், இரண்டாவது கட்டத்தின் இருமடங்கும் என ஒவ்வொரு கட்டத்திற்கும் அதன் இருமடங்கு நெல்மணிகள் என 64 கட்டங்களுக்கும் உரிய நெல்மணிகள் தந்தால் போதுமென்கிறார். ஒரு ராஜாவான தன்னிடம் இவ்வளவு

அற்பமான பரிசைக் கேட்கிறாரே இவர் என்று ராஜா சற்றே மனம் வருந்தினாலும் போட்டிக்கு ஒப்புக்கொள்கிறான். இறுதியில் வென்றது சாதுதான். ராஜா நெல்மணிகள் கணக்கிடுகிறான். கட்டத்திற்குக் கட்டம் இருமடங்காக,.ராஜா திகைக்கிறான். 60 வது கட்டம் வரும் போதே ராஜ்யத்தில் உள்ள நெல் அத்தனையும் கொடுத்தாலும் பற்றாக்குறை ஆகுமென ராஜாவுக்கு விளங்குகிறது. 64 வது கட்டத்தில் ராஜா கொடுக்கவேண்டிய நெல்லின் அளவு டிரில்லியன் கணக்கிற்குச் செல்கிறது. ராஜா தலைகுனிகிறான். என்ன செய்வதெனப் புரியாமல் திகைத்து நிற்கிறான். சாதுவாக வந்த கிருஷ்ணன் தன் ரூபத்தைக் காட்டி எனக்கு ஒரேநாளில் இத்தனை நெல் தரவேண்டாம், அதற்கு பதில் தினமும் எனக்கு பாயசம் செய்து சமர்ப்பணம் செய் என்று சொல்லி மறைகிறான். அன்றிலிருந்துதான் இங்கு பாயச நிவேதனம் ஆரம்பித்தது எனபது ஒரு கதை.

## மற்றொரு கதை

சதுரங்க ஆட்டத்தில் விதை நெல்லைக்கூட இழந்த ராஜா அடுத்த அறுவடையின் போது திருப்பித் தருவதாகச் சொல்லி, பட்டமனை இல்லத்து நம்பூதிரியிடம், முப்பத்தி ஆறாயிரம் பறை நெல்லை கடனாக வாங்குகிறார். ஆனால் வாக்களித்தபடி அறுவடைக்குப் பிறகு பட்டமனைக்கு நெல்லைத் திருப்பியளிக்கவில்லை. ஒருமுறை உத்சவ சமயத்தில் ராஜா பகவானைத் தொழுவதற்கு வந்தபோது பட்டமனை திருமேனி ராஜாவை வழிமறிக்கிறார். நீ சத்யசந்தனாக இருந்தால் என்னிடம் வாங்கிய நெல்லைத் திருப்பித் தந்துவிட்டு பகவானைத் தொழுவதற்குச் செல் என்கிறார். ராஜா திகைக்கிறார். உடனே ராஜாவின் மந்திரி ராஜாவின் சங்கடத்தைப் போக்க, ஊர்க்காரர்களிடம் ஆளுக்கொரு மூட்டை நெல் கொண்டு வந்து கொடுக்கவேண்டுமென்று அறிவிக்கிறான். ஊர்க்காரர்கள் அத்தனைபேரும் தங்களிடம் இருந்த நெல்லை எல்லாம் கொண்டுவந்து கோவிலில் கொட்டுகிறார்கள். உனக்கு

சேரவேண்டிய நெல் இதோ. உச்சிக்கால பூஜை ஆரம்பிப்பதற்குள் நீ இவற்றைக் கொண்டு போகலாம் என்று பட்டமனையிடம் கூறிய மந்திரி, ஊர்க்காரர்கள் யாரும் அவர் அதை எடுத்துச் செல்வதற்கு உதவக்கூடாதென கட்டளையும் இடுகிறான். பட்டமனைக்குப் புரிகிறது. தனியொருவராக சில மணித்துளிகளில் அத்தனை நெல்லையும் சுமந்துசெல்வது இயலாத காரியமென்று. உச்சிக்கால பூஜைக்கு இன்னும் கொஞ்சநேரமே உள்ள நிலையில் பட்டமனை தன் இரு கைகளாலும் கொஞ்சம் நெல்லை அள்ளியெடுத்து பகவானின் திருநடைக்குக் கொண்டு சென்று நடையில் வைத்து, கிருஷ்ணா இதை உனக்கு சாமர்ப்பிக்கிறேன். இந்த நெல் முழுவதையும் உனக்கே விட்டுச்செல்கிறேன். இவை தினமும் உனக்கு பாயசப் பிரசாதமாகட்டும் என்று சொல்லிவிட்டு நமஸ்கரிக்கிறார்.

எப்படிப் பார்த்தாலும் இரண்டு கதைகளுமே அம்பலப்புழை பால்பாயசத்தின் மகிமைக்கு வலு சேர்ப்பதாகவே உள்ளன. இந்தப் பாயசத்தின் அபாரமான ருசிக்கு என்ன காரணம் என்கிற கேள்வி இங்கு வரும் பக்தர்கள் எல்லோருக்குமே உண்டு. பலருக்கும் இதில் வியப்புண்டு.

எதனால்? இந்தக் கேள்விக்கு அம்பலப்புழை கோவிலுடன் தொடர்புடைய எல்லோரும் கூறும் பதில், அங்குள்ள மணிக்கிணறு நீரையும், திடப்பள்ளி கிணற்றின் நீரையும் துல்லியமான அளவுகளில் கலந்து செய்யப்படுவதுதான் பாயசத்தின் அபார ருசிக்குக் காரணம் என்று. இங்குள்ள மணிக்கிணறு மிகவும் பவித்ரமானது. கீழ்சாந்தி எனப்படும் நம்பூதிரிகளைத் தவிர வேறு யாருக்கும் இதனுட்புறம் செல்ல அனுமதியில்லை. யாரும் இதனைக் காணவும் முடியாது. நித்ய பூஜைக்கும் இந்தக் கிணற்றின் நீர்தான் உபயோகிக்கப்படுகிறது.

எப்படிச் செய்கிறார்கள் இந்த பால்பாயசத்தை?. அதைக் கேட்கும்போதே சிலிர்த்துப் போகும் நமக்கு. கோவிலில் பூஜைகளுக்கு உதவும் கீழ்சாந்தி எனப்படும் நம்பூதிரிகள்தான்

பாயசம் தயாரிப்பார்கள். பாயசம் தயாரிக்கப்படும் திடப்பள்ளியில் பிரவேசிக்க வேறு யாருக்கும் அனுமதியில்லை. அதிகாலை மூன்றுமணிக்கு கோவில் வளாகத்திலுள்ள மணிக்கிணற்றிலிருந்தும், திடப்பள்ளி கிணற்றிலிருந்தும் பாயசத்திற்குத் தேவையான நீரை இவர்கள் இறைத்துக்கொண்டு வருவார்கள். பாயசம் தாயாரிக்கவென்று மிகப்பெரிய வெண்கல உருளிகள் இருக்கும். ஒவ்வொரு உருளியும் முப்பத்திரண்டு இடங்கழி அதாவது 42 லிட்டர் பாயசம் தயாரிக்கும் அளவு மிகப்பெரியது. இந்த உருளிகள் மிகத்தரமான வெண்கலம் கொண்டு சிறப்பான முறையில் வார்ப்பு செய்யப்பட்டவை. இந்த உருளியை அடுப்பிலேற்றி ஒரு லிட்டர் பாலுக்கு நாலு லிட்டர் தண்ணீர் என்ற அளவில் மணிக்கிணற்று நீரையும், திடப்பள்ளிக் கிணற்றின் நீரையும் குறிப்பிட்ட விகிதத்தில் கலந்து முதலில் உருளியில் ஊற்றுகிறார்கள். அந்தத் தண்ணீர் பாதியாக வற்றும்போது, சரியாக காலை ஏழு மணிக்கு தேவையான பாலை அந்தக் கொதிநீரில் சேர்க்கிறார்கள். பாலும் நீரும் சேர்ந்து அவ்வளவு பெரிய உருளியில் அலையலையாக அசையும்போது பாற்கடலாகவே தெரியும். கைவிடாமல் மணிக்கணக்கில் மிகப்பெரிய துடுப்புக் கரண்டியால் இளக்கியபடியே இருக்கிறார்கள். பால் கொதித்துக் கொதித்து குறுகிக்கொண்டு வருகிறது. வற்ற வற்ற அதன் நிறமும் மாறிக்கொண்டு வருகிறது. சரியாக பதினோரு மணிக்கு உணக்கலரி (கழுவி உலர்த்திய அரிசி) என்று மலையாளத்தில் சொல்லப்படும் பாயச அரிசி சேர்க்கப்படுகிறது.

இந்த அரிசி எப்படி பாயசத்திற்கு ஏற்றவாறு தயாரிக்கப்படுகிறதென்று கேட்டால் பிரமிப்பேற்படும். நெல்லிலிருந்து குத்தியெடுக்கப்படும் ஒவ்வொரு அரிசியும் சரியாக நான்காக உடைக்கப்படுமாம். எவ்வளவு கடினமான பெரிய பணியிது என மலைப்பாக இருந்தது. இப்படி நான்காக உடைக்கப்பட்ட அரிசியைக் கழுவி உலர்த்தி இந்த உணக்கலரியைத்தான் (உலர்ந்த அரிசி) தினமும் சரியாக பதினோரு மணிக்கு பாலில் சேர்க்கிறார்கள். அரிசி பாலில்

வேகிறது. அதுவரை தொடர்ந்து கரண்டியால் கிளறிக்கொண்டே இருக்கிறார்கள். சரியாக 12 மணிக்கு திடப்பள்ளியிலிருந்து (பாயசம் செய்யுமிடம்) ஒருவர் வெளியில் வருவார். அப்போது கோவில் முழுக்க நிசப்தமாகிவிடும். அப்போது அவர் கருவறை இருக்கும் திசை நோக்கி கணீரென்ற குரலில், “வா…….சு…. தே…ஏஏஏஏஏஏஏஏஏஏ..வ்வ்வ்” என்று நாபிக்கமலத்திலிருந்து குரலெழுப்பி பகவானை அழைப்பார். வாசுதேவ் என்று அவர் நீளமாய் சொல்லிமுடிக்க நிச்சயம் முப்பது நொடிகளாவது ஆகும். அந்த விளி கேட்கும்போதே உடல் சிலிர்க்கும். கண்ணீர் பொங்கும். உனக்கு பாயசம் சமர்ப்பணம் செய்கிறேன் என்று பகவானை இப்படி அழைத்த பிறகுதான் பாயசத்திற்குத் தேவையான சர்க்கரை (மலையாளத்தில் பஞ்சசாரை) மூட்டையை ஒருவர் தலையில் சுமந்து வருவார். பாயசத்தின் இறுதிக்கட்டத்தில் சர்க்கரை (பஞ்சசாரை) சேர்கிறார்கள். அது கொதிக்கும் பாயசத்தில் கரைந்தாலே போதும் பாயசத் தயாரிப்பு நிறைவுறுகிறது. வெண்ணிற பால், நிறமற்ற நீர், வெண்ணிற அரிசி, வெண்ணிற பஞ்சசாரை (சர்க்கரை) இந்த மூன்றே பொருட்களைக் கொண்டு செய்யப்படும் பால் பாயசம் இப்போது செண்பகப்பூவின் நிறத்தில் மாறியிருக்கும். இந்த பால்பாயசத்தில், ஏலக்காய், முந்திரி என்று எதுவும் சேர்ப்பதில்லை. இந்தப் பால்பாயசத் தயாரிப்பு முடிய தினமும் கிட்டத்தட்ட ஒன்பதுமணி நேரமாகிறது. தினமுமே இப்படி சரியாக கடிகார நேரப்படிதான் அடுப்பில் உருளியேற்றி, நீர் ஊற்றி, கொதிக்கவிட்டு, பால் கலந்து, அரிசி சேர்த்து, சர்க்கரை சேர்க்கிறார்கள். இந்தக் காலக்கணக்கு மாறுவதே இல்லை.

இனி பாயச நிவேதனம் தினமும் அங்கு எப்படி நடக்கிறதென்பதையும், அதோடு இந்த பால்பாயசம் எப்படி செய்வதென்பதையும் பார்ப்போம்.

அம்பலப்புழை கோவிலில் ஒவ்வொரு நாளும் 32 இடங்கழி அளவுள்ள பாயசம், அதாவது நாற்பத்தி இரண்டு லிட்டர் குறைத்தபட்சமாகத் தயாரிக்கப்படும். ஆனால் பாயசத்திற்காக

தினமும் எவ்வளவு பணம் பக்தர்களால் முன்கூட்டியே காட்டப்படுகிறதோ அதைப் பொறுத்து 200 லிட்டர் பாயசம்கூட செய்வது வழக்கமாம். மற்ற கோயில்களில் எல்லாம் செய்து வைத்திருக்கும் பிரசாதங்களில் இருந்து ஒரு குறிப்பிட்ட அளவு மட்டும் நிவேதனம் செய்வதற்காகக் கருவறைக்கு எடுத்துச்செல்வார்கள். பகவானுக்கு நிவேதிப்பதை யாரும் காணமுடியாது. திரை போட்டுவிட்டுதான் நிவேதனம் செய்வார்கள். ஆனால் அம்பலப்புழையில் எவ்வளவு பாயசம் ஒருநாளைக்குச் செய்யப்படுகிறதோ அவ்வளவு பாயசமும் அண்டா அண்டாவாகக் கொண்டு சென்று பகவானுக்கு முன்னால் வைக்கப்படும். நடையடைகக்கப் படுவதில்லை. பக்தர்கள் அனைவரும் காணவே நிவேதனம் செய்யப்படுகிறது. இத்தனை லிட்டர் பாயசம் இன்று உண்டாக்கியிருக்கிறோம் என்று பகவானுக்குக் கணக்கு சொல்லி சமர்ப்பணம் செய்கிறார்கள் தினமும். பால்பாயசம் நிவேதனம் செய்யப்படும் நேரத்தில் கோயிலுக்கு மேலே கிருஷ்ண பருந்து வட்டமிடுவது கூடுதல் சிறப்பு.

திடப்பள்ளி இருக்குமிடத்திற்கு நேரெதிரே, பகவானின் திருநடைக்குச் செல்லும் வழியிருக்கிறது. சரியாக 12.30 க்கு உச்சிக்கால பூஜையின்போது பாயச நிவேதனம் செய்யப்படுகிறது. அதற்குமுன் பாயசப் பாத்திரங்கள் எடுத்துச் செல்லப்படவேண்டும் என்பதால் பக்தர்களை ஒதுங்கி நிற்கச் செய்கிறார்கள். பாயசம் எடுத்துச்செல்லும் வழியில் யாரும் நிற்கலாகாது. அந்த வழி முதலில் நீர் தெளித்து சுத்தம் செய்யப்படுகிறது. பிறகு சங்கநாதம் முழக்கப்படுகிறது. பின்னர் பாயச அண்டாக்கள் திருநடைக்குக் கொண்டு செல்லப்படுகின்றன. நிவேதனம் ஆனபிறகு முன்பணம் செலுத்திய பக்தர்களுக்கு விநியோகிக்கப்படுகிறது. பாக்கியம் இருந்தால்தான் இந்தப் பாயசம் நமக்கு பருகக் கிடைக்கும் என்பார்கள். இந்த பாயசத்தை விநியோகிப்பதற்காக பாயச அண்டாவிலிருந்து முகர்ந்து ஊற்றுவதற்கென்றே வெண்கலக் கோரிகள் (வித்யாசமான கரண்டி) இருக்கும். பாயசம் செய்த காலி உருளியில் பாயசம் உலர்ந்து பாலும் சர்க்கரையும்

படர்ந்திருக்கும். இதை ஒரு வெண்கலச் சுரண்டி கொண்டு நன்கு சுரண்டி திரட்டி எடுக்கிறார்கள். இதனைப் பால் சுரண்டி என்கிறார்கள். இதனையும் ஆர்வமாகப் பெறுவதற்கு பணம் கட்டிக் காத்திருப்பவர் உண்டு.

இந்த பாயசத்திற்கு இன்னொரு பெயரும் உண்டு. இது வெறும் பாயசம் மாத்திரமல்ல, இதனை கோபால கஷாயம் என்றும் சொல்கிறார்கள். ஒரு கஷாயம் வற்றுவதுபோல வற்றி வற்றிக் குறுகும் இதுவும் மருந்தாகவே, அதாவது அமிர்தமாகவே அங்கு கருதப்படுகிறது. சர்க்கரை நோயாளிகளுக்குக்கூட இது கெடுதல் செய்வதில்லையென்று சொல்லப்படுகிறது.

இத்தனை சுவையான பாயசத்தை திருவனந்தபுரம் அனந்தபத்மநாப ஸ்வாமி கோவிலிலும் செய்யவேண்டுமென்று திருவனந்தபுரம் ராஜா மகேந்திரவர்மர் மிகவும் விரும்பி, அம்பலப்புழையில் பாயசம் தயாரிக்கும் உருளி உட்பட, இப்பாயசம் தயாரிக்கும் கீழ்சாந்தி நம்பூதிரிகளையும் திருவனந்தபுரத்திற்கு அழைத்துச் சென்றிருக்கிறார். ஆனால் அங்கு அவர்கள் தயாரித்த பாயசத்தில் அம்பலப்புழை பாயசத்தின் ருசி சுத்தமாக இல்லையாம். இதன் பிறகு ராஜாவுக்குப் புரிகிறது. அம்பலப்புழை பாயசத்தின் ருசிக்குக் காரணம் அங்குள்ள மணிக்கிணற்றின் நீர்தான் காரணம் என்று.

இந்தக் கோவிலின் மற்றொரு விசேஷம் இங்குள்ள குருவாயூர் நடை. குருவாயூருக்கும் அம்பலப்புழைக்கும் என்ன தொடர்பு? கண்டிப்பாக இருக்கிறது. திப்புசுல்தான் படையெடுப்பின் போது அவன் குருவாயூர் கோவிலுக்குள்ளும் நுழையக் கூடுமென்று அஞ்சி, மூலவிக்ரகத்தை கிணற்று நீரில் மறைத்து வைத்துவிட்டு, குருவாயூரப்பனின் தங்கத் திருமேனியையும், தங்கத் திடம்பையும் அவனிடமிருந்து காக்கும் பொருட்டு அவற்றை குருவாயூர் மேல்சாந்திகள் தங்கள் தலையில் சுமந்து வந்து பாதுகாத்து வைத்த இடம் இந்த அம்பலப்புழை கோவிலில்தான். ஆம் பத்துப் பதினைந்து ஆண்டுகள் குருவாயூரப்பன் இங்குதான்

ஒரு தனி சந்நிதியில் இருந்துகொண்டு தன் பக்தர்களுக்கு அருள்பாலித்திருக்கிறான். அந்த பதினைந்து ஆண்டும் அம்பலப்புழையில் பார்த்தசாரதிக்கு பாயசம் நிவேதிக்கும்போது அதில் கொஞ்சம் குருவாயூரப்பனும் நிவேதிக்கப் பட்டிருக்கிறது. பின்னர் அவன் மீண்டும் குருவாயூருக்கு கொண்டு செல்லப்பட்டிருக்கிறான். அதன்பிறகு இரண்டு கோவிலிலும் சில துர்சகுனங்கள் ஏற்பட, உடனே பிரஷ்ணம் வைத்துப் பார்த்திருக்கிறார்கள். அதில் கண்டறிந்தது வேறொன்றுமில்லை. குருவாயூரப்பனுக்கு அம்பலப்புழை பால்பாயசம் வேண்டுமாம். அது தெரிந்தபின், தினமும் அம்பலப்புழையில் பால்பாயசம் நிவேதனம் செய்யப்படும் அதே நேரத்தில் குருவாயூரில் நடை அடைக்கப்பட்டுவிடும். குருவாயூரப்பன் அம்பலப்புழையில் நடைபெறும் உச்சிக்கால பூஜை சமயத்தில் பால் பாயசம் உண்பதற்கு அம்பலப்புழைக்கு வந்துவிடுவானாம். இதனால் குருவாயூரில் உச்சிக்கால சீவேலி, மாலை நான்கு மணிக்கு மாற்றப்பட்டுவிட்டது. பன்னிரண்டரை மணிமுதல் நான்கு மணிவரை குருவாயூரில் நடை அடைத்திருக்கும்.

அம்பலப்புழையின் இன்னும் பல சிறப்புகள் உள்ளன. அங்கு உத்சவ காலத்தில் ஒருநாள் நடக்கும் நாடகசாலை சத்யை (விருந்து) மிகவும் புகழ்பெற்றது. அன்று அங்கிருக்கும் மிகப்பெரிய நாடசாலை மண்டபத்தில் ஏராளமானோருக்கு மிக அருமையான விருந்தளிக்கப்படும், நான்கு வகை பாயசங்கள், மூன்று வகை பச்சடிகள், மூன்று வகை உறுகாய்கள், நான்கு வகை கறி, கூட்டு, ஓலன், காளன், அவியல், கூட்டுகறி, என்று தலைவாழையிலை போட்டு பிரமாதமான விருந்தளிக்கப்படும். குருவாயூரப்பனின் பக்தரான வில்வமங்கள ஸ்வாமிகளின் வீட்டிற்கு அவர் பூஜை செய்யும் நேரத்தில் குருவாயூரப்பன் தினமும் வந்து விடுவானாம். அவனை தினமும் கண்டு பரவசமாவார் அவர். ஒருநாள் அவன் பூஜைக்கு வரவில்லை. அவனைக் காணாத சோகத்துடன் அவர் அம்பலப்புழைக்கு வருகிறார். அந்நேரம் அங்கு நாடகசாலை சத்யை நடந்து கொண்டிருக்கிறது. வில்வமங்கள சுவாமிகளும்

சாப்பிட அமர்கிறார். அப்போது குருவாயூரப்பனே ஒரு சிறுவன் வடிவில் வந்து வில்வமங்கள சுவாமிகளுக்கு நெய் விளம்பிவிட்டு மறைந்தானாம்.

இப்படி பல்வேறு சிறப்புகளும் கொண்டிருக்கும் அமபலப்புழையின் பால்பாயசத்தை எப்படி செய்யலாம் என்று பார்ப்போம். நம்மிடம் மணிக்கிணற்று நீரும், திடப்பள்ளி கிணற்று நீரும் இல்லாவிட்டாலும் நம் பக்தியால் அந்த ருசியைக் கொண்டுவர முடியுமென நினைக்கிறேன்

✵ ✵ ✵

# 118) அம்பலப்புழ பால்பாயசம் (செய்முறை)

## தேவையானவை

தண்ணீர் இரண்டு லிட்டர்

பால் இரண்டு லிட்டர்.

நன்கு கழுவி உலர்த்திய பாயச அரிசி - 200 கிராம் (மிக்சியில் அதை ஒரு திருப்பு திருப்பினால் அரிசி பாதி பாதியாக உடையும். அதிகம் நொறுங்கி விடக் கூடாது. உலக்கையால்கூட லேசாக குத்தியெடுத்துக் கொள்ளலாம்.

சர்க்கரை – 500 gm (இனிப்பு சற்று குறைவாக வேண்டும் என்கிறவர்களுக்கு 400 கிராம் சர்க்கரை போதும்.)

நெய் 25 gm

## இதன் செய்முறை.

உங்கள் வீட்டில் அடிகனமான பெரிய வாணலியோ, அல்லது வெண்கல உருளியோ,அல்லது குக்கரோ இருந்தால் எடுத்துக் கொள்ளுங்கள். முதலில் இரண்டு லிட்டர் தண்ணீரை அதில் விடுங்கள். தண்ணீர் கொதிக்க ஆரம்பிக்கும்போது அதில் ஒரு ஸ்பூன் நெய்யை சேர்க்கவும். தண்ணீர் நன்கு தளைத்துக் கொதிக்கும்போது அதில் இரண்டு லிட்டர் பாலையும் சேர்த்து கைவிடாமல் கிளறிக் கொண்டேயிருக்க வேண்டும். பாலும் நீரும் கலந்த கலவை வற்றிக்கொண்டே வரும். அது வற்ற வற்ற அதன் நிறமும் மாறிக்கொண்டு வரும். நான்கு லிட்டர் பால் மூன்று லிட்டராகக் குறுகியதும் அரிசியை அதில் சேர்த்துவிட்டு மீண்டும் கைவிடாமல் கிளறவும். பால் இன்னும் வற்றும். அரிசி வெந்து வெந்து பாலோடு கலந்து முத்து முத்தாக பாயசத்தில்

மிதக்கத் தொடங்கும். பாலும் நீரும் இப்போது ஒன்று அல்லது ஒன்றரை லிட்டராகக் குறுகி, ஷெண்பகப்பூவின் நிறத்திற்கு மாறியிருக்கும். இப்போது சர்க்கரை சேர்க்க வேண்டும். நீங்கள் அம்பலப்புழை வாசுதேவனை மானசீகமான நினைத்து சர்க்கரை சேர்ப்பதற்குமுன் வாசுதேவ்.! என்று அவனை பக்தியோடு அழையுங்கள். பின்னர் சர்க்கரையைப் பாயசத்தில் சேர்த்து கிளறிவிடுங்கள். பால் சூட்டிலேயே சர்க்கரை கரைந்துவிடும். உடனே அடுப்பை அணைத்து விடலாம். சர்க்கரை சேர்த்தபிறகு கொதிக்கவிடவேண்டிய அவசியமில்லை. பண்ணிய பாயசம் முழுவதையும் கிருஷ்ணனை நினைத்து உங்கள் வீட்டு பூஜையறையில் வைத்து அன்போடும் ஆத்மார்த்தமான பக்தியோடும் நிவேதனம் செய்யுங்கள். மணிக்கிணற்றுத் தண்ணீரோ, மற்ற எதுவுமோ இல்லாவிட்டாலும், அம்பலப்புழை பாயசத்தின் அதே அதிசய ருசி இல்லாது போனாலும், நிச்சயம் உங்கள் பாயசத்திலும் அவன் ஒரு தெய்வீக ருசியை சேர்த்துவிடுவான். முடிந்தால் ஒருமுறை அம்பலப்புழை சென்று அவனை தரிசித்து அந்தக் கோவிலின் அதிசயங்களையும் கண்டு, பால் பாயசத்தையும் ருசித்துவிட்டு வாருங்கள்.

✯ ✯ ✯

# கொட்டாரக்கரா மகா கணபதி உண்ணியப்பம்

இனி அடுத்து நாம் பார்க்கப்போகும் பிரசாதம் உண்ணியப்பம். இங்கே எல்லோர் வீட்டிலும் செய்யும் இனிப்பு அப்பம்தான் அங்கு உண்ணியப்பம் எனப்படுகிறது. இந்த உண்ணியப்பம் எங்கு புகழ் பெற்ற பிரசாதமாய் ருசிக்கிறது என்றால் கொட்டாரக்கரா மகா கணபதி கோவிலில்தான். வழக்கமாக மோதகப்ரியனாக இருக்கும் கணபதி இங்கே உண்ணியப்ப பிரியனாக இருக்கிறான். இவனுக்கு உண்ணியப்பம் படைத்து என்ன வேண்டிக் கொண்டாலும் அதை நிறைவேற்றித் தருவான் என்ற நம்பிக்கையில் இவனை நாடிச்செல்லும் பக்தர்கள் ஏராளம். இந்தக் கொட்டாரக்கரா கணபதியைப் பற்றி முதலில் தெரிந்துகொண்டு பிறகு உண்ணியப்பம் செய்யப்போகலாம்.

கொட்டாரக்கரா மகா கணபதியைப் பற்றி அறிவதற்குமுன் நாம் அறிய வேண்டியது பெருந்தச்சன் ராமன் நாராயணனைப் பற்றி. பெருந்தச்சன் என்றால் தலைமை சிற்பி என்று அர்த்தம் (Master of carpentar). தெய்வீக அம்சம் கொண்டவர் இவர். இவருடைய தந்தை வரருசி மகரிஷி, போஜராஜன் அரசவையில் மன்னனின் சந்தேகங்களை தீர்த்து வைக்கும் சிறந்த கல்விமானாக இருந்தார். உயர்குல அந்தணரான இவருக்கும், ஒரு தாழ்ந்த குலத்தைச் சேர்ந்த பெண்ணுக்கும் பத்து ஆண் குழந்தைகளும் ஒரு பெண் குழந்தையும் பிறக்கின்றன. அனால் பிறந்தவுடன் காட்டிலேயே அந்தக் குழந்தையை விட்டுவிட்டு தன்னோடு வருமாறு மனைவியைப் பணிக்கிறார் மகரிஷி.. அப்படி அவர்கள் விட்டுச்சென்ற குழந்தைகள் எல்லாரும் ஒவ்வொரு குலத்தைச் சேர்ந்த தாய் தந்தையரால் எடுத்து வளர்க்கப்பட்டு தங்கள் குலத்தொழிலில் பெயரும் புகழும் பெற்று உயர்ந்த நிலைக்குச் செல்கிறார்கள். எல்லோருமே தெய்வீக அம்சம் நிறைந்தவர்கள். இவர்கள் அனைவருக்குமே பாலக்காட்டின் பல்வேறு இடங்களில் இன்றும் கோவில்கள் உண்டு. மக்களால்

தெய்வமாக வழிபடப்படுகின்றனர், நம்ம திருவள்ளுவரும், காரைக்காலம்மையும் கூட இவர்களுக்குப் பிறந்து, தெய்வீக நிலைக்கு உயர்ந்தவர்கள்தான் என்று மலையாள இலக்கியங்கள் கூறுகிறது.

இந்த பதினோரு பேரில் ஒருவர்தான் பெருந்தச்சன் ராமன் நாராயணன்.. தச்சுவேலை செய்யும் குலத்தினரால் எடுத்து வளர்க்கப்பட்டவர். கேரளத்தின் பல கோவில்களின் மூலஸ்தானம் உட்பட மரவேலைப்பாடுகளை அமைத்தவர். மூலவிக்ரகங்களை வடித்தவர். தெய்வீக சிற்பி என்று அனைவராலும் கொண்டாடப்படுபவர்.

இத்தகைய புகழ்வாய்ந்த பெருந்தச்சன் ஒருசமயம் கொட்டாரக்கரை சிவன் கோயில் வழியாகச் சென்றுகொண்டிருந்தார். கிழக்கேக்கர சிவன் கோவில் என்றுதான் அதற்கு அப்போது பெயர். பரசுராமர் பிரதிஷ்டை செய்த சிவலிங்கம் கிழக்கு பார்த்து அமைந்துள்ளது. அதன் பின்பகுதியில் மேற்குபார்த்து படிஞ்ஞாற பகவதி வீற்றிருக்கிறாள். படிஞ்ஞாற என்றால் மேற்கு திசை. மிகச்சிறிய கோவில்தான். இவ்வழியாக வந்த பெருந்தச்சனின் கண்களில் படுகிறது கீழே சாய்ந்திருந்த ஒரு பலாமரம். அவர் அந்த மரத்தினால் கவரப்பட்டு அம்மரத்தின் ஒரு பகுதியை வெட்டி எடுத்து அதில் ஒரு அழகிய கணபதியின் சிற்பத்தை வடித்தார். அந்த மகா கணபதியை கோவிலின் கருவறைக்கருகே தெற்கு நோக்கியவாறு பிரதிஷ்டை செய்தார்.

இதன் பின்னர் நாளடைவில் தகப்பனைவிட மகனின் புகழ் கூடியது. வேண்டியதை நடத்தித் தருபவன் இந்த கணபதி என்ற நம்பிக்கையோடு குவிந்த பக்தர்களால் கிழக்கேக்கர சிவன் கோவில் என்று அழைக்கப்பட்ட இந்த ஸ்தலம் கொட்டாரக்கரா மகா கணபதி கோவில் என்று பெயர் பெற ஆரம்பித்தது. மகா கணபதி பிரதான தெய்வமாகிவிட்டார் இங்கு.

கொட்டாரக்கரா பகுதியை ஆண்டு வந்த மன்னர் ஒருவர், மகாகணபதியை வழிபடும் பக்தராக இருந்தார். அவரது மகளுக்குத்

திருமணம் நிச்சயம் செய்யப்பட்டது. தனது மகளின் திருமண நாளில் பலவிதமான கலைநிகழ்ச்சிகள் நடத்த விரும்பிய அவர், வடக்கு மலபார் பகுதியில் புகழ் பெற்றிருந்த ஒரு களியாட்டக் குழுவினரை அழைத்து வந்து ஒரு கலை நிகழ்ச்சியை நடத்தத் திட்டமிட்டார்.

மன்னர் அந்தக் குழுவினரை அழைத்து வருவதற்கான ஏற்பாடுகளைச் செய்தார். அந்தக் குழுவினர், 'கொட்டாரக்கரா பகுதியில் இருக்கும் மக்களுக்குச் சிறிது கூட கலையுணர்வோ, அதை விரும்பும் தன்மையோ இருக்காது. எனவே, அங்கு நிகழ்ச்சி நடத்த எங்களால், வர இயலாது' என்று சொல்லி மறுத்துவிட்டனர்.

இதனால் வருத்தமுற்ற மன்னர், கொட்டாரக்கரா மகாகணபதியிடம் இது குறித்து முறையிட்டார். அன்றிரவு மன்னரின் கனவில் தோன்றிய விநாயகர், அவரை 'ராமாயண காவியம்' ஒன்றை எழுதச்சொன்னார். மன்னரும் ராமாயணத்தை எட்டுப் பகுதிகளாகப் பிரித்து எழுதி முடித்தார். அதற்கு 'ராமனாட்டம்' என்று பெயரிட்டு, அதை மகாகணபதி கோவிலில் வைத்து வழிபட்டார்.

அன்றிரவு மன்னருக்கு மீண்டும் ஒரு கனவு தோன்றியது. அந்தக் கனவில், மகுடம், பச்சை, தாடி, மினுக்கு, கத்தி, கதை முதலிய பல உருவங்கள் தோன்றின. மன்னர் அந்த உருவங்கள் அனைத்தையும் கொண்டு, புதியதாக ஒரு களியாட்டத்தைத் தொடங்கினார். அந்தக் களியாட்டத்திற்குக் 'கதகளியாட்டம்' என்று பெயர் ஏற்பட்டது. மகாகணபதியின் அருளால் இந்தக் 'கதகளியாட்டம்' என்ற அரியதொரு நடனக்கலை இங்குதான் தோற்றுவிக்கப்பட்டதாக கோவில் வரலாறு கூறுகிறது.

இத்தகைய மகத்துவம் பெற்ற கொட்டாரக்கரா கணபதியின் கண்பார்வையில் அவன் சந்நிதிக்கு எதிரிலேயே அவருக்கு படைப்பதற்கான உண்ணியப்பங்கள் செய்யப்படுவதுதான் விசேஷம். காலையிலிருந்து இரவுவரை அப்பங்கள்

செய்யப்பட்டுக் கொண்டிருக்கின்றன. இந்த உண்ணியப்பங்களின் மற்றொரு விசேஷம் அப்பம் செய்துமுடித்த பிறகு இவற்றின் மீது வெண்ணிற சர்க்கரைப் பொடி தூவப்படுகிறது. பக்தர்கள் தாங்கள் வேண்டிக் கொண்டுள்ள அப்பத்தின் எண்ணிக்கையைக் கூறி பணம் கட்டினால் நிவேதனம் செய்த பிறகு அப்பம் அவர்களிடம் கொடுக்கப்படுகிறது.

✮✮✮

# 119) கொட்டாரக்கரா உண்ணியப்பம் (செய்முறை)

## தேவையானவை

பச்சரிசி – ஒரு கோப்பை (கழுவி நீர் விட்டு நான்கு மணிநேரம் ஊற வைக்கவும்)

வெல்லம் (பொடித்தது) அரிசி எடுத்துக்கொண்ட அதே கோப்பையால் இரண்டு கோப்பை (கரைத்து பாகு வைக்கவும்)

ஏலக்காய் பொடி – ஒரு ஸ்பூன்

தேங்காய் பல்லு பல்லாக நறுக்கியது – ஒரு டேபிள் ஸ்பூன்

சிறுவாழைப்பழம் – 1

நெய் – 100 gm

தேங்காய் எண்ணெய் – 300 gm

## செய்முறை:

ஊறிய அரிசி மற்றும், வெல்லப்பாகு வாழைப்பழம் மூன்றையும் மிக்சியில் போட்டு நன்கு அரைத்துக்கொள்ளவும். பிறகு கெட்டியான தோசைமாவு பதத்திற்கு மாவைத் தயாரித்துக்கொண்டு அதில் ஏலக்காய் பொடி மற்றும் அரை ஸ்பூன் நெய் சேர்க்கவும். தேங்காய் நறுக்கி வைத்ததை ஒரு ஸ்பூன் நெய்யில் பொன்னிறமாக வறுத்து எடுத்து மாவில் கலக்கவும். அப்பக்காரலில் தேங்காய் எண்ணெய் ஊற்றி கொதித்ததும் அதில் நெய்யும் நாலைந்து ஸ்பூன் ஊற்றினால் வாசனையாக இருக்கும். அடுப்பை சிம்மில் வைத்து கரண்டியால் குழிகளில் மாவை ஊற்றி, அது பாதி வேகும்போது அப்பக்குத்தியால் அதை மெல்ல திருப்பிவிட வேண்டும்.

இப்போது அடிப்பாகம் மேலே கிண்ணம் போல உப்பி மேற்புறம் வந்திருக்கும். அப்பம் இருபுறமும் வெந்ததும் எடுத்துவிடலாம். கொட்டாரக்கரா அப்பம் போலவே இருக்க வேண்டும் என்று விரும்புகிறவர்கள் சர்க்கரையை பொடியாக்கி அவற்றின் மீது தூவலாம். வேண்டாமென நினைப்பவர்கள் அப்படியே விடலாம். இனி அப்பங்களை கணபதியானுக்கு நிவேதனம் செய்து விட்டு சாப்பிட்டு பாருங்கள் சுவை கூடியிருக்கும்.

✲ ✲ ✲

# 120) பம்பா கணபதி மோதகம்

கடந்த ஆண்டு நாங்கள் சிலர் சபரிமலை யாத்திரை சென்றிருந்தோம். மலை ஏறுவதற்கு முன் அடிவாரத்தில் உள்ள பம்பா கணபதியை தொழுதுவிட்டுத்தான் ஏற ஆரம்பித்தோம். கொட்டாரக்கராவில் நெய்யப்ப பிரியனாக இருப்பவர் பம்பாவில் மோதகப்பிரியனாக இருக்கிறார். மலையில் தரிசனம் முடித்து கீழே இறங்கி வந்து மீண்டுமொரு முறை பம்பா கணபதியை தரிசித்த பின்னர் என் உறவினர் பிரசாத கவுண்டருக்குச் சென்று கொஞ்சம் மோதகம் வாங்கி வந்தார். மலையிறங்கி களைத்துப் போயிருந்த உடலுக்கு அந்த சுவையான இனிப்பு சற்று தெம்பைக் கொடுத்தது. அதன் செய்முறையைப் பார்ப்போம்.

## தேவையான பொருட்கள்:

பச்சைப் பயறு – 1 கோப்பை

துருவிய தேங்காய் – 1.1/2 கோப்பை

வெல்லம் – 100 gm (இதிலிருந்து ஒன்றரை கோப்பை பாகு தயார் செய்து கொள்ள வேண்டும்)

அரிசி மாவு – அரை கோப்பை

ஏலக்காய் - 5

## செய்முறை:

முதலில் பச்சைப்பயறை பொன்னிறமாகும் வரை வறுத்துக் கொள்ள வேண்டும். அதைத் தனியே எடுத்து ஆறவைத்துவிட்டு அதே வாணலியில் தேங்காய், மற்றும் ஏலக்காயைப் போட்டு நன்கு சிவக்கும்வரை வறுக்க வேண்டும். (அடுப்பை சிம்மில்

வைத்துக் கொள்ளவும்) நன்கு சிவந்ததும் இதைத் தனியே எடுத்து வைத்து ஆறவிடவும்.

பிறகு வறுத்த பச்சைப் பயறையும் தேங்காயையும் தனித்தனியே மிக்சியிலிட்டு பொடித்துக் கொள்ளவும்.

வெல்லத்தை தூள் செய்து ஒரு கோப்பை நீர் விட்டு கரைத்து வடிகட்டி வாணலியில் விட்டு பாகு பதம் வரும்வரை கொதிக்கவிடவும். பாகு நன்கு கொதிக்கும்போது பச்சைப் பயறு பொடித்ததையும், தேங்காய்ப் பொடித்ததையும் வெல்லப்பாகில் போட்டு கெட்டியாகும்வரை நன்கு கிளறவும். அடுப்பை அணைத்து விடலாம். சிறிது ஆறவிட்ட பிறகு கிளறி வைத்திருப்பதை சிறு சிறு உருண்டைகளாகப் பிடித்து ஒரு தட்டில் வைக்க வேண்டும்.

பிறகு அரிசி மாவை ஒரு சிறிய கிண்ணத்திலிட்டு கால் ஸ்பூன் மஞ்சள் பொடி, சிறிது உப்பு போட்டு, அரை அல்லது முக்கால் கோப்பை நீர் ஊற்றி மாவாகக் கரைத்துக் கொள்ளவும். (பஜ்ஜி மாவு போல) பிறகு அடுப்பில் வாணலி வைத்து அதில் பொறிப்பதற்கான எண்ணெய் வைத்து சூடானதும். உருண்டைகளை ஒவ்வொன்றாக அரிசி மாவுக் கலவையில் முக்கி எடுத்து எண்ணையில் போட்டு பொரித்தெடுத்து வைத்தால் சுவையான மோதகம் ரெடி.

✲ ✲ ✲

# இரிஞாலக்குடா (கூடல் மாணிக்கம்) பரத க்ஷேத்ரம்

தசரத புத்திரர்கள் அனைவருக்கும் தனித்தனியே கோவில் உள்ளதென்றால் அது கேரளத்தில் உள்ள திருச்சூர் மாவட்டத்தில்தான். த்ருப்ரயாரில் ராமருக்கும், இரிஞாலக்குடாவில் பரதனுக்கும், முழிக்குளத்தில் லக்ஷ்மணனுக்கும், பயம்மாலில் சத்ருக்னனுக்கும் கோவில்கள் உள்ளன. இதில் த்ருப்ரயார் ராமர் கோவிலுக்கும், இரிஞாலக்குடா பரத ஷேத்ரத்திற்கும் நான் சென்றிருக்கிறேன். இரண்டும் அவ்வளவு அழகானவை. பரத ஷேத்திரத்தின் சிறப்புகளைத்தான் நாம் இங்கே பார்க்கப் போகிறோம். அதற்கும் ஒரு காரணமுண்டு.

அந்த இடத்தின் பெயர் கூடல். இரு நதிகள் சங்கமிக்கும் இடம். அங்குதான் பாரதனுக்குரிய கோவிலிருக்கிறது. மிகச்சிறப்பாக வடிவமைக்கப்பட்ட வட்டக் கருவறை. அதனுள் ஐந்தடி உயரமுள்ள, பரதனின் திருவுருவம். இராமனின் வரவுக்காக காத்திருக்கும் பரதன் சங்கு சக்கரம், கதை, ஜெபமாலையுடன் தியான ஸ்வரூபியாக நின்ற திருமேனியாக இருக்கிறான். கருவறைக்குள் முத்துமுத்தாய் எரியும் மிகப்பெரிய கொத்து விளக்குகள். மிகுந்த சாந்நித்யம் கொண்ட தலம். இந்தக் கோவிலின் சிறப்புகள் பல. இங்கே பரதன் மட்டுமே மூலவராகக் கோயில் கொண்டிருக்கிறான். வேறு உபதேவதைகளின் சந்நிதிகள் எதுவும் இக்கோவிலில் இல்லை. எல்லாக் கோவில்களிலும் இருக்கும் விநாயகருக்குக் கூட இங்கு சந்நிதி கிடையாது. பரப்பிரம்ம மூர்த்தியாக இருக்கும் பரதன் மட்டுமே இங்கு ஒற்றை தெய்வமாக இருக்கிறான்.

கருவறை மூர்த்தியின் நெற்றியிலிருந்து ஒருசமயம் ஒளி பீறிட்டது. அது என்ன ஒளி என்று யாருக்கும் புரியவில்லை. அது ஏதேனும் விலைமதிப்புள்ள மாணிக்கக் கல்லின் ஒளியாக

இருக்குமோ என்று தோன்றியதும், காயங்குளம் ராஜாவிடமிருந்த விலையுயர்ந்த ஒரு மாணிக்கக்கல்லை ஒப்பிட்டு நோக்குவதற்காகக் கொண்டு வந்தனர். காயங்குளம் ராஜாவின் மாணிக்கத்தை கருவறை மூர்த்தியின் அருகே கொண்டு சென்றபோது, அந்த மாணிக்கம் திடீரெனப் பறந்துசென்று மூலவரின் நெற்றியில் ஒட்டிக்கொண்டு மறைந்து போனது. அன்றுமுதல் இவர் கூடல்மாணிக்கம் என்று அழைக்கப்படுகிறார்.

இவர் தன்வந்திரி பகவானின் அம்சமாகவும் கருதப்படுவதால் நோய் தீர்க்கும் மருத்துவனாகவும் இங்கு விளங்குகிறார். கோவில் ஊழியர் ஒருவருக்கு தீராத வாயிற்று வலி வந்தபோது, எந்த மருந்துக்கும் குணம் ஏற்படாமல் அவர் அவதிப்பட்டார். அப்போது அவரது கனவில் 101 வழுதனங்காயுடன் (கத்திரிக்காய்) கோவிலுக்கு வந்து வழிபாடு செய்யுமாறு கூறி ஒரு குரல்கேட்டது. அவர் மறுநாளே 101 வழுதனங்காய்களுடன் கோவிலுக்குச் சென்று வழிபட்டு, அவற்றை பிரசாதமாகப் பெற்றுவந்து உண்டார். தீராத அவரது வாயிற்று வலி ஒரு நொடியில் தீர்ந்தது. அன்று முதல் இங்கு வழுதனங்கா நிவேத்யம் சிறப்பு பெற்று, பலரது பிணிகளைத் தீர்த்திருக்கிறது.

இது வெறும் கட்டுக்கதையல்ல என்பதற்கு மற்றொரு சான்றுமுள்ளது. நமக்கெல்லாம் மிக நன்கு தெரிந்த ஒரு சங்கீத வித்வான், செம்பை வைத்தியநாத பாகவதர். இவர் பாலக்காட்டின் செம்பை கிராமத்தைச் சேர்ந்தவர். தெய்வ கடாட்சம் கொண்டவர். திரு யேசுதாஸ் அவர்களின் சங்கீத குரு. என் சின்ன வயதில் நான் செம்பை பாகவதரைக் கண்டிருக்கிறேன். அவர் மடியிலமர்ந்திருக்கிறேன். பாபநாசம் சிவன் சாலையில் ரோசரி மெட்ரிக் பள்ளிக்கு எதிரில்தான் அவர் வீடு. அவர் வீட்டில் என்ன விசேஷம் என்றாலும் என் அப்பாவிடம்தான் பட்சணங்கள் ஆர்டர் செய்வார். என் அத்தை கணவர் அப்பள வியாபாரம் செய்து கொண்டிருந்தார். அவரிடமிருந்துதான் செம்பை வீட்டுக்கு பப்படம் மற்றும் அப்பளம் வடகங்கள் போகும். பட்சணங்களையும் அப்பளங்களையும் எடுத்துக்கொண்டு என் அத்தை பெண்களோ,

என் அக்காவோ அவர் வீட்டுக்குச் செல்லும்போது என்னையும் உடன் அழைத்துச் சென்றிருக்கின்றனர்.

காம்பவுண்டு சுவருக்கு உள்ளே வீட்டு வாசலில் ஒரு திண்ணை இருக்கும். அதன் மீது பொக்கை வாய் சிரிப்போடு ஒரு பெரிய கனிந்த மாம்பழம் போல் அமர்ந்திருப்பார் செம்பை பாகவதர். அல்லது அவர் வீட்டுக்குள் அவர் பாடிக்கொண்டிருப்பது கேட்கும். அப்போதெல்லாம் அவரைப் பற்றியோ அவரது பாடல்கள் பற்றியோ எதுவும் தெரியாத வயசு. அவரைப் பார்த்தால் பயந்து கொண்டு என் அக்காவின் முதுகுக்குப் பின்னால் ஒளிந்து கொள்வேன். அப்படி ஒருமுறை என் அக்காவின் தாவணியைப் பற்றிக்கொண்டு அவர் கண்ணில்படாமல் நானும் உள்ளே செல்ல முயன்றபோது அவரது இடது கரம் லாவகமாய் என்னைப் பற்றியது. வாடீ குட்டி என்றபடி இழுத்து தொப்பை சரிந்திருந்த தன் மடியில் உட்கார வைத்துக் கொண்டதும் பயத்தில் மிரண்டுபோய் தொண்டையில் சத்தம்கூட வராமல் அழுகை பிசிறிப்போய் கேவியிருக்கிறேன். இப்போது நினைத்தால் ச்சே மிஸ் பண்ணிட்டோமே என்று தோன்றுகிறது. அவர் மரணமடைந்த பின்னரும் கூட அவரது மகளோடு எங்கள் குடும்பத்திற்குத் தொடர்பிருந்தது.

செம்பை வைத்தியநாத பாகவதர் சிறந்த குருவாயூரப்ப பக்தரும்கூட. செம்பை கிராமத்தில் இவர் வீட்டிற்கெதிரே ஒரு கிருஷ்ணன் கோவில் உண்டு. இவரது வீட்டு ஹாலில் உள்ள ஊஞ்சலில் அமர்ந்து ஆடியபடி எதிரில் உள்ள கோவிலின் கோடி மரமும் கருவறையும் அதனுள்ளிருக்கும் கிருஷ்ணனையும் தரிசிக்கலாம். நான் அவரது செம்பை கிராம வீட்டிற்கும் சென்று அவர் அமர்ந்த அதே ஊஞ்சலிலும் அமர்ந்து ஆடி, எதிரில் உள்ள கிருஷ்ணன் கோவிலை தரிசிக்கும் பாக்யமும் எனக்குக் கிடைத்திருக்கிறது.

சங்கீத வித்வான்களுள் மிகுந்த தெய்வபக்தியும் ஆசார அனுஷ்டானங்களும் கொண்டவராகத் திகழ்ந்தவர் செம்பை

வைத்தியநாத பாகவதர். ஒருமுறை கள்ளிக்கோட்டையில் அவருடைய கச்சேரி இருந்தது. நிகழ்ச்சி ஆரம்பமாவதற்கு சற்று முன்னால் திடீரென்று அவருக்குத் தொண்டை கட்டிக்கொண்டது. பாடுவது கஷ்டமென்று உணர்ந்தார். நாள்பூராக நன்றாயிருந்த குரல் திடீரென்று ஏன் இப்படி ஆயிற்று என்று திகைத்த செம்பை பாகவதர், 'இன்று என்ன திதி?'என்று விசாரித்தார். கார்த்திகை மாதம் சுக்ல பட்ச ஏகாதசி என்று பஞ்சாங்கத்தைப் பார்த்துசொன்னார்கள். பிறகுதான் செம்பைக்குப் புரிந்தது. கார்த்திகை மாத சுக்ல பட்ச ஏகாதசியன்று குருவாயூர் சன்னதியில் பாடுவதை பலகாலமாக விரதமாகக் கொண்டிருந்தவர் அவர். அன்று அதை மறந்ததை நினைத்து வருந்தி,கச்சேரி ஏற்பாடு செய்தவரிடம் அனுமதி பெற்று,காரில் குருவாயூருக்குப் போனார். சுவாமி சன்னதியில் பாடியபோது அவரது சாரீரம் சரியாகிவிட்டது. இன்றும்கூட குருவாயூர் ஏகாதசி சமயம் செம்பை சங்கீதோல்சவம் நடைபெறுவது வழக்கம்.

மற்றொரு முறை செம்பை பாகவதருக்கு தீராத வயிற்று வலியும், வயிறு சம்பந்தப்பட்ட பிரச்சனைகளும் இருந்தது. அச்சமயம் அவர் கூடல்மாணிக்கம் கோவிலைப்பற்றி கேள்விப்பட்டு உடனே அங்கு சென்றார். அங்கே 101 வழுதனங்காய் சமர்ப்பித்து வழிபட்டு அவற்றை சிறிதளவு பிரசாதமாகப் பெற்று உண்டார். அவரது வயிற்று வலியும் உபாதைகளும் தீர்ந்தன.

ஆமாம் அதென்ன வழுதனங்காய்? வேறொன்றுமில்லை கத்திரிக்காயைத்தான் அங்கு அப்படி சொல்கிறார்கள்.

இனி வழுதனங்காயில் செய்யப்படும் மெழுக்கு பெரட்டியைப் பார்ப்போம்.

✲ ✲ ✲

# 121) வழுதனங்கா (கத்திரிக்கா) மெழுக்கு பெரட்டி

## தேவையான பொருட்கள்:

கத்திரிக்காய் – அரை கிலோ

கடுகு – 1 சிறிய ஸ்பூன்

உளுத்தம்பருப்பு - ஒரு ஸ்பூன்

வரமிளகாய் – 2

தேங்காய் எண்ணெய். – ஒரு டேபிள் ஸ்பூன்

## செய்முறை:

கத்திரிக்காயை நறுக்கி தண்ணீரில் போட்டுவிட்டு அடுப்பைப் பற்றவைத்துக் கொள்ளவும். சிறிது எண்ணெய் ஊற்றி கடுகு, உளுந்து மிளகாயைத் தாளித்து, அதில் நறுக்கிய கத்திரிக்காயை நன்கு பிழிந்தெடுத்து போட்டு, தேவையான உப்பும், மஞ்சள் தூளும் சேர்த்து வதக்கவும். பாதி வெந்த பிறகு மீதமிருக்கும் எண்ணெயும் விட்டு கைவிடாமல் கிளற வேண்டும். கத்திரிக்காய் நன்கு வெந்து வதங்கி ஒன்றோடொன்று ஒட்டாமலிருக்கும் போது அடுப்பை அணைத்து விடலாம். இந்த மெழுக்குபெரட்டியின் சிறப்பே அதில் வீசும் தேங்காய் எண்ணெயின் வாசனைதான்.

✲ ✲ ✲

# 122) நெய்ப் பாயசம் (அரவணைப் பாயசம்)

எங்களது அடிமக்காவு (குலதெய்வம்) காவச்சேரி பரக்காட்டு பகவதி. பாலக்காட்டிலிருந்து திருச்சூர் செல்லும் வழியில் நாற்பது நிமிட தூரத்தில் உள்ளது காவச்சேரி பகவதி ஆலயம். என் திருமணமான புதிதில் ஆண்டுதோறும் என் மாமனார் மாமியார் உட்பட அனைவரும் குடும்பத்தோடு அங்கு செல்வது வழக்கம். மிக அழகான கோவில். மிக அழகான பகவதி. எண்பதுகளில் இந்தக்கோவில் மிகச்சாதாரணமாக இருந்தது. குலதெய்வ வழிபாடு செய்பவர்களும், உள்ளூர்க்காரர்களும்தான் இங்கு வந்து செல்வார்கள். உட்கட்டமைப்புகள் எல்லாம் சாதாரணமாகத்தான் இருக்கும். கோவிலில் இருப்பவர்களை என் மாமனாருக்கு நன்கு தெரியும். எப்போது அங்கு வழிபாட்டுக்குச் சென்றாலும் அங்கு பாயசத்திற்கு பணம் கட்டிவிட்டு ஓரிடத்தில் உட்கார்ந்து அவர்களோடு பேசிக் கொண்டிருப்பார். கருவறைக்குப் பின்னால் திடப்பள்ளி இருக்கும். அங்குதான் வெண்கல உருளியில் மணிக்கணக்காய் பாயசம் செய்வார்கள். காலை எட்டுமணிக்கெல்லாம் சென்றுவிடும் நாங்கள், அங்கேயே குளத்தில் குளித்து, அங்கிருக்கும் ஒரு அறையில் உடைமாற்றிக் கொண்டு, பகவதியைத் தரிசனம் செய்வோம். அவளுக்கு பாவாடை சார்த்தி, முடிந்துவைத்த பிரார்த்தனை பணங்களை உண்டியலில் செலுத்தி, பாயசம் தயாராகி நைவேத்தியம் செய்து, கையில் கொண்டுபோயிருக்கும் பெரிய தூக்கில் பாயசத்தைப் பெற்றுக் கொண்டு கிளம்பும்போது உச்சிக் காலமாகியிருக்கும். அங்கிருந்து பாலக்காட்டில் இருக்கும் சின்ன மாமியாரின் வீட்டிற்கு வருவதற்குள் பசி வயிற்றைக் கிள்ளும். சிலநேரம் கோவிலிலேயே அமர்ந்து ஆளுக்குக் கொஞ்சம் பாயசத்தை ருசிபார்த்து விடுவோம். பிரசாத பாயசத்தின் ருசி அருமையாக இருந்தாலும் அதிகம் சாப்பிட முடியாது. திகட்டிவிடும். இனிப்புப் பிரியர்கள் ஆனந்தமாக சாப்பிடுவார்கள்.

இதை அரவணைப் பிரசாதம் என்றும் சொல்வார்கள். அரவணையில் அரிசி முழுவதுமாக வெந்திராது. வாயில் கடுக்முடுக்கென்று அரைபடும். இதை வீட்டில் செய்யும போது குழந்தைகளுக்குப் பிடிக்காமலும் போகலாம். எனவே இதை வீட்டில் எல்லோருக்கும் பிடித்தாற்போல் செய்வதெப்படி என்று பார்ப்போம்.

## தேவையான பொருட்கள்:

அரிசி – ஒரு கப் (சீராக சம்பா அரிசி என்றால் ஒரு நல்ல வாசமிருக்கும்)

வெல்லம் – அதே கப்பில் இரண்டரை கப்

சர்க்கரை – அரை கப்

ஏலக்காய் – 6

முந்திரி அல்லது பல்லு பல்லாக நறுக்கிய தேங்காய் – ஒரு டேபிள் ஸ்பூன்

நெய் – 150 gm

## செய்முறை:

முதலில் அரிசியைக் கழுவி ஒன்றுக்கு மூன்றரை கப் நீர் விட்டு குக்கரில் குழைவாக வேக வைத்துக் கொள்ளவும். வெல்லத்தைக் கரைத்து வடிகட்டி கொதிக்கவிடவும். அதோடு சர்க்கரையையும் சேர்த்துவிட்டு நுரைத்து கொதிக்கும்போது ஏலக்காயைப் பொடித்து சேர்த்துவிட்டு வேக வைத்த அரிசியை நன்கு மசித்து அதில் போட்டு நன்கு கலக்கவும். இரண்டும் ஒன்றோடொன்று நன்கு கலந்துவர வேண்டும். பிறகு சிறிது சிறிதாக நெய் சேர்த்து அடிபிடிக்காமல் நன்கு கிளறவும்.

அதிக கெட்டியாகவும் இல்லாமல், அதிக நீர்க்கவும் இல்லாமல் பளபளவென்று ஒரு பதம் வந்தபின் அடுப்பை அணைத்துவிட்டு, நெய்யில் முந்திரி அல்லது தேங்காய் பல்லுகளை சிவக்க வறுத்து அதில் சேர்க்க வேண்டும். மணமான சுவையான நெய்ப் பாயசம் ரெடி.

# 123) சதசதயப் பாயசம்

பாலக்காட்டின் பல கிராமங்களில் சாஸ்தாப்ரீதி என்னும் பூஜையும் அதைத்தொடர்ந்து ஊர்க்காரர்கள் அனைவருக்கும் விருந்தளிப்பும் நடைபெறும். சபரிமலை செல்வோர் மண்டல விரதம் ஆரம்பித்த உடன் அங்குள்ள சாஸ்தா கோவில்களில் ஒரு மண்டலத்திற்கு நித்ய பூஜைகள் துவங்கும். வேதபாராயணங்கள் முழங்கும். சாஸ்தாவுக்கான சிறப்பு பாடல்கள் பாடப்பெறும். முக்காலமும் பூஜைகள் நடைபெறும். இது மிகப்பெரிய விசேஷமாக அங்கு நடக்கும். இதன் நிறைவுநாளில் நடப்பதுதான் சாஸ்தாப்ரீதி அன்னதானப்பிரபு என்றழைக்கப்படும் ஐயப்பனின் பெயரால் அவருக்கு பூஜைகள் நடத்தி, அவரை வீதி உலா கொண்டு சென்று, மகா தீபாராதனைகள் செய்தபிறகு ஊரில் உள்ள அனைவருக்கும் தலைவாழை இலை போட்டு பிரமாதமான விருந்தளிக்கப்படும். பாலக்காட்டின் புதிய கல்பாத்திக்கு நடுவில் உள்ள கோவிந்தராஜபுரத்தில் அக்ரஹார வீதியிலேயே பந்தல் போட்டு மிகப்பெரிய அளவில் நடந்த சாஸ்தாப்ரீதி விருந்தை நானும் சுவைத்திருக்கிறேன். ஊர்க்காரர்கள் முழுவதும் தங்கள் வீட்டு விருந்து போல ஓடி ஓடிப் பரிமாறுவார்கள். ஒவ்வொரு கிராமத்திலும் ஐயப்ப சேவா சமிதி இதை விமரிசையாக நடத்தும். ஊர்க்காரர்கள் எல்லோரும், அரிசி, பருப்பு வெல்லம் என பொருட்களாகவும், அதோடு பணமாகவும் கொடுப்பார்கள்.

சாஸ்தாப்ரீதிக்கு உலக அளவில். பெயர் போனது நூரணி கிராமம். இதை வேதம் வளர்க்கும் கிராமம் என்பார்கள். ஐயப்பன் இங்கே தர்ம சாஸ்தாவாக பூரண புஷ்கலாம்பா சமேதராக லிங்க வடிவத்தில் இருக்கிறான். ஆண்டுதோறும் கார்த்திகை மாதம் முதல் நாளிலிருந்து 44 நாட்கள் இங்கு மண்டல பூஜைகள் துவங்கும். கிருஷ்ணயஜூர் வேதபாராயணம் நடக்கும். சாஸ்தாப்ரீதியன்று இங்கு செய்யப்படும் பாயசம் மிகச்சுவையானது. இப்பாயசத்தை

சதசதயம் என்பார்கள். சாஸ்தாப்ரீதி பூஜையன்று இப்பாயசம்தான் மகா நைவேத்யமாக ஐயப்பனுக்கு சமர்ப்பிக்கப்படுகிறது. சதம் என்றால் நூறு. சதசதயம் என்றால் நூற்றின் மடங்கு. அதாவது இப்பாயசம் செய்யும்போது நூரணி கிராமத்தில் நூறு தேங்காய்களிலிருந்து பால் எடுத்து நூறு லிட்டர் பாயசம் செய்வார்களாம்.

இனி இதன் செய்முறை பற்றி பார்ப்போம். இந்த சதசதயப் பாயசத்திற்கு இன்னொரு பெயரும் உண்டு. இடிச்சு பிழிஞ்ச பாயசம் என்றும் இதைச் சொல்லலாம். இந்தப் பாயசம் வயிற்றுப் பிரச்சனைகளைத் தீர்க்கும் குணமுடையது என்பார்கள்.

## இதற்குத் தேவையான பொருட்கள் (நான்கு பேருக்கு)

பச்சரிசி - 150 gm (சீரகச் சம்பா அரிசியும் எடுத்துக் கொள்ளலாம்)

வெல்லம் – 400 gm (இனிப்பு கூடுதலாகத் தேவைப்படுபவர் 500 gm சேர்க்கலாம்)

தேங்காய் - பெரியது 1

கதலிப்பழம் அல்லது பூவன் பழம் - 1

ஏலக்காய் 6 (பொடித்தது

நெய் – 5 டீஸ்பூன்

உப்பு – ஒரு சிட்டிகை

வெண்ணை – சிறிதளவு.

## செய்முறை:

முதலில் தேங்காயைத் துருவி அரை கப் சுடுநீர் ஊற்றி அரைத்து முதல் பால் தனியாகவும், பிறகு இரண்டாம் மற்றும் மூன்றாம் பால் தனித்தனியே எடுத்துக்கொள்ள வேண்டும்.

அரிசியை ஒன்றுக்கு மூன்றரை கப் நீர் விட்டு குக்கரில் குழைய வேகவிடவேண்டும்.

வெல்லத்தைக் அரை கப் தண்ணீர்விட்டு கரைத்து வடிகட்டி அடிகனமான உருளி அல்லது வாணலியில் ஊற்றி கொதிக்க வைக்க வேண்டும். அது நன்கு கொதித்து நுரைத்து வரும்போது வேக வைத்த சாதத்தை சற்றே மசித்து அதில் போட்டு, ஒரு சிட்டிகை உப்பும் சேர்த்து நன்கு கிளறிவிட்டு முதலில் மூன்றாம் பாலை அதில் ஊற்றிக் கிளறிக் கொண்டேயிருக்க வேண்டும். பால் நன்கு குறுகி வரும்போது அதில் இரண்டாம் பாலை ஊற்றிவிட்டு கதலிப் பழத்தை தோலுரித்து வட்ட வட்டமாக நறுக்கி அதில் சேர்த்து ஏலக்காய் பொடியும் சேர்க்க வேண்டும். இரண்டாம் பால் ஊற்றிய பாயசம் நன்கு கொதி வந்ததும் அடுப்பை அணைத்து விட்டு முதல் பாலை ஊற்றி நன்கு கலந்து விடவும். பாயசம் ரெடி. (இதற்கு முந்திரிபருப்பு தேவையில்லை. ஆனால் நீங்கள் விரும்பினால் வறுத்து சேர்க்கலாம். ஒருசிலர் இதில் அரை ஸ்பூன் சுக்குப்பொடியும் கூட நறுமணத்திற்காகச் சேர்ப்பார்கள். அது உங்கள் விருப்பம் மட்டுமே. கதலிப்பழத்தின் வாசனை பாயசத்தில் சேர்வதுதான் இதன் சிறப்பு. பலர் கதலிப்பழத்தை முழுதாகப் போட்டு பாயசம் நன்கு கொதித்து முதல் பால் சேர்த்து அடுப்பை அணைத்ததும் கதலிப்பழத்தை அதிலிருந்து எடுத்துவிடுவார்கள். பழத்தை நறுக்கிப் போட்டால் எடுக்கவே வேண்டாம். பாயசத்தோடு சேர்த்து சாப்பிட நன்றாக இருக்கும்.

✲ ✲ ✲

# 124) த்ரிமதுரம்

பாலக்காட்டில் கணபதியான் கோவில்களில் விடியற்காலம் கணபதி ஹோமம் செய்யப்படும்போது நெய்வேத்தியம் செய்யப்பட்டு கொடுக்கப்படும் பிரசாதம் இது. தவிர பகவதி கோவில்களிலும் இது விடியற்கால நேரங்களில் பூஜா பிரசாதத்தோடு ஒரு இலையில் வைத்து சிறிதளவு கொடுப்பார்கள். (எங்கள் குல தெய்வம் காவச்சேரி பகவதி கோவிலில் தவறாமல் இதைப்பெற்று உண்டிருக்கிறேன். குருவாயூரிலும் த்ரிமதுர நெய்வேத்தியம் செய்யப்படுகிறது. அங்கு பிரசாத கவுண்ட்டர்களில் பணம்கட்டி பிரசாதமாகப் பெற்றுக் கொள்ளலாம். பெரும்பாலான கோவில்களில் இது இலவசமாகவே கொடுக்கப்படுகிறது. காலையில் குளித்துவிட்டு கோவிலுக்குச் செல்கிறவர்கள் இதை வெறும் வயிற்றில் சாப்பிட்டுவிட்டுதான் வீட்டுக்கு வந்து காப்பியோ டீயோ குடிப்பார்கள். குழந்தைகளுக்கு மிகவும் நல்லது இது. அவர்களுக்கு இதை வெறும் வயிற்றில் ஒரு ஸ்பூனோ இரண்டு ஸ்பூனோ சாப்பிடக்கொடுத்தால், அவர்களது மூளையின் செயல்பாடு அதிகரிக்கும். தவிர உடலுக்கு வலுவும் புத்துணர்வும் தரும் என்பார்கள். ஒரு ஸ்பூன் திரிமதுரத்தில் ஒரு கிராம் ஃபிரக்டோஸ் ஷுகர் கிடைப்பதுதான் இதற்குக் காரணம். இதில் சேர்க்கப்படும் கல்கண்டு குழந்தைகளின் கபத்தைப் போக்கும்.

இது செய்வதற்கு மிகவும் எளிது. நம் வீட்டிலும் கூட தினசரி காலைநேர பூஜைக்கு இதைப் பிரசாதமாக செய்து குழந்தைகளுக்குக் கொடுக்கலாம்.

## தேவையான பொருட்கள்:

வாழைப்பழம் (கதலி அல்லது பூவன்) 3

தேன் – ஒரு டீஸ்பூன்

டைமண்ட் கல்கண்டு – ஒரு டீஸ்பூன்

காய்ந்த திராட்சை – ஒரு ஸ்பூன்

## செய்முறை:

வாழைப்பழங்களை தோல் உரித்து பொடியாக நறுக்கி ஒரு கிண்ணத்தில் போட்டுக் கொண்டு, அதில் தேன், கல்கண்டு, திராட்சை எல்லாவற்றையும் சேர்த்து கலந்துவிட்டால் த்ரிமதுர பிரசாதம் ரெடி. செய்வதற்கு எளிதான இதன் மருத்தவப் பயன்கள் அதிகம்.

✲ ✲ ✲

# 125) கணபதி ஹோமப் பிரசாதம்

ஒரு அதிசயம் என்னவென்றால் நான் இந்த பிரசாதம் குறித்து எழுத ஆரம்பித்தபோது, பாலக்காடு புதிய கல்பாத்தி மகாகணபதி கோவிலிலிருந்து என் சின்ன மாமியார் இந்தப் பிரசாதத்தை தெரிந்தவர் மூலம் அனுப்பியிருந்தார். அதை வாயிலிட்டு சுவைத்தபடிதான் இதை முழுவதும் எழுதி முடித்தேன். ஜெய் எல்.எம்.ஜி.! (LORD MAHA GANAPATHI)

கல்பாத்தி மகா கணபதி கோவிலில் தினமுமே பிரம்ம முஹூர்த்தத்தில் கணபதி ஹோமம் நடக்கும். யார் வேண்டுமானாலும் யார் பெயருக்கு வேண்டுமானாலும் பெயரும் நட்சத்திரமும் சொல்லி கணபதி ஹோமத்திற்குப் பணம் கட்டலாம். ஹோமப் பிரசாதமாக ஹோம ரட்சையும், நிறையவே மோதகமும், அவல் பொரி பிரசாதமும் தருவார்கள். அந்த அவல் பொரி பிரசாதம் இருக்கிறதே அதை போகவர சாப்பிட்டாலும் ஆசை தீராது. அத்தனை சுவையாக இருக்கும். செய்வதும் மிக எளிது.

வீட்டில் கணபதி ஹோமம் பண்ணும்போதும் இந்த பிரசாதத்தை செய்யலாம். கணபதி ஹோமப் பிரசாதம் செய்வதற்கு எல்லாமே எட்டு என்ற கணக்கில் இருக்கவேண்டும் என்பார்கள்.

எப்படியும் கணபதி ஹோமத்திற்கு கொழக்கட்டையும், நெய்யப்பமும் செய்வீர்கள். அதில் ஒரு எட்டு கொழக்கட்டையையும், எட்டு அப்பமும் தனியே எடுத்து வைத்துக்கொள்ளுங்கள்.

## தேவையான மற்ற பொருட்கள்:

கொப்பரை தேங்காய் – 1 (மெல்லிய பத்தைகளாகக் கீறிக் கொள்ள வேண்டும்)

தட்டை அவல் – எட்டு கைப்பிடி

நெல் பொரி – எட்டு கைப்பிடி

கருப்பு எள்ளு – ஒரு ஸ்பூன் (வறுத்து வைத்துக்கொள்ளவும்)

வெல்லம் – ஒரு கோப்பை

வாழைப்பழ,ம் – மூன்று (ஏலக்கி என்றால் எட்டு பழம் நறுக்கி வைத்துக் கொள்ளலாம்)

சுத்தமான தேன் - ஒரு டேபிள் ஸ்பூன்

பசுநெய் – ஒரு டீஸ்பூன்

ஏலக்காய் – 8 (பொடித்துக் கொள்ளவும்

## செய்முறை:

வெல்லத்தை கால் கிளாஸ் நீரில் கரைத்து வடிகட்டி ஒரு பாத்திரத்தில் விட்டு பாகு வைத்துக்கொள்ளவும். கார்த்திகைக்கு பொரி உருண்டை பிடிப்பீர்களே அந்த அளவுக்கு பாகு பதம் வந்ததும் முதலில் கீறி வைத்திருக்கும் கொப்பரைத் தேங்காயை அதில் போட்டு நன்கு கிளறி விட்டு அவல், நெல்பொரி, கருப்பு எள் இவற்றையும் போட்டு கிளறிவிட்டு அடுப்பை அணைத்துவிடவும். பின்னர் இதில் நறுக்கி வைத்திருக்கும் பழத்தை சேர்க்கவும். தனியே எடுத்து வைத்திருக்கும் எட்டு பூரண கொழுக்கட்டையை முழுதாகவும் போடலாம். அல்லது இரண்டாக நறுக்கியும் போடலாம்., அப்பத்தையும் கட் பண்ணி அதில் சேர்க்கவும். ஏலக்காய்ப் பொடி தூவி தேனையும் ஊற்றி நன்கு கிளறி விடுங்கள். ஹோமத்தில் பூர்ணாஹுதி இடும் போது இந்த பொரியும் இடப்படும். குழந்தைகளுக்கு இந்த பிரசாதம் எந்தக் கெடுதலும் செய்யாது என்பதால் அவர்களுக்கும் கொடுக்கலாம். அவர்களும் விரும்பி உண்பார்கள்.

✯ ✯ ✯

# 126) கணபதி ஹோமத்திற்கான கொழக்கட்டை

இதை இரண்டுவிதமாகச் செய்வார்கள். பூர்ணாகுதியில் இடப்படும் கொழக்கட்டைகள் எண்ணெயில் பொரித்து எடுக்கப்படும். அதில் சிலவற்றைத்தான் மேற்படி அவல் பொரி பிரசாதத்தில் சேர்ப்பார்கள். அதை எப்படி செய்வதென்று பார்ப்போம்.

## செய்முறை:

தேங்காய் – துருவியது ஒரு கோப்பை

கடலைப்பருப்பு – சிறிய கப்

வெல்லம் – ஒரு கோப்பை

ஏலக்காய்ப் பொடி – சிறிது

மைதா மாவு – 150 கிராம்

பொரிப்பதற்கு எண்ணெய் – தேவையான அளவு

## செய்முறை:

கடலைப்பருப்பை வேக வைத்து மசித்துக்கொள்ளவும். வெல்லத்தை சிறிது நீர் விட்டு கரைத்து பாகு வைக்கவும். அதில் தேங்காய் சேர்த்து நன்கு சுருண்டு வரும்போது மசித்து வைத்த கடலைப்பருப்பு, ஏலக்காய் சேர்த்து கெட்டியாக வரும்வரை கிளறவும். மைதா மாவை சிறிது உப்பு போட்டு பஜ்ஜி மாவு பதத்திற்கு கரைத்துக் கொள்ளவும். பூரணத்தை சிறு சிறு உருண்டைகளாக உருட்டி வைத்துக்கொள்ளவும். வாணலியில் எண்ணெய் ஊற்றி அடுப்பில் வைத்து கொதி வந்ததும், உருட்டி வைத்த

உருண்டைகளை மைதாமாவில் முக்கியெடுத்து எண்ணெயில் போட்டு பொறித்தெடுத்து வைக்கவும்.

மற்றொரு விதமான கொழக்கட்டை நாம் பிள்ளையார் சதுர்த்திக்கு செய்வது போல செய்ய வேண்டியதுதான். கொதிக்கும் நீரில் அரிசி மாவு கொட்டி கிளறி, மாவில் செப்பு பிடித்து அதனுள் பூரணம் வைத்து ஆவியில் வேக வைத்து எடுப்பது. இதை நைவேத்யம் செய்து அனைவருக்கும் கொடுப்பார்கள்.

* ——— *

# 18

## குருவாயூர் உற்சவ கஞ்சியும் புழுக்கும்

கும்ப மாசத்தில் வரும் பூய (பூசம்) நட்சத்திரத்தில் ஒவ்வொரு வருடமும் குருவாயூரில் பத்து நாட்கள் உற்சவம் துவங்கி நடைபெறும். குருவாயூர் முழுவதும் அந்த பத்து நாட்களும் விழாக்கோலம் பூண்டிருக்கும். முதல்நாள் கொடியேற்றத்திற்கு அடுத்தநாளில் புகழ்பெற்ற ஆனையோட்டம் நடைபெறும் அங்கு. அதாவது நீண்ட தந்தங்களுடைய யானைகளுக்கிடையே நடக்கும் ஓட்டப் பந்தயம். கிழக்கு நடையில் மஞ்சுளால் என்ற இடத்திலிருந்து கிழக்கு நடை கோபுரவாசல் வரை எந்த யானை முந்திச் செல்கிறதோ அந்த யானைக்கு குருவாயூரப்பனின் உற்சவத் திருமேனியும், திடம்பும் சுமந்து கொண்டு கோவிலுக்குள் சீவேலி வலம்வரும் வாய்ப்பு பரிசாக வழங்கப்படும். இந்த ஆனையோட்டத்தைக் காண்பதற்காகவே வெளியூர்களில் இருந்தெல்லாம் ஆயிரக்கணக்கான மக்கள் இங்கு கூடுவார்கள்.

ஆனையோட்டத்தில் ஆரம்பிக்கும் இந்த உற்சவம் பத்தாம் நாளன்று ஆறாட்டுடன் நிறைவடைகிறது. இரண்டாம் நாள்

ஆனையோட்டத்திலிருந்து ஆரம்பித்து உற்சவம் நிறைவடையும் நாள் வரை நாள்தோறும் கோவிலுக்கு வரும் சுமார் இருபதாயிரம் பேருக்கு கோவிலின் ஊட்டுப்புரையில் (உணவுக் கூடம்) பிரசாத ஊட்டு என கஞ்சியும் புழுக்கும் வயிறு நிறைய அளிக்கப்படும். இதற்காக இந்த பத்து நாட்களும் அங்கு பயன்படுத்தும் பொருட்களின் அளவைக் கேட்டால் மலைத்துப் போவீர்கள். இந்த பத்து நாட்களில் வருகிற அனைத்து பக்தர்களுக்கும் வயிறார காலைநேரக் கஞ்சி தயாரிக்க மூவாயிரம் முதல் நான்காயிரம் கிலோ புழுங்கலரிசி உபயோகிக்கப்படும். இரவு உணவுக்கும் இதே அளவு அரிசி உபயோகிக்கப்படும். இந்த பத்துநாளில் உப்பு மட்டும் இரண்டாயிரத்து ஐநூறு கிலோவும், நூற்றுக்கணக்கான கிலோ. மிளகாய், கடுகு, கறிவேப்பிலை, ஏழாயிரம் கிலோ வெளிச்செண்ணெய், ஒன்பதாயிரம் கிலோ பப்படம், இருபதாயிரம் கிலோவுக்கு மேல் தயிர், ஆயிரக்கணக்கான கிலோ பூசணி, பத்தாயிரம் கிலோ வரை வெள்ளைப் பூசணி, இரண்டாயிரம் கிலோவுக்கு மேல் வெள்ளரிக்காய் ஐந்தாயிரம் கிலோ வெல்லம், பதினைந்தாயிரம் தேங்காய்கள், சமைக்க உதவும் விறகு மட்டும் ஒன்றரை லட்சம் கிலோ, லட்சக்கணக்கான வாழையிலைகள் என இப்படி மலைக்க வைக்கும் அளவுக்கு அந்த பத்து நாட்களில் உபயோகிக்கப்படுகிறதென ஒரு புள்ளி விவரம் கூறுகிறது.

இப்படிப்பட்டதொரு புகழ்மிக்க உற்சவத்தில் எதனால் பக்தர்களுக்கு கஞ்சியும் புழுக்கும் அளிக்கப்படுகிறது என்று யோசித்தால் அதற்கும் காரணமுள்ளது. மகாபாரதத்தில் விதுரர் வீட்டுக்கு வரும் பகவான் கிருஷ்ணருக்கு விதுரர் அன்போடு அரிசிக் கஞ்சி தயாரித்து அளிக்க அவரும் அதை மிகவும் பிரியமாக உண்டு ரசித்திருக்கிறார். அதன் காரணமாகத்தான் கஞ்சி பிரசாதமாக அளிக்கப்படுகிறதோ என்று தோன்றுகிறது. சரி. இனி இந்த பிரசாதக் கஞ்சியும், புழுக்கும் எப்படி தயாரிப்பதென்று பார்ப்போம். இங்கு உற்சவ சமயத்தில் அளிக்கப்படும் இரவு உணவில் சாதத்தில் ஊற்றி சாப்பிடக் கொடுக்கப்படும் காளன் பற்றி ஏற்கனவே விருந்து சமையலில் கூறியிருக்கிறேன்.

✲ ✲ ✲

# 127) குருவாயூர் உற்சவக் கஞ்சி

## தேவையான பொருட்கள்:

புழுங்கலரிசி.- ஒரு கோப்பை (முழுதாகவும் இருக்கலாம் உடைத்த நொய்யாகவும் இருக்கலாம்)

தண்ணீர் – ஆறு கோப்பை

உப்பு தேவையான அளவு

## செய்முறை:

அரிசியைக் களைந்து ஒன்றுக்கு ஆறு என்ற அளவில் நீர் விட்டு தேவையான உப்பும் போட்டு குக்கரில் வைத்து ஏழெட்டு சவுண்டு விடவும். (விருப்பமுள்ளவர்கள் அதில் சுக்கு தட்டி போட்டுக் கொள்ளலாம்)

✲ ✲ ✲

# 128) புழுக்கு

பொதுவாக புழுக்கு செய்ய கிழங்கு வகைகளும், ஊறவைத்த பயறு, காராமணி, கடலை போன்றவற்றையும் சேர்த்து செய்தால் அவற்றின் சுவை கூடும். காய்வாட்டாக உள்ள சக்கையிலும் புழுக்கு செய்யலாம். மரச்சீனி கிழங்கு எனப்படும் மரவள்ளி கிழங்கில் செய்யப்படும் புழுக்கு தனிச்சுவை கொண்டதாக இருக்கும். தவிர, சேனை, சேம்பு, கூர்க்கங்கிழங்கு, காவத்தங் கிழங்கு, பிடிகருணை இவையும் நன்றாக இருக்கும். தனிக்காயிலும் செய்யலாம். பல காய்கள் சேர்த்தும் செய்யலாம். எதில் செய்தாலும் செய்முறை ஒன்றுதான். கிழங்கு வகைகள் வேண்டாமெனத் தோன்றினால், மத்தன் (மஞ்சள் பூசணி), வாழைக்காய், கொள்ளு அல்லது காராமணி, அல்லது கொண்டைக்கடலை சேர்த்தும் செய்யலாம்.

## தேவையான பொருட்கள்:

மரவள்ளிக்கிழங்கு (கப்பக்கிழங்கு) – நறுக்கிய துண்டுகள் ஒரு கோப்பை

தோல் நீக்கிய சேப்பங்கிழங்கு – ஒரு கோப்பை

நேந்திரங்காய் – ஒன்று

சேனை – நறுக்கியது ஒரு கோப்பை

வெள்ளை காராமணி – 100 gm

தேங்காய் துருவல் – கால் கப்

பச்சை மிளகாய் – 2 அல்லது 3 (பொடியாக நறுக்கிக் கொள்ளவும்

கடுகு – ஒரு ஸ்பூன்

சீரகம் – ஒரு ஸ்பூன்

மஞ்சள் தூள் – அரை ஸ்பூன்

கறிவேப்பிலை – இரண்டு கொத்து

வெளிச்செண்ணெய் – இரண்டு டேபிள் ஸ்பூன்

## செய்முறை:

கிழங்கு வகைகளை நன்கு கழுவி அவற்றையும், ஊறவைத்த காராமணியையும் குக்கரில் தனித்தனி தட்டுகளில் வைத்து வேகவைத்துக் கொள்ளவும். ஒரு வாணலியில் நறுக்கிய நேந்திரங்காய்த் துண்டுகள், மற்றும் சேனையை கொஞ்சம் மஞ்சள் தூள் சேர்த்து நீர் விட்டு வேகவிடவும்.

வாணலியில் உள்ள சேனை, மற்றும் வாழைக்காய் நன்கு வெந்ததும், குக்கரில் வேக வைத்தவைகளையும் எடுத்து வாணலிக் காய்களோடு சேர்த்து, தேவையான உப்பு போட்டு கிளறிவிட்டு ஒன்றும் பாதியுமாக எல்லாவற்றையும் மசித்துவிடவும். பிறகு துருவிய தேங்காயையும் ஒரு டேபிள் ஸ்பூன் வெளிச்செண்ணெயும் அதனோடு சேர்த்து கலந்துவிடவும்.

தாளிப்பு கரண்டியில் ஒரு ஸ்பூன் வெளிச்செண்ணெய் ஊற்றி அது சுட்டதும் கடுகு, சீரகம், கறிவேப்பிலை, தாளித்து அதில் சேர்த்து கலக்கவும்.

நீர் சத்து நிறைந்த கஞ்சிக்கு இந்த கெட்டியான புழுக்கும், ஏதேனும் ஊறுகாயும் தொட்டு சாப்பிடவேண்டும்.

விரத நாட்களில் இந்த புழுக்கில் வெங்காயம், பூண்டு ஆகியவற்றை சேர்க்க மாட்டார்கள். ஆனால் சாதாரண நாட்களில் இந்த புழுக்கில் சாம்பார் வெங்காயம் ஏழெட்டு, நாலு பூண்டு பற்கள் என இவற்றையும் பொடியாக நறுக்கி தாளிப்பில் போட்டு வதக்கிச் சேர்க்கலாம்.

பொதுவாக கேரளத்தில் கற்கடக மாசம் என்று அழைக்கப்படும், கார்த்திகை மாதத்தில் விரதமிருப்பவர்கள் பெரும்பாலும் இரவு

நேரம் கஞ்சியும் அதற்குத் தொட்டுக்கொள்ள புழுக்கோ அல்லது மொளகூஷ்யமோ செய்து கொள்வார்கள். இதுவரை நாம் கஞ்சியோடு சேர்த்து சாப்பிடும் புழுக்கு பற்றி பார்த்தோம். இனி மொளகூஷ்ய வகை பற்றியும் பார்ப்போம்.

✲ ✲ ✲

# 129) வெள்ளைப் பயறு மொளகூஷ்யம்

## தேவையான பொருட்கள்:

வெள்ளைப் பயறு எனப்படும் வெள்ளை காராமணி – நூறு கிராம் (ஊறவைத்துக் கொள்ளவும். அல்லது வறுத்து ஒரு பாத்திரத்தில் வைத்து நீர் விட்டு குக்கரில் வைத்து வேக வைத்துக்கொள்ளலாம்.

நேந்திரங்காய் அல்லது வாழைக்காய் – ஒன்று (பிஞ்சு வாழைக்காய் எனில் தோலோடு கூட நறுக்கிக் கொள்ளலாம். மற்றதெனில் தோல் சீவி சிறிய துண்டுகளாக்கிக் கொள்ளலாம்.

மிளகாய்த் தூள் – ஒரு டீஸ்பூன்

மஞ்சள் தூள் – அரை ஸ்பூன்

உப்பு தேவையான அளவு

மிளகுப்பொடி – ஒரு ஸ்பூன்

## செய்முறை:

வாழைக்காயை நறுக்கி ஒரு வாணலியில் போட்டு கொஞ்சம் நீர் விட்டு, மஞ்சள் பொடி போட்டு வேக வைத்துக்கொள்ளவும். வாழைக்காய் வெந்ததும், குக்கரில் வேக வைத்திருக்கும் காராமணியும் வாழைக்காயோடு சேர்த்துப் போட்டு ஒரு ஸ்பூன் மிளகாய்ப் பொடி, ஒரு ஸ்பூன் மிளகுப்பொடி, கறிவேப்பிலை சேர்த்து கொஞ்சம் நீர் விட்டு நன்கு கொதிக்க விடவும். நன்கு கொதி வந்ததும் காராமணி, வாழைக்காய் இரண்டையும் குழிக்கரண்டியால் ஒன்றும் பாதியுமாக உடைத்து நசுக்கிவிடவும். இதை நீர்க்கவும் செய்யலாம். கொஞ்சம் கெட்டியாகவும் செய்யலாம். நன்கு வற்றவிட்டால் இறுகி கெட்டியாகும். சாதத்தில்

விட்டு பிசைந்து சாப்பிட வேண்டுமென்றால் கொஞ்சம் நீர்க்க இருக்கலாம். கஞ்சிக்கு தொட்டுக்கொள்ள என்றால் கொஞ்சம் கெட்டியாக இருக்கலாம். கடைசியாக கொஞ்சம் கறிவேப்பிலை கிள்ளிப்போட்டு வெளிச்செண்ணெயும் மேலே விடலாம். தாளிப்பெல்லாம் தேவையில்லை இதற்கு.

✲ ✲ ✲

# 130) சேம்பு மொளகூஷ்யம்

## தேவையானவை:

அரை கிலோ சேப்பங்கிழங்கு.

ஒரு ஸ்பூன், மிளகுப்பொடி,

ஒரு ஸ்பூன் மிளகாய்ப் பொடி

உப்பு தேவையான அளவு

கறிவேப்பிலை ஒரு கொத்து

வெளிச்செண்ணெய் – ஒரு டேபிள் ஸ்பூன்

## செய்முறை:

சேப்பங்கிழங்கை குக்கரில் வேகவைத்து தோலுரித்துக் கொள்ள வேண்டும். பிறகு நறுக்கிக் கொண்டு வாணலியில் சிறிது வெளிச்செண்ணெய் விட்டு நறுக்கிய கிழங்கைப் போட்டு ஒரு கிளாஸ் தண்ணீர் விட்டு, மஞ்சள் தூள், உப்பு, மிளகுத்தூள், மிளகாய்த்தூள் சேர்த்து நன்கு கொதிக்கவிட வேண்டும். நடுவே கிழங்கைக் கொஞ்சம் ஒன்றும் பாதியுமாக மசித்துவிட்டால் கொதித்து வற்றி இறுகி ஒரு கெட்டியான கூட்டுமாதிரி ஆகிவிடும். கடைசியில் கொஞ்சம் வெளிச்செண்ணெயும் கறிவேப்பிலையும் சேர்க்கலாம். இதுவும் கஞ்சிக்குத் தொட்டுக்கொள்ள ஒரு சூப்பரான சைடு டிஷ்.

✲ ✲ ✲

# பகவதி சேவை பூஜை

பாலக்காட்டுக்காரரர்கள் பலரும் ஆடி மாதத்திலோ, அல்லது பௌர்ணமியன்றோ, அல்லது கிருஷ்ணபட்ச அஷ்டமியன்றோ வீட்டில் வைத்தோ அல்லது ஏதேனும் பகவதி கோவிலில் வைத்தோ பகவதியாக வழிபாடு செய்யப்படும், பார்வதி, துர்க்கைக்கு செய்யும் பூஜைதான் பகவதி சேவை. என் வீட்டில் நானும் பகவதி சேவை பூஜை செய்திருக்கிறேன். இது மற்ற பூஜைகளைப்போல் இல்லை. தாந்த்ரீக முறைப்படி ஒரு நம்பூதிரியை வைத்து மிகவும் சிரத்தையாகவும், சுத்த பத்தமாகவும் மிகுந்த பக்தியோடும் செய்யப்படவேண்டிய பூஜையாகும். மாலை நேரத்தில் மட்டுமே இந்த பகவதி சேவை பூஜை செய்யப்படும். நம்பூதிரி மிக அழகாய் வர்ணக் கோலம் போட்டு, குத்து விளக்குகளை அதன் நடுவில் வைத்து பலவிதமான மலர்களைக் கொண்டு அலங்கரிப்பார். இந்தக் கோலங்கள்தான் இவற்றின் சிறப்பு. இந்த பிரபஞ்சத்தைக் குறிக்கும் குறியீடாக நடுவில் தாமரை மலர் போல வர்ண மாவுகளால் பத்ம கோலம் போட்டு அதன் நடுவில் மகா சக்தியின் உருவமாக பெரிய குத்து விளக்கை வைப்பார். இந்தக் கோலத்தைச் சுற்றி மேலும் சில பத்ம கோலங்கள் போட்டு பஞ்ச பூதங்களின் உருவமாக அவற்றிலும் குத்து விளக்குகளை வைப்பார். பின்னர் குத்து விளக்குகளைச் சுற்றிலும் கோலத்தின் மீது அழகாக மலர்களால் அலங்கரிப்பார். குத்து விளக்கின் ஐந்து முகங்களும் முத்துச்சுடராக ஏற்றப்பட்டு பூஜை ஆரம்பமாகும். மகா சக்தியானவள் ஜோதி ஸ்வரூபமாக ஆவாகனம் செய்யப்படுவாள்.

பகவதி சேவை பூஜை மிகவும் சக்தி வாய்ந்தது. பல நன்மைகளை அளிக்கக் கூடியது. எதிர்மறை சக்திகளை அழித்து புத்திர பாக்கியம், செல்வ வளம், தேக ஆரோக்கியம் என பலவற்றை அளிக்கும். கிரக தோஷங்களை நீக்கும். மழை வளம் அளிக்கும். சுற்றுப்புறங்களில் உள்ளோருக்கும் நன்மை

அளிக்கும் என்பார்கள். பகவதி சேவை முடியும் தருவாயில் பகவதிக்கு பிரசாதமாக நைவேத்யம் செய்வதற்காக கடுமதுரப் பாயசம்,. மற்றும் உளுந்து வடை செய்யப்படும். கடுமதுர என்றால் மிக இனிப்பான என்று பொருள். கேரளத்தின் அனைத்து பகவதி கோவில்கள், மற்ற கோவில்களில் இந்தப் பாயசம் செய்யப்பட்டு நைவேத்யம் செய்யப்படுகிறது. நெய்ப் பாயசம், அரவணைப் பாயசம் என்றும் இதனைக் கூறலாம். இனி இதை எப்படி செய்வதெனப் பார்ப்போம்

✵ ✵ ✵

# 131) கடுமதுரப் பாயசம்

## தேவையான பொருட்கள்:

சிகப்பு பச்சரிசி – 250 gm

வெல்லம் – 750 gm (அதிக இனிப்பு வேண்டாம் என நினைப்பவர்கள் ஒன்றுக்கு இரண்டு என்ற கணக்கில் எடுத்துக் கொள்ளலாம்.

நெய் – 200 gm

தேங்காய் – பல்லு பல்லாக நறுக்கியது 3 டேபிள் ஸ்பூன் (கொப்பரை தேங்காய் கூட நறுக்கிக் கொள்ளலாம்)

ஏலக்காய்ப் பொடி – அரை ஸ்பூன்

## செய்முறை:

அரிசியை நன்கு கழுவி, ஒன்றுக்கு மூன்று கோப்பை நீர் விட்டு குக்கரில் வைத்து ஐந்தாறு விசில் விடவும்.

வெல்லத்தை பொடித்து அரை கப் நீர் ஊற்றி கரைத்து வடிகட்டி ஒரு வாணலியில் வைத்து கொதிக்க விடவும். வெல்லம் நன்கு நுரைத்து கொதித்ததும், குக்கரில் வைத்திருக்கும் சாதத்தை எடுத்து நன்கு மசித்து வெல்லப்பாகில் சேர்க்கவும். தேவையானால் கொஞ்சம் கூட நீர் சேர்த்து சாதம் வெல்லம் இரண்டையும் கொதிக்க விட்டு நன்கு கிளறிக் கொண்டே இருக்கவும். கிளறும் போதே சிறுக சிறுக நெய் சேர்க்கவும். அதோடு ஏலக்காய்த் தூளும் சேர்த்து விடவும். பாயசம் நன்கு இறுகி நெய் பிரிந்து வரும் போது அடுப்பை அணைத்து விடலாம். பிறகு ஒரு சிறிய

வாணலியில் சிறிது நெய் ஊற்றி, தேங்காய்ப் பல்லுகளை அதில் நன்கு வறுத்து பாயசத்தின் மீது சேர்க்க வேண்டியதுதான்.

பாயசத்தோடு மெதுவடையும் நைவேத்தியம் செய்வது வழக்கம். நைவேத்தியத்திற்கு மெதுவடை செய்யும்போது மிளகு சேர்த்து செய்வது வழக்கம்.

* ——— *

# 19

# சிரார்த்த சமையல்கள்

ஆண்டுக்கொரு முறை முன்னோர்களின் திதியன்று அவர்களை நினைவுகூர்ந்து பித்ருக்களின் ஆசி வேண்டி மிகவும் சிரத்தையாக செய்யப்படுவதாலேயே இதற்கு சிரார்த்தம் என்று பெயர். மிகவும் மடியாக செய்யப்படும் ஒரு வைதீக காரியம் என்பதால் இதற்கான சமையலும் மிகவும் மடியாக, தனித்துவத்தோடு உடலுக்கு கேடு விளைவிக்காத மருத்துவ குணத்தோடு செய்யப்படும். இதற்கென்று சிலவகை உணவுப் பொருட்கள்தான் உபயோகப்படுத்துவார்கள், பாசிப்பருப்பு, உளுத்தம் பருப்பு, புளி, மிளகு சீரகம், இஞ்சி போன்றவையும் அதேபோல காய்கறிகள் என்றால் நாட்டுக் காய்கள் என்று சொல்லப்படும், பாகற்காய், சேப்பங்கிழங்கு, வாழைக்காய், சேனை, அவரைக்காய், புடலங்காய், சர்க்கரைவள்ளிக் கிழங்கு போன்றவற்றை மட்டுமே சமைப்பதற்கு எடுத்துக் கொள்வார்கள். புழுங்கலரிசி உபயோகிக்க மாட்டார்கள். பச்சரிசிதான். சிரார்த்த

சமையலுக்கென்று அரிசி உட்பட அனைத்து மளிகைப் பொருட்களையும், காய்கறிகளையும் புதியதாக கடையிலிருந்து வாங்கி தனியே வைத்துக் கொள்வாள் என் அம்மா.

முன்பெல்லாம் தெவச சமையலில் மூன்று அல்லது ஐந்து கறி, இரண்டு கூட்டு, என்றெல்லாம் சமைப்பதுண்டு, தவிர, எள்ளுருண்டை, சுகியன், உப்பிட்டு எனப்படும் தேங்காய் போளி, திரட்டுப்பால், தேன்குழல், அப்பம், வடை என்று நிறைய ஐட்டங்களை ருசி பார்க்காமல் மடியாகச் செய்வார்கள். இப்போதெல்லாம் தெவச சமையல் ஐட்டங்களின் எண்ணிக்கை சற்று குறைந்துவிட்டது. செய்து வைக்கும் வைதீகர்களுக்கென்று தனியே ஒரு சமையல் வேறு நடக்கும்.

சிரார்த்த சமையல்கள் எல்லாவற்றிலும் சேர்த்து உபயோகிப்பது போல் முதலில் முன்னேற்பாடுகளாக சிலவற்றைத் தயாரித்து தயாரித்து வைத்துக்கொண்டால் பாதி வேலை ஆனாற்போலதான் அவை என்னென்ன என்பதை முதலில் பார்ப்போம்.

## தேவையான பொருட்கள்:

மிளகு – இரண்டு டேபிள் ஸ்பூன்

சீரகம் – இரண்டு டேபிள் ஸ்பூன்

உளுத்தம் பருப்பு – மூன்று டீஸ்பூன்

பச்சரிசி – நான்கு டேபிள் ஸ்பூன்

கறிவேப்பிலை – ஏழெட்டு கொத்து உருவியது.

## செய்முறை:

மேற்படி பொருட்களைத் தனித்தனியே நன்கு வறுத்துக் கொள்ள வேண்டும். பிறகு மிளகு சீரகம் இவற்றை மட்டும் தனியே மிக்சி ஜாரில் போட்டு பொடித்து தனியே வைத்துக்கொள்ள

வேண்டும். அதேபோல அரிசி, உளுந்து, கறிவேப்பிலை இவை மூன்றையும் ஒன்றாகப் போட்டு ரவை பதத்தில் கொரகொரப்பாக பொடித்து தனியே வைத்துக்கொள்ள வேண்டும்.

அடுத்ததாக பெரிய தேங்காய் ஒன்றை உடைத்து இரண்டு மூடிகளையும் பூமாதிரி துருவி வைத்துக்கொள்ள வேண்டும். பிறகு வாணலியில் கொஞ்சம் வெளிச்செண்ணெய் விட்டு, குழம்பு, ரசம், கறி, கூட்டு எல்லாவற்றிற்கும் சேர்த்து, கடுகு, உடைத்த உளுந்து, கறிவேப்பிலை இவற்றை மொத்தமாகத் தாளித்து அதோடு தேங்காய் துருவல் முழுவதையும் போட்டு நன்கு சிவக்க வறுத்து தனியே எடுத்து வைத்துக்கொள்ள வேண்டும்.

அரைமூடி தேங்காயைத் துருவி, வெறும் கறிவேப்பிலை மட்டும் போட்டு கொஞ்சம் நீர் விட்டு தனியே அரைத்து எடுத்து வைத்துக் கொள்ளவும்.

உங்கள் சமையலுக்கு வேண்டிய அளவு பாசிப்பருப்பை சிவக்க வறுத்து ஒருமுறை கழுவி அனைத்திற்கும் சேர்த்து மொத்தமாக வேக வைத்து தனியே எடுத்து வைத்துக்கொள்ள வேண்டும். இப்படி சில முன்னேற்பாடுகள் சமைக்க ஆரம்பிப்பதற்கு முன்பு செய்து வைத்துக் கொண்டால் சிரார்த்த சமையலை விழி பிதுங்காமல் செய்து முடித்து விடலாம்.

சிரார்த்த சமையல்களில் காய்ந்த மிளகாய், துவரம் பருப்பு இவற்றை சேர்க்க மாட்டார்கள். பாசிப்பருப்பு, மிளகு, சீரகம் இவைதான் குழம்பு, ரசம், என அனைத்திலும் சேர்க்கப்படும். கறிவகைகளிலும் கூட மிளகு சீரகம் மற்றும் வறுத்த அரிசிப் பொடிதான் சேர்ப்பார்கள். உடலுக்கு எந்தக் கெடுதலும் செய்யாதவை இவை.

முதலில் உங்கள் வீட்டுப் பெரியவர்களிடம் என்னென்ன காய்கள் தெவசத்திற்கு எடுத்துக்கொள்வார்கள், என்ன காயில் குழம்பு, கூட்டு மற்றும் கறி வகை செய்வார்கள் என்று தெரிந்து வைத்துக் கொள்ளுங்கள். நான் இங்கு எங்கள் வீட்டில் எப்படிச் செய்வார்களோ அதை எழுதுகிறேன். எந்தக் காய் எடுத்துக்

கொண்டாலும் குழம்பு, கூட்டு, கறி, ரசம் இவற்றின் செய்முறை ஒன்றுதான்.

என் மாமியார் வீட்டில் குழம்புக்கு பாகற்காய் பிட்ளை செய்வது வழக்கம். இது சாதாரண நாட்களில் செய்யப்படும் பிட்ளை அல்ல. இதை எப்படி செய்வதென்று முதலில் பார்ப்போம்

✲ ✲ ✲

# 132) சிரார்த்த பாகற்காய் பிட்ளை

## தேவையான பொருட்கள்:

பாகற்காய் – பெரியது இரண்டு

பாசிப்பருப்பு – வேக வைத்தது ஒரு கோப்பை

புளி – எலுமிச்சை அளவு

உப்பு தேவையான அளவு

பெருங்காயம் – சிறிது

வெல்லம் – சிறிது

மஞ்சள் பொடி – அரை ஸ்பூன்

மிளகு சீரகப்பொடி – மூன்று டீஸ்பூன் (ஏற்கனவே பொடித்து வைத்திருப்பீர்கள்)

வறுத்த அரிசி, கறிவேப்பிலைப் பொடி – மூன்று டீஸ்பூன்

வறுத்த தேங்காய், தாளிப்பு – நான்கு டேபிள் ஸ்பூன்

## செய்முறை:

பாகற்காயை நறுக்கி மோரில் போட்டு நன்கு அலசிப் பிழிந்து வாணலியில் கொஞ்சம் மஞ்சள் தூள், சேர்த்து தண்ணீர் விட்டு வேக வைத்துக்கொள்ள வேண்டும்.

புளியைக் கரைத்துக் கொள்ளவும் வாணலியில் புளிக்கரைசலை ஊற்றி சிறிது வெல்லம், தேவையான உப்பு சேர்த்து பச்சை வாசனை போகுமளவுக்கு கொதிக்கவிடவும். பிறகு வெந்து வைத்திருக்கும் பாகற்காயை அதில் சேர்த்து, அதோடு பாசிப்பருப்பு சேர்த்து நன்கு கலந்து தேவையென்றால் சிறிதுகூட

நீர் சேர்த்து கொதிக்கவிடவும். பிறகு மிளகு சீரகப்பொடி, அரிசிப்பொடி, தாளிப்போடு வறுத்து வைத்திருக்கும் தேங்காய் இவற்றையெல்லாம் சேர்த்து நன்கு கிளறி வேறு பாத்திரத்திற்கு மாற்றி மூடிவிடவும்.

✲ ✲ ✲

# 133) சிரார்த்த ரசம்

## தேவையான பொருட்கள்:

புளி – பெரிய நெல்லிக்காய் அளவு

உப்பு தேவையான அளவு

மிளகு சீரகப்பொடி – இரண்டு டீஸ்பூன்

தாளிப்போடு சேர்த்து வறுத்த தேங்காய் – ஒரு டேபிள் ஸ்பூன்

மஞ்சள் தூள் – அரை ஸ்பூன்

வெல்லம் – சிறிது

உப்பு தேவையான அளவு

## செய்முறை:

புளியை நன்கு கரைத்து வாணலியில் விட்டு மஞ்சள் தூளும் உப்பும், வெல்லமும் சேர்த்து கொதிக்க வைக்கவும். பாதி கொதித்ததும், மிளகு சீரகப்பொடி, மற்றும் தாளிப்பும், வறுத்த தேங்காயும் சேர்த்து இன்னும் சிறிது நீர் தேவையென்றால் சேர்த்து நுரைத்து பொங்கி வரும்வரை கொதிக்கவிட்டால் போதும். சிரார்த்த சமையலில் கொத்தமல்லி சேர்க்க மாட்டார்கள். கறிவேப்பிலை மட்டும்தான்.

✲ ✲ ✲

# 134) சிரார்த்த கறி

கறிவகைகளில் வாழைக்காய் மிக முக்கியம். மூன்று வகை கறி என்றால், வாழைக்காய், சேப்பங்கிழங்கு, அவரைக்காய் அல்லது சேனை இவற்றை செய்யலாம். எல்லாவற்றிற்கும் செய்முறை ஒன்றுதான். சேப்பங்கிழங்கு என்றால் முதலிலேயே கிழங்கை குக்கரில் வேகவைத்து தோலுரித்து வைத்துக்கொள்ள வேண்டும்.

## தேவையானவை

வாழைக்காய் – இரண்டு

மிளகு ஜீரகப் போடி – ஒரு டேபிள் ஸ்பூன்

தாளிப்புடன் வறுத்த தேங்காய் – ஒரு டேபிள் ஸ்பூன்

## செய்முறை

வாழைக்காயை தோல் நீக்கி நறுக்கி மஞ்சள் பொடியும் நீரும் சேர்த்து வேக வைத்துக்கொள்ள வேண்டும். வெந்த காயில் கொஞ்சமாக நீர் இருக்கும்போதே அதில் பொடித்து வைத்த அரிசிப்பொடி, கொஞ்சம் மிளகு ஜீரகப்பொடி, தேவையான உப்பு, தாளிப்போடு வறுத்த தேங்காய் ஒன்றரை டேபிள் ஸ்பூன் சேர்த்து நன்கு கலந்து வதக்கி ஒரு பாத்திரத்தில் எடுத்துவைத்து மூடவும். மூன்றுவித காய்களில் எந்த கறிவகை செய்தாலும் செய்முறை இதுதான்.

✲ ✲ ✲

# 135) சிரார்த்த கூட்டு

## தேவையானவை

புடலங்காய் – நறுக்கியது ஒரு கோப்பை

சேனை – தோல் சீவி நறுக்கி கழுவியது ஒரு கோப்பை

வேகவைத்த பாசிப்பருப்பு – இரண்டு கரண்டி

மிளகு சீரகப் போடி – இரண்டு டீஸ்பூன்

தாளிப்போடு வறுத்த தேங்காய் – இரண்டு டேபிள் ஸ்பூன்

அரிசிப் பொடி – ஒரு டேபிள் ஸ்பூன்

அரைத்த தேங்காய் விழுது – இரண்டு டேபிள் ஸ்பூன்

## செய்முறை:

நறுக்கி கழுவிய சேனையை ஒரு வாணலியில் கொஞ்சம் மஞ்சள் தூளும், தண்ணீரும் சேர்த்து வேகவிடவும். சேனை பாதி வெந்ததும் அதோடு நறுக்கிய புடலங்காயும் சேர்த்து தேவையான உப்பும் சேர்த்து இரண்டையும் வேகவிடவும். இரண்டும் நன்கு வெந்ததும், அதில் பாசிப்பருப்பு, அரைத்த தேங்காய் விழுது, மிளகு சீரகப்பொடி, வறுத்த தாளிப்பு தேங்காய், அரிசிப்பொடி அனைத்தும் சேர்த்து நன்கு கிளறிவிட்டு ஒரு கொதி வந்ததும் வேறு பாத்திரத்திற்கு மாற்றவும்.

எந்த காய்கள் சேர்த்து கூட்டு செய்தாலும் இதே செய்முறைதான்.

✲ ✲ ✲

# 136) சிரார்த்த மோர்க்குழம்பு

என் அம்மா சிரார்த்தத்திற்கு மோர்க்குழம்புதான் செய்வாள். அதன் செய்முறையும் பார்த்து விடுவோம்.

## தேவையானவை:

தயிர் – இரண்டு கோப்பை

மஞ்சள் தூள்

மிளகு சீரகப்பொடி – இரண்டு டீஸ்பூன்

அரிசிப்பொடி- ஒரு டேபிள் ஸ்பூன்

தேங்காய் அரைத்த விழுது – ஒரு சிறிய கப்

சேப்பங்கிழங்கு வேக வைத்து உரித்தது – 10 (இரண்டாக நறுக்கிக் கொள்ளவும்

## செய்முறை:

தயிரில், மிளகு சீரகத் தூள், உப்பு, மஞ்சள் பொடி, அரிசிப்பொடி சேர்த்து கொதிக்கவிடவும். பச்சைவாசனை போனதும், வெந்து நறுக்கி வைத்திருக்கும் சேப்பங்கிழங்கு துண்டுகளையும், தாளிப்பு தேங்காயையும் சேர்த்து ஒரு கொதிவிட்டு மேலே சிறிது கறிவேப்பிலை கிள்ளிப்போட்டு இறக்கி மூடிவைக்கவும்.

✲ ✲ ✲

# சிரார்த்த பச்சடி

இரண்டுவிதமான பச்சடி செய்யலாம்

## 137) தயிர்ப்பச்சடி

### தேவையானவை

வெள்ளரிக்காய் பொடியாக நறுக்கியது – ஒரு சிறிய கப்

தயிர் – சிறிய கப்

தேங்காய், கறிவேப்பிலை, சிறிது கடுகு சேர்த்து அரைத்த விழுது – இரண்டு டேபிள் ஸ்பூன்

உப்பு தேவையான அளவு.

### செய்முறை:

இந்த பச்சடிக்கு காரம் ஏதும் தேவையில்லை. மேற்படி பொருட்களை எல்லாம் ஒன்றாகக் கலந்துவிட வேண்டியதுதான். கடுகு மட்டும் தாளிக்கலாம்.

✲ ✲ ✲

# 138) புளிப்பச்சடி

## தேவையானவை:

புளி – நெல்லிக்காய் அளவு

சேனை – நறுக்கியது சிறிய கப் (பாகற்காயிலும் கூட செய்யலாம்)

உப்பு – தேவையான அளவு

மஞ்சள் தூள் – சிறிது

வெல்லம் – சிறிது

தேங்காய் துருவல் – அரை கப்

தாளிக்க கடுகு, கறிவேப்பிலை

## செய்முறை:

புளியை ஒட்டக் கரைத்துக் கொள்ளவும். சேனை அல்லது பாகற்காயை மஞ்சள் பொடி போட்டு நீர் விட்டு வேக வைத்துக் கொள்ளவும். அது வெந்ததும், புளிக்கரைசலை ஊற்றி உப்பு, வெல்லம் சேர்த்து பச்சை வாசனை போகும்வரை கொதிக்க விடவும். தேங்காய், கறிவேப்பிலை, கால் ஸ்பூன் கடுகு இவற்றை அரைத்து எடுத்துக்கொள்ளவும். அரைத்த கலவையை அதில் கொட்டிக் கலந்து கொதிக்கவிட்டு கடுகு கறிவேப்பிலை தாளிக்கவும்.

✲ ✲ ✲

# 139) சிரார்த்த தொகையல்

சிரார்த்தத்திற்கு பொதுவாக கறிவேப்பிலை, இஞ்சி தொகையல் செய்வது வழக்கம்.

## தேவையானவை

கறிவேப்பிலை உருவி சுத்தம் செய்தது ஒரு கப்

இஞ்சி ஒரு துண்டு தோல் சீவி நறுக்கி வைத்துக்கொள்ள வேண்டும்.

உளுத்தம் பருப்பு – ஒரு டேபிள் ஸ்பூன்

தேங்காய் – துருவியது ஒரு கப் (இதை சிவக்க வறுத்துக்கொள்ள வேண்டும்.

கருப்பு எள் – ஒரு டீஸ்பூன்

உப்பு தேவையான அளவு

மிளகு – ஐந்து

புளி – சிறிய நெல்லிக்காயளவு

## செய்முறை:

உளுத்தம் பருப்பு, எள் இரண்டையும் தனித்தனியே வறுத்துக்கொள்ள வேண்டும்.

மிக்ஸி ஜாரில் முதலில் உளுத்தம்பருப்பு எள் தேங்காய் வறுத்ததில் பாதியளவு போட்டு சிறிது அரைத்த பின் அதில் கறிவேப்பிலை, இஞ்சி, புளி உப்பு இவற்றையும் சேர்த்து ஒரு கை நீர் தெளித்து கெட்டியாக அரைத்து எடுத்துக்கொள்ளவும். வறுத்து வைத்திருக்கும் மிச்சத் தேங்காயும் இதனோடு சேர்த்து கலக்கவும்.

✲ ✲ ✲

# 140) எள்ளுருண்டை

## தேவையானவை

கருப்பு எள் – ஒரு ஒரு சிறிய கப்

வெல்லம் – அதே அளவு சிறிய கப் பொடித்தது

நெய் அரை ஸ்பூன்

## செய்முறை:

எள்ளை நன்கு வறுத்துக்கொள்ள வேண்டும். வெல்லத்தை கெட்டிப் பாகு வைத்துக்கொண்டு வறுத்த எள்ளை அதில் போட்டு கிளறினால் இறுகிவிடும். சிலர் எள்ளை சற்றே பொடித்துக் கொண்டும் பாகில் போடுவார்கள். அரை ஸ்பூன் நெய் மட்டும் மேலே ஊற்றி உருண்டை பிடிக்கவும்.

✲ ✲ ✲

# 141) சுகியன்

ஏற்கனவே சுகியன் செய்வது பற்றி எழுதியிருக்கிறேன். உளுந்தை ஊறவைத்து தோசைமாவு போல அரைத்துக்கொள்ள வேண்டும்

கடலைப்பருப்பை வேக வைத்து மசித்துக்கொள்ள வேண்டும்.

தேங்காய் துருவியதை வெல்லப்பாகில் போட்டு நன்கு வதக்க வேண்டும். அதோடு மசித்து வைத்த கடலைப் பருப்பையும் சேர்த்து கெட்டியாக வதக்கிக்கொள்ள வேண்டும். இதுவே பூரணம். இதை சிறு உருண்டைகளாகப் பிடித்து அரைத்து வைத்திருக்கும் உளுந்து மாவில் முக்கி எண்ணெயில் போட்டு பொரித்தெடுக்க வேண்டும்.

✲ ✲ ✲

## 142) அப்பம்

இதன் செய்முறையும் ஏற்கனவே கூறியுள்ளேன்.

## தேன்குழல்

### தேவையானவை

அரிசி மாவு – ஒரு கோப்பை

வெண்ணெய் – ஒரு டீஸ்பூன்

வறுத்துப் பொடித்த உளுத்தம் பொடி – ஒரு டீஸ்பூன்

மிளகு ஜீரகப்பொடி – ஒரு ஸ்பூன்

பெருங்காயம் – சிறிது

உப்பு தேவையான அளவு

சுடு நீர் – அரை கோப்பை

பொரிப்பதற்கு எண்ணெய்

### செய்முறை:

அரிசிமாவில், வெண்ணெய், மிளகு சீரகம், உளுத்தம் பொடி, உப்பு பெருங்காயத்தூள் இவற்றைப் போட்டு லேசான சூடுள்ள நீரை சிறிது சிறிதாக கலந்து கெட்டியான முறுக்கு மாவாகப் பிசைந்து கொள்ள வேண்டும். பிறகு தேன்குழல் பிழியும் நாழியில் மாவை அடைத்து கொதிக்கும் எண்ணெயில் பிழிந்து கரகரப்பாக வெந்ததும் எடுக்க வேண்டியதுதான்.

✲ ✲ ✲

# 143) உப்பிட்டு (தேங்காய் போளி)

## தேவையான பொருட்கள்:

மைதா மாவு – இரண்டு கோப்பை (மைதா தேவையில்லை என்பவர்கள் கோதுமை மாவில் செய்யலாம். அல்லது ஒரு கோப்பை மைதா, ஒரு கோப்பை கோதுமை மாவு என்று சேர்த்தும் செய்யலாம்)

மஞ்சள் தூள் – ஒரு ஸ்பூன்

நல்லெண்ணெய் – 6 டேபிள் ஸ்பூன்

உப்பு – அரை ஸ்பூன்

மேற்படி, மாவு, உப்பு, மஞ்சள் தூள் அனைத்தையும் அரை கிளாஸ் சற்று சூடான பால் மற்றும் தண்ணீர் விட்டு சப்பாத்தி மாவு போல தளர நன்கு பிசைந்து அதன மேல் நல்லெண்ணெய் விட்டு காற்று புகாமல் மூடி வைக்கவும்.

## பூரணம்:

சன்னமாகத் துருவிய தேங்காய் துருவல் – இரண்டு கோப்பை (துருவல் பெரிதாக இருந்தால் மிக்சியில் ரெண்டு திருப்பு திருப்பிக் கொள்ளலாம்)

வெல்லம் பொடித்தது – இரண்டரை கோப்பை

கடலைப்பருப்பு – வேக வைத்தது ஒரு கோப்பை (மசித்து வைத்துக் கொள்ளவும்)

ஏலக்காய் பொடி – சிறிது

## செய்முறை:

வெல்லத்தை நீர் விட்டு கரைத்து வடிகட்டி அடுப்பில் வைத்து கொதிக்க விடவேண்டும். அது நுரைத்துக் கொதிக்கும்போது தேங்காயைப் போட்டு அடிபிடிக்காமல் கிளறிக் கொண்டிருக்க வேண்டும். தேங்காய், வெல்லம் இரண்டும் சற்று குறுகி வரும்போது மசித்த கடலைப் பருப்பு, ஏலக்காய்த் தூள் இவற்றையும் சேர்த்து நன்கு கிளறவும். கெட்டியான பூரணம் ரெடியானதும் அடுப்பை அணைத்து விடலாம்.

பிறகு பிசைந்து வைத்திருக்கும் மாவை மீண்டுமொரு முறை எண்ணெயுடன் சேர்த்து நன்கு பிசைந்து சிறு சிறு உருண்டைகளாக எடுத்து ஒரு வாழை இலையில் எண்ணெய் தடவி அதில் சப்பாத்தி மாதிரி கையால் தட்டி நடுவில் பூரண உருண்டை வைத்து நாலாபுறமும் மாவினால் மூடி மீண்டும் தட்டி தோசைக்கல்லில் போட்டு இருபுறமும் கொஞ்சம் நெய் விட்டு திருப்பி போட்டு பொன்னிறமாகும் வரை வேகவிட்டால் சுவையான போளி தயார்.

* * *

இப்போது சிரார்த்தத்திற்குப் பரிமாற வேண்டிய ஐட்டங்களை ஒருமுறை பார்ப்போம்.

1. பாயசம் ( உங்கள் வீட்டில் என்ன பாயசம் வைப்பார்களோ அதை வைக்கலாம். பாசைய வகைகள் பற்றியும் ஏற்கனவே இங்கே எழுதியுள்ளேன்

2. பச்சடி (தயிர்ப் பச்சடி, மற்றும் வெல்லம் போட்டு செய்த மாங்காய் பச்சடி என்று இரண்டுவித பச்சடிகள் செய்யப்பட வேண்டும்)

3. கறிவகைகள் ( இரண்டு வகை கறிகள்)

4. இரண்டு வகை கூட்டுகள்
5. கலத்து பருப்பு (பாசிப்பருப்புதான் இதற்கும்)
6. குழம்பு
7. ரசம்
8. தயிர்
9. இஞ்சி கறிவேப்பிலை தொகையல்
10. மாங்காய் இஞ்சி பொடியாக நறுக்கி உப்பு சேர்த்து வைக்க வேண்டும்)
11. ஏதேனும் இனிப்பு (கேசரி, திரட்டுப்பால் என செய்யலாம்)
12. நெய்யப்பம்
13. போளி
14. வடை
15. தேன்குழல்
16. மாம்பழம், பலாப்பழம், வாழப்பழம் (முக்கனிகளும் சிறிதளவு வைப்பது நன்று)

சாப்பாட்டிற்கு உருக்கிய நெய் இரண்டு மூன்று ஸ்பூன் தொன்னையில் விட்டு இலையின் ஓரத்தில் வைக்கலாம். போளியின் மீது நெய் அல்லது, தேன் அல்லது பால் என ஏதேனும் அவர்கள் விருப்பப்படி பரிமாறலாம்.

அடுத்தாற்போல் அமாவாசைக்கு என்ன காய்கறிகள் எடுக்க வேண்டும், எப்படி சமைப்பதென்று பார்ப்போம். காத்திருங்கள்.

* ——— *

# அமாவாசை சமையல்

**ஹி**ந்துக்களுக்கு அமாவாசை முக்கியமானது. அந்தணர்கள் ஒவ்வொரு அமாவாசையன்றும் தர்ப்பணம் செய்வார்கள். அந்தணரல்லாதவர் கூட அமாவாசையன்று முன்னோர்களுக்கு படையல் வைத்து வழிபடுவார்கள். அன்று உணவில் வெங்காயம், பூண்டு, அசைவம் ஆகியவற்றை சேர்க்க மாட்டார்கள். அந்தணர்கள் அமாவாசையன்று குறிப்பிட்ட காய்கறிகளைத்தான் உணவில் சேர்த்துக் கொள்வார்கள். அமாவாசைக்கும் அந்தக் காய்களுக்கும் தொடர்பிருக்கிறதா எனறால் நிச்சயம் இருக்கிறது. சூரியனும் சந்திரனும் ஒரே நேர்க்கோட்டில் வருவதுதான் அமாவாசை. அப்படி வரும்போது நமக்கு சில பாதிப்பு ஏற்படும். என்னவிதமான பாதிப்பென்றால், மூளைப்பகுதி, நரம்பு, உடலில் உள்ள நீர்ச்சத்து ஆகியவை சற்று பாதிக்கப்படும். இந்த பாதிப்புகளை சரிசெய்யும் சத்துக்கள் என்று பார்த்தால் பொட்டாசியமும் சோடியமும்தான். நமது முன்னோர்கள் எத்தகைய அறிவுஜீவிகள் என்று இதன்மூலம் தெரிந்து கொள்ளலாம். அமாவாசையின்

போது எந்தவகையான பாதிப்பு ஏற்படுமோ, அதனை ஈடுசெய்யத் தேவையான சத்துக்கள் மிகுந்த காய்கறிகளைத்தான் அமாவாசையன்று சமைத்து உண்டு, அந்த பாதிப்பிலிருந்து தங்களைக் காத்துக் கொண்டிருக்கிறார்கள். பாகற்காய், அவரைக்காய், புடலங்காய், கொத்தவரைக்காய், வாழைக்காய், சேப்பங்கிழங்கு இவற்றிலெல்லாம் பொட்டாசியமும் சோடியமும் மிகுந்திருக்கின்றன. அதனால்தான் அவற்றை அமாவாசையன்று சமைத்து உண்ணுவதை வழக்கமாக்கிக் கொண்டிருக்கின்றனர். தவிர பருப்பு வகையென்று எடுத்துக்கொண்டால் நாம் வழக்கமாக சமைக்க எடுத்துக்கொள்ளும் துவரம்பருப்பை, அமாவாசை, தெவசம் போன்ற சமையல்களில் சேர்க்கமாட்டார்கள். அன்று பயத்தம் பருப்புதான் சேர்க்கப்படும். காரணம் அதிலும் சோடியம் பொட்டாசியம் மிகுந்திருப்பதால்தான். இனி அமாவாசை சமையல் வகைகள் சிலவற்றைப் பார்ப்போம். குழம்பு, கூட்டு, கறி, ரசம், பாயசம் எல்லாவற்றிலுமே பருப்பு சேர்க்கலாம் என்பதால் பயத்தம்பருப்பை மட்டும் உங்களுக்கு வேண்டிய அளவிற்கு மொத்தமாக வேக வைத்துக் கொள்ளலாம். நான் இங்கே தனித்தனியே குறிப்பிட்டிருக்கிறேன். சிலர் இரண்டு கறி, இரண்டு கூட்டு செய்வார்கள். ஒரு கறி, ஒரு கூட்டும் செய்யலாம். கறி, கூட்டுக்கு என்ன காய்கள் எடுத்துக் கொண்டிருக்கிறீர்களோ, அவற்றைத் தனித்தனியே வேகவைத்து எடுத்துக் கொள்ளவும்.

✲ ✲ ✲

# 144) அரைத்துவிட்ட பாகற்காய் குழம்பு

## தேவையானவை

பாகற்காய் – 200 gm (நறுக்கி வைத்துக் கொள்ளவும்)

புளி – நெல்லிக்காய் அளவு

மஞ்சள் தூள் – அரை ஸ்பூன்

பயத்தம்பருப்பு – அரை கப்.

உப்பு – தேவையான அளவு

வெல்லம் – சுண்டைக்காயளவு

தாளிக்க ஒரு ஸ்பூன் கடுகு, அரை ஸ்பூன் உளுந்து, பெருங்காயப்பொடி என்றால் சிறிதளவு

## அரைப்பதற்கு:

தேங்காய் – அரைமூடி

காய்ந்த மிளகாய் – 6 அல்லது 7 (காரம் அதிகம் தேவைப்பட்டால் கூடவே ஒன்றிரண்டு வைத்துக் கொள்ளலாம்.)

உளுத்தம்பருப்பு – இரண்டு டேபிள் ஸ்பூன்

சீரகம் – ஒரு டேபிள் ஸ்பூன்

பெருங்காயம் – அரை ஸ்பூன்

கறிவேப்பிலை – மூன்று கொத்து

நறுக்கிய கொத்தமல்லி – ஒரு டேபிள் ஸ்பூன்

## செய்முறை:

வாணலியில் சிறிது வெளிச்செண்ணெய் விட்டு மிளகாய், உளுந்து சீரகம், இரண்டு கொத்து கறிவேப்பிலை ஆகியவற்றை சிவக்க வறுத்துக் கொள்ளவேண்டும். கட்டிப் பெருங்காயம் என்றால் இதிலேயே சேர்த்து வறுத்துக் கொள்ளலாம். வறுத்தவற்றை மிக்ஸி ஜாரில் போட்டுவிட்டு வாணலியை அடுப்பிலேற்றவும். இரண்டு டேபிள் ஸ்பூன் வெளிச்செண்ணெய் ஊற்றி, கடுகு, மிளகாய், சிறிது கறிவேப்பிலை ஆகியவற்றை தாளித்து அதோடு நறுக்கி வைத்திருக்கும் பாகற்காயை சேர்த்து நன்கு வதக்கிய பிறகு, கரைத்த புளியை சேர்க்கவேண்டும். அதில் சிறிது மஞ்சள் தூள், உப்பு, வெல்லம் சேர்த்து காய் வெந்து புளியின் பச்சை வாசனை போகுமளவுக்கு கொதிக்கவிட வேண்டும். அது கொதிப்பதற்குள், மிக்சியில் போட்டிருக்கும் வறுத்த பொருட்களோடு, தேங்காய் துருவலையும் சேர்த்து நன்கு அரைத்துக் கொள்ளவும்.

குழம்பு கொதித்ததும் வேக வைத்திருக்கும், பாசிப்பருப்பு, மற்றும் அரைத்து வைத்திருக்கும் தேங்காய் ஆகியவற்றை சேர்த்து, மிக்சி ஜாரில் சிறிது தண்ணீர் ஊற்றி குலுக்கி அதையும் சேர்க்கலாம். பிறகு எல்லாவற்றையும் நன்கு கிளறிக் கொடுத்து ஒரு கொதி விடவேண்டும். இறுதியாக கொத்தமலித் தழையும், கறிவேப்பிலையும் சேர்த்து மூடிவைக்க வேண்டியதுதான்.

✲ ✲ ✲

# 145) ரசம்

வழக்கம்போல ரசம் வைத்து துவரம்பருப்பிற்கு பதிலாக பாசிப்பருப்பு சேர்க்கவேண்டும்.

✲ ✲ ✲

# 146) புடலங்காய் கூட்டு

## தேவையான பொருட்கள்:

புடலங்காய் – இரண்டு கோப்பை நறுக்கியது

வேகவைத்த பாசிப்பருப்பு – அரை கப்

தேங்காய் – துருவல் – மூன்று டேபிள் ஸ்பூன்

மிளகாய் – நான்கு

கறிவேப்பிலை – ஒரு கொத்து

கடுகு – ஒரு ஸ்பூன்

உளுந்து – ஒரு ஸ்பூன்

## செய்முறை:

புடலங்காயை மஞ்சள் தூளும் உப்பும் சேர்த்து வேகவைத்துக் கொள்ள வேண்டும். வெந்ததும், பாசிப்பருப்பை சேர்க்க வேண்டும். தேங்காய், மிளகாய், கறிவேப்பிலை இவற்றை அப்படியே மிக்சியில் போட்டு அரைத்து அதில் சேர்க்க வேண்டும். கடைசியாக ஒரு ஸ்பூன் வெளிச்செண்ணெயில் கடுகு, உளுந்து, சிறிது கறிவேப்பிலை தாளித்து அதில் சேர்க்க வேண்டியதுதான்.

✲ ✲ ✲

# 147) அவரைக்காய் கூட்டு

## தேவையான பொருட்கள்:

அவரைக்காய் – கால் கிலோ

வேகவைத்த பாசிப்பருப்பு – அரை கப்

தேங்காய் – நான்கு டேபிள் ஸ்பூன்

மிளகு – நான்கு

மிளகாய் – இரண்டு

உப்பு தேவையான அளவு

கறிவேப்பிலை – இரண்டு கொத்து

## செய்முறை:

அவரைக்காயை நறுக்கி மஞ்சள் தூள், உப்பு சேர்த்து வேக வைத்துக் கொள்ளவும். மிக்சியில் துருவிய தேங்காய், மிளகாய், மிளகு, ஒரு கொத்து கறிவேப்பிலை சேர்த்து அரைத்துக் கொள்ளவும். காய் வெந்ததும் வேக வைத்த பாசிப்பருப்பை சேர்த்து அரைத்த தேங்காய் விழுதையும் சேர்க்க வேண்டும். கடைசியாக, மிளகாய், கடுகு, உளுத்தம்பருப்பு, கால் ஸ்பூன் சீரகம், கறிவேப்பிலை தாளிக்க வேண்டும்.

✲✲✲

# 148) வாழைக்காய் கறி

## வேண்டிய பொருட்கள்:

வாழைக்காய் – பெரியது 1

தேங்காய் துருவல் – மூன்று டேபிள் ஸ்பூன்

இஞ்சி சிறிய துண்டு (தோல் நீக்கியது)

மஞ்சள் தூள் – அரை ஸ்பூன்

உப்பு – வேண்டிய அளவு

கறிவேப்பிலை – ஒரு கொத்து

கடுகு – அரை ஸ்பூன்

காய்ந்த மிளகாய் — நான்கு

உளுந்து – ஒரு டேபிள் ஸ்பூன்

## செய்முறை:

வாழைக்காயைத் துண்டுகளாக்கி, மஞ்சள் தூள், உப்பு சேர்த்து வேகவைத்துக் கொள்ளவேண்டும். நாலைந்து மிளகாய் உளுந்து, கறிவேப்பிலை இவற்றை தாளித்துக் கொள்ளவேண்டும். பிறகு வெந்த வாழைக்காயை அதில் சேர்க்கவேண்டும். பிறகு மிக்சியில், தேங்காய், இஞ்சி இரண்டையும் சேர்த்து தண்ணீர் விடாமல் இரண்டு திருப்பு திருப்பிக்கொண்டு அதையும் கறியில் சேர்த்து நன்கு கிளறிக் கொடுக்கவும். இஞ்சி வாசத்தோடு சுவையாக இருக்கும் இந்த கறி.

✲ ✲ ✲

# 149) சேப்பங்கிழங்கு கறி

## தேவையானவை:

சேப்பங்கிழங்கு – கால் கிலோ (தனியே வேகவைத்து தோலுரித்துக் கொள்ளவும்)

காய்ந்த மிளகாய் – நான்கு அல்லது காரத்திற்கேற்ப 5

உளுந்து – ஒரு டேபிள் ஸ்பூன்

வெள்ளை எள் – ஒரு டேபிள் ஸ்பூன்

மஞ்சள் தூள் – அரை ஸ்பூன்

உப்பு – தேவையான அளவு

## செய்முறை:

வேகவைத்து தோலுரித்த சேப்பங்கிழங்கை துண்டுகளாக்கிக் கொள்ளவேண்டும். அடுப்பில் வாணலியை வைத்து வெளிச்செண்ணெய் விட்டு, மிளகாய், உளுந்து வெள்ளை எள் ஆகியவற்றை வறுத்து மிக்சியில் பொடித்து வைத்துக்கொள்ளவும். பிறகு வாணலியில் கடுகு, கறிவேப்பிலை தாளித்து வெந்த சேப்பங்கிழங்கை உப்பும் சேர்த்துப் போட்டு நன்கு கலந்து பிறகு பொடித்து வைத்ததையும் சேர்த்து நன்கு கிளறிக் கொடுக்கவும். கூடுதல் சுவைக்காக சிலர் இதில் ஒரு கரண்டி கெட்டியாக வேக வைத்த பாசிப்பருப்பையும் சேர்த்துக் கலந்து கொள்வதுண்டு. விருப்பமில்லாதவர்கள் விட்டுவிடலாம்.

✻ ✻ ✻

# 150) பாசிப்பருப்பு பாயசம்

## தேவையான பொருட்கள்:

பாசிப்பருப்பு – ஒரு கோப்பை

வெல்லம் – முக்கால் கோப்பை

தேங்காய் – அரை மூடி துருவியது

தேங்காய் – ஒரு டேபிள் ஸ்பூன் பொடியாக நறுக்கியது

ஒரு கரண்டி – அரிசி ஊறவைத்தது

ஏலக்காய் பொடி – சிறிது

## செய்முறை:

வெல்லத்தை கரைத்து வடிகட்டிக் கொள்ளவும். பாசிப்பருப்பை தனியே வேகவைத்துக் கொள்ளவும் ஊறவைத்த அரிசியோடு தேங்காயை சேர்த்து நன்கு அரைத்துக் கொள்ளவேண்டும். வெல்லத்தை நன்கு கொதிக்கவைத்து அது பொங்கி நுரைத்து வரும்போது வேக வைத்த பாசிப்பருப்பையும் அதில் சேர்த்து நன்கு கலந்து விடவேண்டும். பிறகு அரைத்து வைத்திருக்கும் தேங்காயை அதில் சேர்த்து, ஏலப்பொடியும் சேர்த்து நன்கு கிளறிவிட வேண்டும். எல்லாமாக சேர்ந்து நன்கு கொதித்ததும் அடுப்பை அணைத்து விடலாம் தேங்காயை சிறுதுண்டுகளாக நறுக்கி நெய்யில் வறுத்து சேர்க்கலாம்.

* ——— *

# 21

## சுமங்கலி பிரார்த்தனை

**பா**லக்காட்டு பிராமணர் வீடுகளில் எந்த ஒரு சுபநிகழ்ச்சி நடப்பதற்கு முன்பாகவோ அல்லது நடந்து முடிந்த பின்னரோ செய்யப்படுவதுதான் சுமங்கலி பிரார்த்தனை. வீட்டில் சுமந்களிகளாக இறந்து போனவர்களை அழைத்து அவர்களது ஆசியைக் கேட்டுப் பெறுவதுதான் இதன் நோக்கம். மிகவும் சிரத்தையாகவும், சுத்தபத்தமாக மடியோடும் செய்யப்பட வேண்டிய பூஜை இது

வீட்டுப்பெண்கள், மருமகள்கள் உட்பட சுமங்கலிப் பெண்களும் ஒரு கன்யா பெண்ணும் சேர்த்து ஒற்றைப் படையில் எண்ணிக்கை இருக்க வேண்டும்

இனி இந்த சுமங்கலி பிரார்த்தனையில் என்னென்ன ஐட்டங்கள் சமைப்பார்கள் என்று பார்ப்போம். இதில் கூறப்படும் வகைகள் எல்லாம் நான் ஏற்கனவே இந்த புத்தகத்தில் எழுதியுள்ளவைதான் என்பதால் அவற்றைத் திரும்பவும் எழுத

வேண்டிய அவசியமில்லை என்பதால் அவை என்னென்ன என்று மட்டும் இங்கே கூறுகிறேன். இந்தச் சமையலில் துவரம்பருப்பு, மிளகாய் எல்லாம் சேர்க்கலாம். சமாராதனை சமையல் போல செய்யலாம். இந்தச் சமையலில் அப்பளம், பப்படம் போன்றவை கிடையாது.

1. கலத்துப் பருப்பு (துவரம்பருப்பு)
2. ஏதேனும் ஒரு பாயசம்
3. தயிர்ப் பச்சடி அல்லது புளிப்பச்சடி
4. இனிப்பு பச்சடி (மாங்காய் வெல்லம் போட்டும் செய்யலாம், அல்லது பழ பச்சடியும் செய்யலாம்)
5. இரண்டு கூட்டு வகைகள் (ஒன்று தேங்காய் அரைத்து விட்டு அதோடு வறுத்தும் போட்டது, மற்றது தேங்காய் அரைத்து விட்டது.)
6. இரண்டு கறி வகைகள் (ஒன்று வாழைக்காய், மற்றது ஏதேனும் பச்சைக்கறி)
7. சாம்பார் (பாகற்காய் அல்லது கத்திரிக்காய் பிட்லையும் வைக்கலாம் அல்லது பல காய்கள் போட்டு கதம்ப சாம்பாரும் வைக்கலாம்)
8. வடை,
9. போளி
10. நெய்யப்பம்
11. ஏதேனும் ஒரு இனிப்பு (மைசூர்பாகு, கேசரி, தேங்காய் பர்பி என்று எது வேண்டுமானாலும்)
12. ஏதேனும் தொகையல். அல்லது ஊறுகாய்

✲ ✲ ✲

# நிறைவுரை

ஆயகலைகளில் மிகவும் உன்னதமாக நான் நினைப்பது சமையல் கலையைத்தான். ஏனெனில் இதற்கு மட்டும்தான் வயிற்றுப் பசியைத் தீர்க்கும் அருங்குணமுண்டு. எப்பேர்ப்பட்ட கலைஞனாக இருந்தாலும் வயிற்றுப் பசியோடு தன் கலையில் ஈடுபடமுடியாது. பசி தீர்க்கும் அன்னத்தில் ருசி கூட்டுவது அன்புதான் என்பார்கள். கொடிதினும் கொடிது எது என்று ஔவை கூறுகிறார்

கொடிது கொடிது வறுமை கொடிது
அதனினும் கொடிது இளமையில் வறுமை
அதனினும் கொடிது ஆற்றொணாத் தொழுநோய்
அதனினும் கொடிது அன்பிலாப் பெண்டிர்
அதனினும் கொடிது
இன்புற அவர்கையில் உண்பது தானே.

அதே ஔவை அன்பிலாத ஒரு பெண்ணின் கையால் ஒருமுறை உணவுண்டதைப் பற்றி கூறுகையில்

காணக்கண் கூசுதே கையெடுக்க நாணுதே
மாணொக்க வாய்திறக்க மாட்டாதே – வீணுக்கென்
என்பெல்லாம் பற்றி எரிகின்ற தைய்யையோ
அன்பிலாள் இட்ட அமுது

அதாவது அன்பிலாதவள் இட்ட உணவால் என் எலும்பெல்லாம் பற்றி எரிகிறதே என்கிறாள். அவள் சொல்வது போல சமைப்பது முக்கியமல்ல. அதை அன்போடு செய்வதும், செய்ததை அன்போடு விருந்தினருக்கு அளிப்பதும்தான் அதைவிட முக்கியம். சமைக்கும்போது நல்ல மனநிலையில் இருக்க வேண்டுமென்பார் என் அப்பா. காலையில் குளித்துவிட்டு,

அரிசி களைவதில் ஆரம்பித்து ஸ்லோகங்கள் சொல்லியபடிதான் ஒவ்வொரு வேலையும் செய்வாள் என் சின்னமாமியார். அடுப்பு பற்றவைத்து அக்னிக்கு நன்றி சொல்லவேண்டும். நாம் நமக்காக மட்டும் சமைப்பதில்லை. நம் கைப்பக்குவம் நம் வீட்டினர் உட்பட பலரது வயிற்றுப்பசியைத் தீர்க்கிறது என்பதை மறந்துவிடக்கூடாது. அன்பிலாது அமிழ்தமே தந்தாலும் விஷமாகும், அன்போடு விஷம் தந்தாலும் அது அமிழ்தாகும் என்பார்கள்.

முற்காலத்தில் தலையைக் கண்டால் உலையை வை என்பதுதான் நமது பண்பாடாக இருந்தது. தொலைபேசி போன்ற எந்த தொடர்பு சாதனமும் இல்லாத காலம் அது. எப்போது வேண்டுமானாலும் திடீர் திடீரென விருந்தாளிகள் வீட்டிற்கு வருவார்கள். என்ன வேண்டுமென்றோ, சாப்பிடுகிறாயா என்றோ கேட்பது கூட பண்பாடில்லையென்று எண்ணிய காலம் அது. முகத்தை வைத்தே வாடிய வயிறை அறிந்து உணவிட்ட காலம். விருந்தோம்பலென்பது மிகச் சிறந்த பண்பாடாக இருந்தது. விருந்தோம்பும் பண்பு நிறைந்த வீட்டினுள் நல்லதொரு அதிர்வலைகள் நிரம்பியிருக்கும். நல்ல அதிர்வலைகள் இல்லாததொரு வீட்டினுள் நம் உடம்பு இருப்பு கொள்ளாமல் தவிக்கும். எப்போது கிளம்புவோம் என்று தவிக்கும்.

ராமகிருஷ்ண பரமஹம்ஸர் சாரதா தேவியின் கையினால் மட்டுமே உணவுண்ணுவாராம் அதற்குக் காரணம் உணவு படைக்கும்போது சாரதா தேவியிடமிருக்கும் அற்புதமான மனநிலையே. அவரது கையால் உணவு உண்ணுகிறவருக்கும் அந்த மனநிலை கடத்தப்படுகிறது. வேறு ஒரு மனநிலையோடு வேறொருவர் உணவு பரிமாறினால் தன் மனநிலையை அது மாற்றிவிடக்கூடும் என்பதால்தான் அவர் சாராதா தேவியின் கையால் மட்டுமே உணவுண்ணுவாராம், எனவே சமைக்கும்போது மட்டுமல்ல, அதை மற்றவருக்குப் படைக்கும்போதும் உயர்ந்த மனநிலையில் இருப்பது அவசியம். தெய்வத்திற்கு எப்படி நைவேத்யம் செய்வோமோ அது போலதான் விருந்தினருக்கும்

அன்போடு உணவளிக்கவேண்டும். அதனால்தான் அதிதி தேவோ பவ என்று சொல்லப்பட்டிருக்கிறது.

முக்கியமாக உணவை விற்கும் தொழிலில் இருப்பவர்கள் பற்றி கூறியே ஆகவேண்டும். சமீபத்தில் எனக்கு உடல்நிலை சரியில்லையென்று மெஸ் வைத்திருக்கும் ஒரு சமையற்கலைஞரிடம் சாதம் தவிர்த்த உணவு ஆர்டர் செய்தேன். உணவின் தரம் படுகேவலமாக இருந்தது. சாம்பார், ரசம், கூட்டு, கறி என்று நாலே ஐட்டம்தான். சாம்பாரில் வெறும் உப்பும், அரிசிமாவு கரைத்துவிட்ட கலவையும்தான் இருந்தது. புளிப்பு உரைப்பு எதுவுமில்லை. பெயருக்கு ஒரு பூசணிக்காய் கண்ணில்பட்டது. ரசம் வெறும் வெந்நீர்தான். பூசணிக்காய் கூட்டு என்ற பெயரில் ஒரு வஸ்து. அதிலும் தேங்காயைக் காணவில்லை. மாவைக் கரைத்து கலந்திருந்தார்கள். பூசணிக்காய் அரைவேக்காடாக இருந்தது. கேரட் கறியும் பாதி வெந்தும் வேகாமலுமிருந்தது. வெறும் நாலே ஐட்டங்களுக்கு அவர்கள் வாங்கியது நூறு ரூபாய்.

என் அப்பாவிடம் எப்போதேனும் சிலர் தங்கள் வீட்டு விசேஷத்திற்கு ஸ்பெஷலாக பிஸிபேளாவோ அல்லது டிபன் வகையறாக்களோ, அல்லது வேறு ஏதேனுமோ செய்து தரச்சொல்லுவார்கள். என் அப்பா வெறும் கல்யாண பட்சணங்கள் மட்டுமே செய்பவர் என்றாலும் மறுக்காமல் அவர்கள் கேட்பதை சிலநேரம் செய்து கொடுப்பார். எங்கள் வீட்டிலேயே வைத்து அப்பா அனைத்தையும் செய்து வைக்க, அவர்கள் வந்து எடுத்துச் செல்வார்கள். அதிக பணமும் கேட்கமாட்டார். பாத்திரங்களைத் திரும்பக் கொடுக்கும்போது அப்படி நெகிழ்ந்து போய்ப் பாராட்டுவார்கள். இப்டி ஒரு டேஸ்ட்டான உணவை இதுவரை சாப்பிட்டதேயில்லை என்பார்கள். “கம்மியா வாங்கியிருக்கா மாதிரி தோண்றதே, உங்களுக்கு கட்டுப்படியாறதா மாமா?” என்றுகூட சிலர் கேட்டு அதிகப் பணமும் கொடுக்க முன்வருவார்கள். ஆனால் அப்பா வாங்க மறுத்துவிடுவார்.

நான் பிறகு அப்பாவிடம் கேட்பேன். ஏன் வேண்டாம்னு சொன்ன? விரும்பிதானே தரா. வாங்கிண்டு இருந்திருக்கலாமே என்று.

அதற்கு அப்பா சொல்வார், அன்னதானம் பண்றவா கூட சிரத்தையா அன்போட ருசியா பண்ணி, சாப்பிடறவா வயறு நிறைய போடும்போது பணத்துக்காக அன்னத்தை விற்பனை பண்றவா அதைவிட அன்போட அவா மனசும் வயறும் நிறையறா மாதிரி பண்ணவேண்டாமா? பணமா முக்கியம்? சாப்பாட்டை விக்கறவன்கிட்டதான் அதிக தர்மம் இருக்கணும். எனக்கு இதுவே போதும் என்பார்.

படுசுமாராக இருந்த அந்த மெஸ் சாப்பாட்டை என் வயிறு வாழ்த்தவில்லை. கஷ்டப்பட்டு அதை சாப்பிடும்போது அப்பாவின் நினைவு வந்தது. உணவை விற்பவர்களிடம் தர்மத்தை இனி எதிர்பார்க்க முடியாதெனத் தோன்றியது. ஹோட்டல் தொழிலில் இருப்பவர்கள் தர்மம் தவறிவிடக்கூடாது என்பதால்தான் இதை இங்கு எழுதுகிறேன். தர்மம் இருக்குமிடத்தில் அது வீடாயினும், ஹோட்டலாக இருந்தாலும் சரி, அங்கு நல்லதொரு அதிர்வலை நிரம்பியிருக்கும். மனிதர்களை மீண்டும் மீண்டும் அது காந்தம் மாதிரி தன்னை நோக்கி ஈர்க்கும்.

**நிறைவு**

www.ingramcontent.com/pod-product-compliance
Lightning Source LLC
LaVergne TN
LVHW100426051026
849518LV00004B/1403
* 9 7 8 9 3 5 6 9 5 8 2 8 9 *